अभिप्राय

बलाढ्य, हेकेखोर अमेरिकेची काळी बाजू उजेडात आणून, दुर्बलांवर राज्य गाजवणाऱ्या महत्त्वाकांक्षेपोटी माणूसपणाला टाचेखाली कसे चिरडले जाते, याचे विदारक वर्णन म्हणजे 'उद्ध्वस्त.'

दै. देशदूत, २-१-२०११

वास्तव आणि कल्पित यांचा संयोग साधून आधुनिक इतिहासामधून एक विदारक आणि हृदयद्रावक अध्याय चित्तवेधक आणि नाट्यपूर्ण रीतीने मराठी वाचकांसमोर मांडण्याचा प्रयत्न

लोकरंग, रविवार २७-३-२०११

१६ मे १९६९ रोजी अमेरिकेच्या 'चार्ली कंपनी'ने नी लाय या खेड्यातल्या सुमारे एकशेचाळीस निरपराध स्त्रिया-वृद्ध व लहान मुलांची निर्घृण हत्या करून, क्रूरतेचा कळस गाठला, यावर आधारलेली ही कहाणी. या कथानकामध्ये वास्तव आणि कल्पित यांचा संगोग साधून एक अविश्वसनीय वाटावा असा विदारक आणि हृदयभेदक अध्याय, चित्तवेधक आणि नाट्यपूर्ण रीतीने वाचकांसमोर मांडण्याचा प्रयत्न केला आहे.

तरुण भारत, ३०-१०-२०११

आपल्या स्नेहीजनांना पुस्तके भेट द्या

व्हिएतनाममधील एका निष्पाप खेड्याची, अमेरिकन सैनिकांनी केलेली अमानुष कत्तल

उद्ध्वस्त

उमेश कदम

मेहता पब्लिशिंग हाऊस

Please contact us at **Mehta Publishing House,** Pune 411030.
✆ +91 020-24476924 / 24460313 / Mob. No. 9545000513
Email : production@mehtapublishinghouse.com
Website : www.mehtapublishinghouse.com

UDHVASTA by Umesh Kadam

उद्ध्वस्त : उमेश कदम / कादंबरी

Email : author@mehtapublishinghouse.com

प्रकाशक : सुनील अनिल मेहता, मेहता पब्लिशिंग हाऊस,
१९४१ सदाशिव पेठ, माडीवाले कॉलनी, पुणे – ४११ ०३०

अक्षरजुळणी : स्पिरिट इन्फोटेक, पुणे

मुद्रक : ट्रिनिटी ॲकॅडमी फॉर कॉर्पोरेट ट्रेनिंग लिमिटेड

मुखपृष्ठ : चंद्रमोहन कुलकर्णी

प्रकाशनकाल : सप्टेंबर, २०१० / पुनर्मुद्रण : मार्च, २०१७

किंमत : ₹ १८०

P Book ISBN 9788184981605

E Book ISBN 9789386454201

E Books available on : amazonkindle Apple Books Google Play Books

---

माझे वडील कै. बाबा कदम व
आम्हा सर्व कदम कुटुंबीयांवर
उदंड प्रेम करणारे ज्येष्ठ कविवर्य
श्री. मंगेश पाडगावकर व सौ. यशोदा पाडगावकर
यांना प्रेमपूर्वक

व्हिएतनाममधील अमेरिकन अत्याचारावर प्रकाशझोत टाकणारी हृदयभेदक कादंबरी

- दै.तरुण भारत

अमेरिकेची काळी बाजू उघड करणारं इतिहासाचं दुर्लक्षित दालन म्हणजे हे पुस्तक.

-दै.देशदूत

प्रास्ताविक

व्हिएतनाम– निसर्गाचा वरदहस्त असलेल्या या रम्य भूमीतल्या विनम्र, आतिथ्यशील आणि बौद्ध धर्माच्या मानवतावादी तत्त्वांचं आचरण करणारी जनता जवळजवळ दोन हजार वर्षांपासून कमीअधिक प्रमाणात युद्ध आणि हिंसाचार यांनी होरपळून गेलेली होती. वेळोवेळी झालेली परकीय आक्रमणं आणि नागरी युद्धं यांमुळे आर्थिक प्रगती खुंटलेली. हिंसाचार आणि दारिद्र्य यांना तोंड देत व्हिएतनामचे रहिवासी कसंबसं आयुष्य कंठत होते.

एकोणिसाव्या शतकाच्या मध्यापासून फ्रेंच वसाहतवाद्यांनी व्हिएतनाम आणि शेजारच्या लाओस आणि कंबोडियामध्ये आपले पाय रोवले होते. यथावकाश फ्रेंचांविरुद्ध स्वातंत्र्यलढा सुरू झाला. दुसऱ्या महायुद्धानंतर चीनमध्ये साम्यवादी चळवळीने उग्र स्वरूप धारण केलं. त्या चळवळीचे मुक्तियोद्धे चीनच्या दक्षिणेला असलेल्या व्हिएतनाम - लाओस - कंबोडियामध्ये आश्रय घेत होते, तिथंही आपला प्रभाव वाढवण्याचा प्रयत्न करत होते. त्यांना शह देण्यासाठी १९५० पासून अमेरिकेने व्हिएतनाममधल्या फ्रेंच सरकारला मदत करायला सुरुवात केली. देशाच्या दक्षिणेकडे प्रभावी असलेल्या ‘व्हिएत-मिन्ह’ या लोकशाहीवादी चळवळीने फ्रेंचांना हुसकून लावण्याचा चंग बांधला होता. त्यांनी १९५४ मध्ये फ्रेंचांचा पाडाव केला खरा, पण उत्तरेकडे प्रबळ होत असलेल्या ‘व्हिएत-कॉंग’ या साम्यवादी चळवळीने त्यांना हैराण केलं.

स्वातंत्र्य मिळालं, पण देशात शांतता नांदत नव्हती. लोकशाही विरुद्ध साम्यवादी असा लढा उग्र रूप धारण करत होता. देशात शांतता प्रस्थापित करावी, या उद्देशाने १९५४ मध्ये जिनिव्हा इथे शांतता परिषद आयोजित केली गेली. या परिषदेने देशाचं तात्पुरतं विभाजन करण्याची आणि दोन वर्षांनी सार्वत्रिक निवडणुकांनंतर

एकीकरण करण्याची शिफारस केली. या शिफारशी उत्तरेकडच्या साम्यवादी, दक्षिणेकडच्या लोकशाहीवादी तसंच फ्रान्स आणि अमेरिका यांना मान्य होत्या. त्यानुसार देशाची फाळणी झाली.

निवडणुकांची तयारी सुरू झाली, पण साम्यवादी व्हिएत-कॉंगच्या उत्तर व्हिएतनाम आणि शेजारच्या लाओस इथल्या हिंसक नीतिप्रणालीमुळे निवडणूक प्रक्रिया खुंटली. साम्यवादाचा प्रसार रोखण्यासाठी अमेरिका लोकशाहीवादी दक्षिण व्हिएतनामला बळकट करण्याचा प्रयत्न करत होती. संपूर्ण देशात अराजक माजलं होतं. शेवटी मे १९६१ मध्ये अमेरिकेचे तत्कालीन अध्यक्ष जॉन केनेडी यांनी दक्षिण व्हिएतनाममधल्या व्हिएत-मिन्ह सरकारच्या मदतीला अमेरिकन सैनिकांची एक तुकडी पाठवली.

अध्यक्ष केनेडी यांची १९६३ मध्ये हत्या झाल्यानंतर लिंडन जॉन्सन अमेरिकेचे अध्यक्ष झाले. त्यांनी टप्प्याटप्प्याने अमेरिकेचा दक्षिण व्हिएतनाममधला प्रभाव वाढवला. पण त्याचबरोबर व्हिएतनाम युद्धाला अमेरिकेत विरोध वाढत होता.

'आपण व्हिएतनाममधून माघार घेऊ आणि सन्मानाने शांतता प्रस्थापित करू.' या आश्वासनाच्या जोरावर रिचर्ड निक्सन १९६८ मध्ये अध्यक्षपदाच्या निवडणुकीत यशस्वी झाले होते.

अमेरिकेच्या व्हिएतनाम युद्धातल्या सहभागाच्या विरोधातलं आंदोलन १९६४ पासून हळूहळू आकार धरू लागलं होतं. त्याची सुरुवात वेगवेगळ्या महाविद्यालयांत आणि विद्यापीठांत झाली होती. प्रामुख्याने तरुण विद्यार्थ्यांनी त्यात पुढाकार घेतला होता. वृत्तपत्रं, रेडिओ आणि दूरदर्शन या प्रसारमाध्यमांतून युद्धाविषयी माहिती, त्यादरम्यान ठार झालेले सैनिक आणि नागरिक यांची आकडेवारी, निर्वासितांचे लोंढे, गरीब जनतेची दैन्यावस्था असं चित्रण आणि वर्णन हे सारं पूर्वीच्या युद्धांच्या तुलनेत प्रथमच प्रभावीपणे सर्वसामान्य नागरिकांपर्यंत पोहचत होतं. समाजाच्या विविध स्तरांतून युद्धविरोधी आघाडीला आणि आंदोलनाला पाठिंबा मिळत होता.

निक्सन प्रशासन लोकशाहीच्या नावाखाली आणि साम्यवादाचा प्रसार रोखण्याच्या कारणास्तव 'युद्ध समर्थनीय आहे' असं जनतेला पटवून द्यायचा आटोकाट प्रयत्न करत होतं. त्याच वेळी अमेरिकेशी मैत्रीपूर्ण संबंध असलेल्या दक्षिण व्हिएतनाममधल्या व्हिएत-मिन्ह सरकारच्या हुकूमशाही आणि अमानुष कारवाया उघडकीला येत होत्या.

अध्यक्षपदी निवडून आल्यानंतर 'सैन्याची माघार व सन्मानाने शांतीकडे' हे आपलं आश्वासन अध्यक्ष निक्सन सोयिस्कररीत्या विसरले होते.

'मी त्यासाठी योग्य क्षणाची वाट पाहत आहे' अशी सबब पुढे करून ते युद्धाला खतपाणीच घालत होते. अमेरिकेच्या जनतेसमोर साम्यवादाचं भूत उभं करून त्याच्यामुळे अमेरिकेचे हितसंबंध कसे अडचणीत येऊ शकतात, हे पटवून द्यायचा प्रयत्न करत होते.

निक्सन प्रशासनाने युद्धासाठी मोठ्या प्रमाणावर आर्थिक तरतूद केली होती, पण केवळ पैशाच्या जोरावर युद्ध लढणं अशक्य होतं. प्रशासनाला तरुण सैनिकांची कमतरता भासत होती. यावर उपाय म्हणून दररोज शेकडो तरुणांची सैन्यामध्ये सक्तीने भरती करण्याचं धोरण आणि कायदे संमत केले गेले. तरुण विद्यार्थ्यांचा अशा भरतीला प्रखर विरोध होता, पण तो न जुमानता प्रशासन एकामागून एक सैनिकांच्या तुकड्यांची व्हिएतनामकडे रवानगी करत होतं. तीन-चार महिन्यांचं जुजबी प्रशिक्षण दिलेल्या अशा नवशिक्या, अननुभवी, जुजबी, सळसळत्या रक्ताच्या सैनिकांना एकच कानमंत्र दिलेला असे– 'शत्रूला संपवा!'

१९६७ च्या डिसेंबर महिन्यात 'चार्ली कंपनी' या अशाच एका तुकडीला अमेरिकन सैन्याच्या व्हिएतनाम इथल्या बाराव्या ब्रिगेडमध्ये दाखल करून घेण्यात आलं. त्यावेळी त्यांची नेमणूक अमेरिकेचा मध्य व्हिएतनाममधला उपतळ 'क्वांग अंगै' इथं केली गेली होती. 'चार्ली कंपनी'च्या काही अधिकाऱ्यांना आणि सैनिकांना 'मी–लाय्' या क्वांग अंगैजवळच्या खेड्याकडे एका मोहिमेवर पाठवण्यात आलं होतं, तारीख होती १६ मार्च १९६९.

'मी–लाय्' इथं त्या १६ मार्चच्या सकाळी जे काही घडलं त्यावर 'उद्ध्वस्त' आधारलेली आहे. कथानकामध्ये 'मी-लाय्' ऐवजी 'नी-लाय्' असं खेडं उभं केलं आहे. कथानकाला नाट्यमय वळण देण्यासाठी सत्य घटना जशीच्या तशी न वापरता तिच्यात थोडेफार फेरबदल केले आहेत. परंतु या कथानकात चित्रित केलेल्या घटना आणि 'मी-लाय्' इथं प्रत्यक्ष घडलेल्या घटना यांमध्ये अतिशयोक्तीचा यत्किंचितही लवलेश नाही. किंबहुना 'मी-लाय्' इथं घडलेल्या काही घटना आणि अत्याचार शब्दबद्ध करण्यापलीकडच्या आहेत. सत्य घटनेसंबंधीचे संदर्भ मायकेल बोल्टन आणि केव्हिन सीम यांनी सखोल संशोधन करून लिहिलेल्या 'फोर अवर्स इन मी-लाय्' या पेंग्विन बुक्सतर्फे १९९२ मध्ये प्रकाशित केलेल्या पुस्तकातून आणि त्याच शीर्षकाच्या इंग्लंडमधल्या यॉर्कशायर टेलिव्हिजन या कंपनीने निर्मिलेल्या माहितीपटातून घेतले आहेत.

'उद्ध्वस्त'मधली काही व्यक्तिमत्त्वं आज वास्तवातली, हयात असलेली आणि काही नसलेली वाचकांना भेटतील. अशा व्यक्ती प्रत्यक्षात तत्सम प्रसंगी जशा वागल्या-बोलल्या असत्या, तशाच चित्रित केल्या आहेत. या कथानकामध्ये वास्तव आणि कल्पित यांचा संयोग साधून आधुनिक इतिहासातला एक अविश्वसनीय वाटावा असा विदारक आणि हृदयभेदक अध्याय, चित्तवेधक आणि नाट्यपूर्ण रीतीने मराठी वाचकांसमोर मांडण्याचा प्रयत्न केला आहे. तो यशस्वी झाला आहे किंवा नाही हे केवळ वाचकांनीच ठरवावे!

उमेश कदम

अनुक्रम

उद्ध्वस्त होण्यापूर्वी...

नी-लाय्– मध्य व्हिएतनामच्या पूर्वेकडच्या समुद्र किनाऱ्याजवळचं चाळीस-पंचेचाळीस घरांचं खेडं. वस्ती जेमतेम दीडशे लोकांची. समुद्रकिनाऱ्यापासून आठ मैलांवरच्या नी-लायूची वस्ती एका सपाट भागावर होती. घरांच्या चारी बाजूला भातशेती आणि शेती संपायची तिथून जंगल नि जरा पुढं गेल्यावर डोंगर सुरू होई.

वस्तीच्या आजूबाजूची वाऱ्यावर डोलणारी नारळीची झाडं, भाताच्या पोपटी-हिरव्या कोवळ्या रोपांवर मंद वाऱ्याने उठणाऱ्या लाटा, वाळल्या गवतापासून केलेल्या टोकदार टोप्या घालून शेतात काम करणारी माणसं, शेतांच्या मशागतीसाठी जुंपलेल्या, वळलेल्या लांब शिंगांच्या धष्टपुष्ट काळ्या तुकतुकीत म्हशी, शेतांपलीकडचं दाट हिरवं जंगल, त्याच्या पलीकडचे निळे डोंगर, नारळाच्या झाडांनी शाकारलेल्या छप्परांची, छोटी मातीची घरं आणि त्यांच्या सभोवतीची आंबा, केळी आणि फणस यांची झाडं– सारं काही अगदी एखाद्या सुरेख चित्रातल्या रम्य खेड्यासारखंच!

नी-लायूच्या रहिवाशांची राहणी तर अगदीच साधी. पिढ्यान्‌पिढ्या भातशेतीशिवाय दुसरा उद्योग त्यांना ठाऊक नव्हता. तांदूळ तयार झाला की, शेतकरी तो विकायला नी-लायूच्या पश्चिमेकडे दहा मैलांवरचं थोडंसं मोठं खेडं बिंतायच्या आठवडी बाजाराला घेऊन जात. त्या दिवशी क्वांग अंगै या वीस मैलांवरच्या शहरातले व्यापारीसुद्धा खरेदीविक्रीसाठी बिंतायला जात. बाजारात खेडोपाडीच्या लोकांच्या रोजच्या गरजेच्या साऱ्या वस्तू मिळत.

नी-लाय्च्या बहुतेक रहिवाशांना बिंतायच्या पलीकडच्या जगाचा गंधही नव्हता. फक्त दहा-बारा तरुण मुलंच कामाधंद्याच्या निमित्ताने मोठ्या शहरांत गेलेली. एका जुनाट कच्च्या रस्त्याने वर्ष-सहा महिन्यांतून एकदा कोणी सरकारी अधिकारी तिकडे फिरकला तर फिरकला. युद्ध सुरू झाल्यापासून मात्र अधूनमधून दक्षिणेकडील 'व्हिएत-मिन्ह'चे सैनिक शत्रूची चाहूल घेण्यासाठी नी-लाय्ला येत. नी-लाय्ला आधुनिकतेचा स्पर्शही नव्हता. आपल्याच विश्वात रमलेल्या साध्या, कष्टाळू गरीब लोकांचं ते एक रम्य खेडं होतं.

सूर्य मावळतीकडे झुकला होता. त्याच्या सोनेरी किरणांनी नी-लाय् लखलखून निघालं होतं. लिएमला जेव्हा शेताकडून दाँग येताना दिसला, तेव्हा तिने चहासाठी आधण ठेवलं. पाचच मिनिटांत दाँग येऊन घराच्या पडवीत टेकला.

चहाचा कप घेऊन लिएम बाहेर आली अन् म्हणाली, "दमलास का रे दाँग? आज काम जास्त होतं वाटतं?"

"नाही गं, नेहमीचंच. शेताजवळचा जांभूळ पिकलाय. सुआनसाठी थोडी जांभळं घेऊन आलो."

असं म्हणून दाँगने सागाच्या पानात बांधलेली जांभळं लिएमकडे दिली. तिने ती आत नेऊन ठेवली.

"सुआन अजून आली नाही खेळून?" दाँगने विचारलं.

"नाही रे, येईल इतक्यात." लिएम म्हणाली.

ती दोघं थोडा वेळ इकडचं तिकडचं बोलत बसली. इतक्यात सुआन घरी आली.

आल्याआल्या दाँगला चिकटत ती म्हणाली, "बाबा, आज मला मोराची चार पिसं मिळाली, ही बघ!"

"अरे वा, छान आहेत गं. पण जंगलाकडे तर गेली नव्हतीस ना?" दाँगने विचारलं.

"नाही रे, टेकडीजवळच पडली होती. थांब, ही पिसं आणि माझे गजगे आत ठेवून येते," असं म्हणून ती आत गेली.

दाँग आणि लिएमला पाच वर्षांच्या सुआनच्या पाठीवर मूलबाळ झालं नव्हतं. सुआनवर त्यांचा खूप जीव होता. त्यातल्या त्यात दाँग तर सुआनला जिवापाड जपायचा.

"सुआन, बाबानं जांभळं आणली आहेत, ती खाऊन घे आणि हे बघ, नंतर मला आंदावोकडून थोडंसं दूध आणून दे. मी मघा गेले होते, पण तेव्हा धारा काढून झाल्या नव्हत्या. आता पुन्हा जायचा कंटाळा आलाय मला." लिएमने आतल्या खोलीकडे तोंड करून पडवीतूनच सुआनला सांगितलं.

"हो आई, घेऊन येते मी. आधी माझ्या वस्तू आवरून ठेवते."

दाँग आणि लिएमला सुआनचा स्वभाव आणि तिच्या सवयी ठाऊक होत्या. तिला घरात आपल्या वस्तूंचा पसारा पडलेला आवडत नसे. तिला सगळं अगदी जिथल्या तिथं लागायचं. आपली खेळणी, गोळा केलेल्या जंगली बिया, मोरपिसं, कपडे अशा वस्तू त्यांच्यात्यांच्या जागेवर नसल्या की, ती बेचैन होई.

थोड्या वेळाने ॲल्युमिनियमचं छोटं पातेलं घेऊन सुआन बाहेर आली आणि म्हणाली, "दूध घेऊन येते."

"जांभळं खाल्लीस? गोड होती?" दाँगने विचारलं.

"अजून नाही खाल्ली. दूध आणल्यानंतर खाईन." असं म्हणून सुआन आंदावोच्या घराकडे निघाली.

"लिएम, आपली ही पोरगी वेगळीच आहे बघ. काही काम सांगितलं तर कधी एकदा पार पाडू, असं तिला होतं. त्याशिवाय तिला चैनच पडत नाही." दाँग कौतुकाने म्हणाला.

"आता हे तू मला सांगायला हवं का? अरे, तुझ्यापेक्षा माझ्याजवळच ती जास्त वेळ असते. ती जवळपास नसली नं की माझा हात मोडल्यासारखाच होतो बघ!"

सुआन दूध घेऊन आली. दुधाचं पातेलं तिने आत ठेवलं नि जांभळं घेऊन पडवीत आली.

"हं, आता खाते जांभळं!" असं म्हणून तिने जांभळं खायला सुरुवात केली.

"तुम्हीपण घ्या ना." असं म्हणून तिने जांभळांची पुडी त्या दोघांसमोर केली.

"मी खाल्ली आहेत. आईला दे थोडी." दाँग म्हणाला. मग सुआनने थोडी जांभळं लिएमला दिली.

"चला, बसून कसं चालेल ? उद्या बिंतायला जायची तयारी करायला हवी,"

असं म्हणून दाँग उठणार तोच सुआन म्हणाली, "बाबा, मला एकदा तुझ्याबरोबर बिंतायला घेऊन चल ना!"

"नाही रे बाळा, खूप चालावं लागतं! तुला ते झेपणार नाही. अजून तीन-चार पावसाळे जाऊ देत, मग पाहू. शिवाय वाटेतल्या जंगलात कधीकधी वाघपण असतो!"

"मग नको रे बाबा मला तिकडे घेऊन जाऊ!"

घरासाठी बिंतायहून कायकाय आणायचं आहे, हे लिएमने दाँगला सांगितलं. नी-लायूचे लाके बिंतायला बाजाराला गेले की, तिथल्या बुद्ध मंदिरात एक रात्र राहत नि दुसऱ्या दिवशी संध्याकाळीच परतत. येताना आपल्या मुलांसाठी हमखास काहीतरी गोडधोड आणत. मुलं जंगलाच्या दिशेला त्यांची आतुरतेने वाट पाहत बसत.

दाँग बिंतायला गेला की, सुआनला करमत नसे. तो कधी एकदा परत येतो, यासाठी ती उतावीळ झालेली असायची. दाँग बिंतायला गेल्याच्या दुसऱ्या दिवशी सूर्य मावळला तरी दाँग आणि त्याच्या मित्रांचा पत्ता नव्हता.

जंगलाच्या रस्त्याकडे डोळे लावून बसलेली सुआन रडतरडत घरी आलेली पाहून लिएमने आश्चर्यानं विचारलं, "सुआन, काय झालं बाळा रडायला? कोणी तुझी कळ काढली का?"

"नाही... बाबा अजून आला नाही... अंधार पडायची वेळ आलीय... जंगलातल्या वाघाने बाबाला खाल्लं तर नसेल ना?" सुआन डोळे पुसत म्हणाली.

"अगं वेडे, जंगलात वाघबिघ काही नाही. तुला भीती दाखवायला बाबा उगीचच म्हणाला. येईल एवढ्यात. जा तोंड धुवून ये."

सुआन तोंड धुवून येते न् येते तोच दाँग घरी पोहचला. आल्याआल्या लिएमने त्याला सुआन का रडत होती, हे सांगितलं. ते ऐकल्यावर तो हसत सुटला. सुआनने त्याच्या गळ्याभोवती हात टाकले नि ती त्याला घट्ट बिलगली.

तिच्या पाठीवरून हात फिरवत दाँग म्हणाला, "सुआन, जंगलात वाघ आहे, असं मी तुला खोटंखोटं सांगितलं होतं. हं बरं हे बघ तुझ्यासाठी मी तुझ्या आवडीचे 'दुआझान वुंग' आणलेत बिंतायहून."

'दुआझान वुंग' म्हणजे तळलेले गोड व्हिएतनामी मोदक, सुआनच्या खूप आवडीचे. ते खायला मिळणार याच्यापेक्षा आपला लाडका बाबा सुखरूप घरी परतला आहे, या कल्पनेनंच तिची कळी खुलली!

वॉशिंग्टन डी.सी., नोव्हेंबर १९६९

अध्यक्ष रिचर्ड निक्सन आपल्या 'ओव्हल' कार्यालयात अस्वस्थपणे फेऱ्या घालत होते. सकाळचे नऊ वाजत आले होते. राष्ट्रीय सुरक्षा समितीची तातडीने बोलावलेली बैठक सुरू व्हायला अजून ५-६ मिनिटं बाकी होती. समितीचे जवळजवळ सर्व सदस्य 'व्हाईट हाऊस'च्या सेंट्रल हॉलशेजारील पूर्वेकडच्या स्वागत कक्षात बसले होते. राष्ट्रीय सुरक्षा सल्लागार डॉ. हेन्री किसिंजर यांची ते आतुरतेने वाट पाहत होते. अध्यक्ष निक्सन यांनी समितीच्या बैठकीपूर्वी काही महत्त्वाच्या कागदपत्रांवर सह्या करण्यासाठी आपल्या कार्यालयात यावे अशी विनंती त्यांची सचिव जेन बोल्टन हिने केली होती. सह्यांचं काम पाचच मिनिटांत आटोपलं होतं.

आदल्या दिवशी रात्री सव्वादहा वाजता माहिती व प्रसारण विभागाचे प्रमुख मि.डॅनियल रॉड्रिग्येझ यांचा फोन आल्यापासून अध्यक्ष निक्सन अस्वस्थ झाले होते. त्यांनी त्याच वेळी राष्ट्रीय सुरक्षा समितीची तातडीची बैठक आयोजित करायचे आदेश काढले होते. बैठक दुसऱ्या दिवशी सकाळी नऊ वाजता 'ओव्हल' कार्यालयात ठरली होती. अध्यक्ष निक्सन मधूनच आपल्या हातातल्या ताज्या 'वॉशिंग्टन पोस्ट'मधल्या त्या खळबळजनक बातमीकडे पाहत होते. अजूनही त्यांचा त्या बातमीवर विश्वास बसत नव्हता. त्यांनी चौथ्यांदा ती वाचून काढली.

'अमेरिकन सैनिकांचा व्हिएतनाममध्ये धुमाकूळ! वॉशिंग्टन डी.सी., ३ नोव्हेंबर:१६ मे १९६९ या दिवशी सकाळी अमेरिकेच्या बाराव्या ब्रिगेडच्या पूर्व व्हिएतनाममधल्या क्वांग अंगै या तळावरच्या 'चार्ली कंपनी' या तुकडीने, तळापासून पंचवीस मैलावरच्या नी-लाय् या खेड्यातल्या जवळजवळ एकशे चाळीस निरपराध स्त्रिया, वृद्ध आणि लहान मुलांची निर्घृण हत्या करून आपल्या क्रुरतेचा कळस

गाठल्याची खळबळजनक बातमी 'वॉशिंग्टन पोस्ट'ला मिळाली आहे. त्या खेड्यात साम्यवादी व्हिएत-कॉँगच्या सैनिकांचा तळ असल्याच्या शंकेवरून अमेरिकन सैनिकांनी संपूर्ण खेडं उद्ध्वस्त करून तिथल्या रहिवाशांचा नि:पात केला होता. अमेरिकेच्या संरक्षण खात्याने आणि सैन्यातल्या उच्चपदस्थांनी आत्तापर्यंत कसोशीने गुप्त ठेवलेल्या या अमानुष संहारास केवळ 'वॉशिंग्टन पोस्ट' वाचा फोडणार आहे. या हत्याकांडास साक्षी असलेल्या एका व्यक्तीशी संवाद साधून व सखोल संशोधन करून शोधक पत्रकार सेमूर किर्श यांनी लिहिलेला अभ्यासपूर्ण आणि खळबळजनक लेख 'नी-लाय्'चा नि:पात-अमेरिकन सैनिकांचा उच्छाद' - वाचा रविवार, ९ नोव्हेंबरच्या 'वॉशिंग्टन पोस्ट'मध्ये. नी-लाय् हत्याकांडास साक्षी असलेल्या व्यक्तीचे नाव व फोटो त्या लेखासोबत प्रसिद्ध केले जातील.'

ती जाहिरातवजा बातमी वाचून होताहोताच अध्यक्षांच्या कार्यालयाचं ईशान्येकडचं दार उघडून जेन आत येत म्हणाली,

"सर, सर्व सदस्य आले आहेत."

"आत पाठव त्यांना."

अध्यक्ष निक्सनना सर्वांनी गंभीरपणे अभिवादन केलं. त्यांच्या चेहऱ्यावरचं गांभीर्य सर्वांना अपेक्षितच होतं. सर्व जण स्थिरस्थावर झाल्यावर अध्यक्ष म्हणाले,

"या बैठकीचं आयोजन का केलं आहे, हे तुम्हा सर्वांना ठाऊक आहेच. आता पुढे कोणती पावले उचलायची ते ठरवण्याआधी मला नेमका काय प्रकार घडला आहे, याची थोडक्यात माहिती हवी आहे. मेल्विन, सांगा काय झालं आहे."

संरक्षणमंत्री– ज्यांना अमेरिकेत संरक्षण सचिव असं संबोधलं जातं- त्या मेल्विन मेअर्ड यांना तो प्रश्न अपेक्षितच होता.

"सर, हा सारा अतिशयोक्तीचा कळस आहे. मी क्वांग अंगैच्या तळावरच्या अधिकाऱ्यांशी काल रात्री फोनवर चर्चा केली. नी-लाय् इथं व्हिएत-कॉँगच्या सैनिकांनी आपला तळ उभा केल्याची बातमी सी.आय.ए.च्या हाती आली होती. तिच्या आधारे 'ऑपरेशन चिकहिल' ही योजना आखली गेली. तिचा उद्देश होता- नी-लायूला जाऊन शत्रूच्या सैनिकांचा शोध घ्यायचा, त्यांना पकडून आणायचं आणि त्यांनी प्रतिकार केला तर ठार मारायचं. तिथं पाठवलेल्या 'चार्ली कंपनी'च्या सैनिकांनी त्यांना शरण यायला सांगितलं. ते त्यांनी नाकारलं, उलट आपल्या सैनिकांवर हल्ला केला. त्याला प्रत्युत्तराखातर आपल्या सैनिकांना गोळीबार करणं भाग पडलं. त्या गोळीबारात सैरावैरा धावणारे काही नागरिकही बळी पडले, पण आपल्या सैनिकांचा हेतू केवळ शत्रूचा तळ उखडून टाकायचाच होता. आता 'वॉशिंग्टन पोस्ट' आणि आपल्या राजकीय विरोधकांनी त्या संपूर्ण प्रकरणामध्ये वेगळाच रंग भरून आपल्या प्रशासनास अडचणीत आणण्याचा कट रचला आहे.

मला वाटतं की, आपण हा खुलासा प्रसिद्ध केला की, संपूर्ण प्रकरण निवळेल.''

''मेल्विन, या प्रकरणाची काही अंतर्गत चौकशी केली गेली होती?'' अध्यक्षांनी विचारलं.

''होय, सर. क्वांग अंगै तळाचे मुख्य अधिकारी कर्नल जॅक हेंडरसन यांनी तशी चौकशी केली होती. त्यांच्या कानावर काही अफवा आल्यानंतर 'चार्ली कंपनी'तल्या काही सैनिकांना विश्वासात घेऊन त्या दिवशी नेमका काय प्रकार घडला याची सखोल माहिती त्यांनी गोळा केली. आता आपल्याला मी जी माहिती दिली ती त्या चौकशीच्या अहवालाच्या आधारेच.'' संरक्षण सचिव म्हणाले.

''मेल्विन, 'पोस्ट'कडे भरभक्कम पुरावा असल्याशिवाय रोनाल्ड स्टॅनले एवढं धाडस करणार नाही. माझा तुमच्या चौकशी अधिकाऱ्यांपेक्षा 'पोस्ट'च्या पत्रकारांच्या क्षमतेवर जास्त विश्वास आहे. मेल्विन, त्यांना त्या घटनेचा साक्षीदार मिळाला आहे, म्हणे.''

''अशक्य आहे, सर. त्या दिवशी झालेल्या चकमकींमध्ये नी-लाय्‌ची एकही व्यक्ती जिवंत राहिली नाही, हे सत्य आहे. आपले कोणी सैनिक 'पोस्ट'च्या संपर्कात असण्याची सुतराम शक्यता नाही. शिवाय तिथं गेलेल्या सर्व जणांनी गुप्ततेची शपथ घेतलेली आहे. मला तरी वाटतं की, 'पोस्ट'ने कोणातरी व्हिएतनामी व्यक्तीला भरपूर पैसे देऊन साक्षीसाठी उभं केलं असावं. त्यांचे दावे कसे फोल आहेत, हे आपण दाखवून देऊच.''

''मेल्विन, मला तसं वाटत नाही. तुम्ही म्हणता आहात ते जर खरं असेल तर उत्तमच, पण सध्यातरी मी गृहित धरतो की, 'पोस्ट' म्हणते आहे, तो प्रकार घडला आहे. हे प्रकरण जगजाहीर झाल्यावर व्हिएतनामविषयीच्या आपल्या धोरणाला मोठा धक्का बसणार, यात शंका नाही. त्यातून सावरण्यासाठी तुम्ही लोक काय सुचवता?''

काही सदस्यांनी थोड्याफार जुजबी सूचना केल्या. डॉ. हेन्री किसिंजर शांतपणे सर्व चर्चा ऐकत होते. आतापर्यंत त्यांनी कसलीही सूचना केली नव्हती.

त्यांच्याकडे पाहत अध्यक्षांनी विचारलं, ''हेन्री, तुमचं काय मत आहे?''

किसिंजरनी आपल्या डोळ्यांवरचा जाड चष्मा काढला आणि त्याच्या काचा पांढऱ्या शुभ्र रुमालाने पुसल्या. कदाचित आपली प्रतिक्रिया व्यक्त करण्याआधी त्यांना आणखी काही क्षणांचा अवधी हवा असावा.

चष्मा डोळ्यांवर चढवून ते म्हणाले, ''आपल्याला तीन गोष्टी कराव्या लागतील. पहिली अशी की, साऱ्या घटनेची रीतसर चौकशी केली जाईल हे जाहीर केलं पाहिजे. दुसरी अशी की, त्या चौकशीनंतर काही अधिकाऱ्यांविरुद्ध सकृतदर्शनी पुरावा आढळल्यास त्यांच्यावर कायदेशीर कारवाई सुरू करायचा आदेश द्यावा लागेल. शेवटची गोष्ट अशी की, असा प्रकार यापुढे होणार नाही याची काटेकोरपणे

दक्षता घेतली जाईल अशी ग्वाही दिली पाहिजे.''

''पण ज्या परिस्थितीमध्ये हा प्रकार घडला, ती पाहता त्या अधिकाऱ्यांची कृती क्षम्य मानायला हवी. चौकशीचे आदेश काढले तर आपल्या अधिकाऱ्यांचं नैतिक धैर्य खचेल, सैन्यातल्या भरतीवरदेखील त्याचा परिणाम होईल.''

संरक्षण सचिव मेअर्ड असं म्हणाले खरे, पण त्यांच्या म्हणण्याला कितपत पुष्टी मिळेल, याची त्यांनाच खात्री नव्हती. त्यांची साशंकता त्यांच्या चेहऱ्यावर स्पष्टपणे दिसून येत होती.

''नाही मेल्विन, मला हे पटत नाही. आता 'पोस्ट'चा आणि माझ्या विरोधकांचा आवाज बंद करता येणार नाही. मी हेन्रीच्या मताशी सहमत आहे.'' अध्यक्ष ठामपणे म्हणाले.

इतर सदस्यांनीही अध्यक्षांच्या मताचा कौल ओळखून त्यांच्याशी सहमती दर्शवली. त्यानंतर पुढे जवळजवळ अर्धा तास चर्चा झाली.

शेवटी अध्यक्ष म्हणाले, ''मी अध्यक्षपदाची सूत्रं हाती घेऊन एक वर्षही पुरं झालेलं नाही. माझ्या कारकिर्दीला काळिमा फासणारी एकही गोष्ट होऊ नये, यासाठी मी कसोशीने प्रयत्न करत आहे. तुम्ही सर्व जण माझ्या प्रयत्नांना हातभार लावाल, ही माझी अपेक्षा अवास्तव आहे का? निदान यापुढे तरी असे प्रकार होणार नाहीत, याची दक्षता घ्या.''

हतबल अध्यक्षांनी बैठक संपवली. त्यांनी हेन्री किसिंजरना काही चर्चेसाठी थांबायला सांगितलं. बाकीचे सर्व सदस्य अध्यक्षांचा गंभीरपणे निरोप घेऊन 'ओव्हल' कार्यालयातून बाहेर पडले.

''हेन्री, आता कॉलिन बर्टनला आपल्या प्रशासनाविरुद्ध आवाज उठवायला आणखी एक कारण मिळालं आहे!'' अध्यक्ष उद्विग्नतेने म्हणाले.

कोलंबिया विद्यापीठातले राज्यशास्त्र विषयाचे तडफदार आणि धडाडीचे पंचेचाळिशीचे प्राध्यापक कॉलिन बर्टन यांनी व्हिएतनाम युद्धातल्या अमेरिकेच्या सहभागाविरुद्ध एक आंदोलन आणि जनजागरण मोहीम हाती घेतली होती. कित्येक अमेरिकन नागरिक त्या युद्धातून अमेरिकेने माघार घ्यावी या मताचे होते. कॉलिन बर्टन यांनी व्हिएतनाम युद्धाच्या विरोधात काम करणाऱ्या शांतताप्रिय नागरिकांची एक आघाडी स्थापली होती. तिच्यामार्फत युद्धात ठार आणि जखमी झालेल्या नागरिकांची आणि सैनिकांची आकडेवारी, युद्धाचा अमेरिकन अर्थव्यवस्थेवर झालेला विपरीत परिणाम, व्हिएतनाममधला विध्वंस, संहार आणि अत्याचार या माहितीला प्रसिद्धी दिली जात होती. त्याद्वारे माघार घेण्यासाठी निक्सन प्रशासनावर दबाव आणण्यास अमेरिकन जनतेला उद्युक्त करण्यात येत होतं.

''आपण म्हणता आहात ते खरं आहे. बर्टनला आता आणखी चेव चढेल.

शिवाय या प्रकरणाचे पडसाद सिनेटमध्ये उमटणार यात शंका नाही. आपण त्यासाठी सिद्ध राहणं आवश्यक आहे. मी आता त्या तयारीला लागतो.'' किसिंजर म्हणाले.

''त्या घटनेला कोणी व्हिएतनामी साक्षीदार नसता, तर सारं प्रकरण दडपून टाकता आलं असतं. हे प्रकरण मला चांगलंच भोवणार असं दिसतंय, हेन्री! माझ्या कारकिर्दीच्या सुरुवातीला जर असे प्रसंग मला अडचणीत टाकू लागले तर तीन वर्षांनी पुढची अध्यक्षपदाची निवडणूक लढायचा बेत मला डोक्यातून काढून टाकावा लागेल!''

''सर, त्याला अजून खूप अवधी आहे, पण आपण आपल्या व्हिएतनाम धोरणाचा दूरगामी परिणाम काय होईल याचा वेळोवेळी विचार करायला हवा, हे मात्र खरं!''

किसिंजर एक अभ्यासू आणि मुत्सद्दी राजनीतिज्ञ होते. अध्यक्षांचा त्यांच्यावर खूप विश्वास होता. परराष्ट्र धोरणासंबंधी कोणताही निर्णय घेण्यापूर्वी अध्यक्ष त्यांचा सल्ला घेत. ते या प्रकरणातून नक्कीच काहीतरी तोडगा काढतील याची अध्यक्षांना खात्री होती.

''हेन्री, कधी एकदा नऊ तारीख उजाडतीय असं मला झालंय. पुढे काय वाढून ठेवलं आहे, कोण जाणे! मेल्विन म्हणतोय की, त्या हत्याकांडातून कोणी वाचलं नाही. मग त्याला साक्षी असलेल्या कोणाशी संवाद साधला असेल सेमूरने? कॉलिन बर्टन, सेमूर किर्श आणि रोनाल्ड स्टॅनले हे सगळे हात धुवून माझ्यामागं लागले आहेत!'' संतप्त अध्यक्ष पुढे म्हणाले, ''वेळ येऊ दे, मग बघून घेईन एकेकाला....''

अध्यक्ष भानावर येऊन बोलायचे थांबले. त्यांना पुढं काय म्हणायचं होतं, हे जाणण्याइतके हेन्री किसिंजर धूर्त आणि चाणाक्ष होते!

क्वांग अंगै, पूर्व व्हिएतनाम, मे १९६९

सकाळी अकरा वाजता दक्षिण व्हिएतनामच्या पूर्व किनाऱ्यावरच्या क्वांग अंगै इथल्या अमेरिकन सैन्याच्या बाराव्या ब्रिगेडच्या तळावरच्या कार्यालयात मेजर नील मॅडिसन याने आपल्या हाताखालच्या कॅप्टन जॉर्ज हॅलेला काही महत्त्वाच्या चर्चेसाठी बोलावलं होतं. पंचवीस वर्षांचा, उंचा-पुरा, गोल चेहऱ्याचा कॅप्टन हॅले मेजर मॅडिसन यांच्या कार्यालयात दाखल झाला. सलामी झाल्यानंतर मेजर मॅडिसननी त्याला बसायची सूचना केली. टेबलवर एक भला मोठा नकाशा पसरला होता.

"कॅप्टन, हा नकाशा बघ." त्या नकाशातल्या एका खेड्याच्या ठिपक्यावर लाल रंगानं खूण केली होती. हे नी-लाय्. इथं व्हिएत-कॉंगचे सैनिक लपले असल्याची बातमी आपल्या गुप्तहेरांकडून मिळाली आहे. हे ठिकाण आपल्या या तळापासून पंचवीस मैलांवर आहे. आपल्या या तळावर अचानक हल्ला करायचा त्यांचा इरादा असावा. तशी त्यांची तयारीदेखील सुरू असावी. मला तुझ्यावर एक जबाबदारी सोपवायची आहे. उद्या, तीन हेलिकॉप्टर्समधून तू तुझ्या 'चार्ली कंपनी'च्या तीस सैनिकांना घेऊन तिकडं जा. खेड्याला वेढा घालून शत्रूच्या सैनिकांना संपवून सारं खेडं पिंजून काढ. दारूगोळा, शस्त्रास्त्रं नष्ट करून टाक. शत्रूच्या सैनिकांना मदत करणाऱ्या तिथल्या रहिवाशांना चांगलाच धडा शिकव. त्यांना कसलीही दयामाया दाखवायची गरज नाही. त्यांच्यामुळेच शत्रूचं फावतं आहे. पुन्हा शत्रू त्या खेड्याकडं आश्रयाला फिरकणार नाही याची दक्षता घे...." त्या मोहिमेविषयी दोघांमध्ये पुढे दीड तास चर्चा झाली.

कॅप्टन हॅलेवर पहिल्यांदाच एखाद्या मोहिमेचं नेतृत्व करण्याची जबाबदारी मेजर मॅडिसननं टाकली होती. क्वांग अंगैच्या तळावर बरेच सैनिक कॅप्टन हॅलेची त्याच्या

माघारी थट्टा करायचे. 'हा काय मोहिमेचं नेतृत्व करणार?' 'याच्या अंगात कोणाला गोळी घालायची धमकच नाही,' 'चकमक सुरू झाल्यावर हा कुठंतरी लपून बसेल!' अशी कुचेष्टा त्याच्या कानावर आल्यामुळे, आपण काय करू शकतो, हे सर्वांना दाखवण्यासाठी तो उतावीळ झाला होता. त्याला सर्वांचा आवाज बंद करून टाकायचा होता. मेजर मॅडिसनने त्याला दिलेल्या या संधीमुळे तो उत्तेजित झाला होता. संध्याकाळी चार वाजता त्याने चार्ली कंपनीतल्या तीस जणांना एकत्र जमायचे आदेश दिले. त्या सर्वांना त्याने उद्याच्या मोहिमेविषयी माहिती द्यायला सुरुवात केली.

"उद्या सकाळी आपल्याला इथून पंचवीस मैलावरच्या नी-लाय् या खेड्याकडे 'ऑपरेशन चिंकहिल' या महत्त्वाच्या मोहिमेवर जायचं आहे. गेल्या महिन्यात आपल्या बारा सहकाऱ्यांनी प्राण गमावला आहे. व्हिएत–काँगच्या गनिमी कारवाया या भागात वाढत चालल्या असल्याची माहिती आपल्या गुप्तहेर संघटनेच्या हाती आली आहे. शत्रूचा या भागात पाय रोवून दक्षिणेकडे आगेकूच करायचा हेतू स्पष्ट दिसतो आहे. स्थानिक जनतेच्या आधाराशिवाय ते आपला हेतू मुळीच साध्य करू शकणार नाहीत. शत्रूची आगेकूच रोखण्याचं आपलं कर्तव्य आपल्याला उद्या चोखपणे पार पाडायचं आहे. कुणाला आणखी काही विचारायचं आहे?"

एखाद्या खेड्यात व्हिएत-काँगचे सैनिक लपले आहेत की नाही याची शहानिशा करण्याची पद्धत ठरलेली होती. शंकास्पद खेड्याला घेरायचं, तिथल्या सर्व लोकांना शक्य तितक्या लवकर गावाच्या बाहेर काढायचं नि मग शोधपथकांनी प्रत्येक झोपडी आणि घरात तसंच भुयारं किंवा खंदकांमध्ये शत्रूचा शोध घ्यायचा. शत्रूने गोळीबार केल्यास त्याला गोळीबारानंच प्रत्युत्तर द्यायचं आणि शरण आलेल्या सैनिकांना चौकशीसाठी युद्धबंदी करून तळाकडे घेऊन जायचं.

"कॅप्टन, एक प्रश्न आहे. नी-लाय्मध्ये स्त्रिया आणि मुलांचं काय करायचं?" सार्जंट मॉटीने विचारलं.

"कोणालाही जिवंत ठेवायची गरज नाही. कारण ते सगळेच, एकतर व्हिएत-काँगसाठी काम करत असतील किंवा त्यांना आश्रय आणि मदत देत असतील. त्यांना दयामाया दाखवायची गरज नाही." कॅप्टन हॅलेने खुलासा केला.

"पण कॅप्टन, प्रशिक्षणाच्या वेळी आम्हाला मानवतावादी जिनिव्हा करारांविषयी सांगितलं होतं. मला आठवतं की, त्या करारानुसार शरण आलेले लोक, निरपराध नागरिक, विशेषत: स्त्रिया, मुलं आणि वृद्ध यांना चकमकीदरम्यान कसलीही इजा पोहचणार नाही, याची खबरदारी घेणं आवश्यक आहे." गोंधळलेला सार्जंट ग्रेग रॅमसन म्हणाला.

"अरे ग्रेग, हे सारं करायचं जेव्हा ते शत्रूच्या सैनिकांना मदत करत नसतात

तेव्हा. नी-लायमधले सगळेच शत्रूला मदत करतात, म्हणे. त्यांना अभय द्यायची गरज नाही!'' कॅप्टन हॅले म्हणाला.

'चार्ली कंपनी'मध्ये एकूण साठ लोक होते. त्यांच्यापैकी 'कॅप्टन' या हुद्द्याचा अधिकारी फक्त जॉर्ज हॅले होता. सहा फूट उंचीचा, इतरांच्या मानाने थोडा पोरगेलासा. जॉर्ज मूळचा मिनेसोटातल्या कॅनबीचा. कॉलेजमध्ये असताना त्याला अभ्यासाची गोडी नव्हती. वारंवार परीक्षेत नापास व्हायचा म्हणून आईवडिलांची सारखी बोलणी खावी लागायची. त्याला कंटाळून वयाच्या बाविसाव्या वर्षी तो सैन्यात दाखल झाला. वेळोवेळी पदोन्नती मिळवून तो आज पंचविसाव्या वर्षी कॅप्टन झाला. त्याचे गोबरे गाल आणि कुरळे केस यांमुळे तो कधीकधी लहान मुलांसारखा दिसायचा. त्याला मदत करणारे दोन लेफ्टनंट्स चार्ली कंपनीत होते. त्यांपैकी चोवीस वर्षांचा फर्नांडो निकोल्सन निग्रो होता. त्याची बायको व्हिक्सबर्ग इथल्या इस्पितळात नर्स होती. सध्या ती त्याच इस्पितळात बाळंतपणासाठी दाखल झाली होती. फर्नांडो फारसा शिकलेला नव्हता. घरच्या गरिबीला कंटाळून तो १९६५ साली सैन्यात दाखल झाला होता. दुसरा लेफ्टनंट चार्ल्स पार्कर दाट केसांचा, उंचेला आणि सडपातळ होता. तो वीसच वर्षांचा होता. दोन वर्षांपूर्वी त्याची सक्तीने सैन्यात भरती केली गेली होती. त्याच्या नेमबाजीतल्या नैपुण्यामुळे त्याला भरभर बढत्या मिळाल्या होत्या.

चार्ली कंपनीतले इतर सैनिक सेकंड लेफ्टनंट, सार्जंट आणि प्रायव्हेट (जवान) या हुद्द्यांवर होते. जवळजवळ सगळेच १९ ते २१ या वयोगटातले होते. काहींनी एक-दोन वर्षं काम केलेलं तर काहींची फक्त सहा महिन्यांपूर्वीच सैन्यात सक्तीनं भरती करण्यात आली होती. त्यांच्यापैकी सहा जण निग्रो अमेरिकन होते.

क्वांग अंगैला आल्यापासून चार्ली कंपनीच्या काही सदस्यांचा लहानमोठ्या कामगिऱ्यांमध्ये सहभाग होता, पण आत्तापर्यंत त्या कंपनीची स्वतंत्र मोहिमेसाठी नेमणूक करण्यात आली नव्हती. अमेरिकन सैनिकांना व्हिएतनाममध्ये शक्यतो वर्ष-दीड वर्षच ठेवलं जायचं. मायदेशी परतण्यापूर्वी सर्वांमध्ये आपली कर्तबगारी दाखवायची चढाओढ लागलेली असायची. व्हिएत-कॉंग आणि त्यांना मदत करणाऱ्यांचे किती बळी घेतले, याची आकडेवारी व्हिएतनाममधले अमेरिकन लष्कराचे प्रमुख जनरल वेस्टमूर रोजच्या रोज वॉशिंग्टनला पाठवायचे. 'युद्ध कसं आवश्यक आहे' आणि 'शत्रू किती सक्षम आणि सतर्क आहे' हे अमेरिकन जनतेला पटवून देण्यासाठी राज्यकर्ते ती आकडेवारी वापरायचे. आकडा जेवढा मोठा तेवढं जनरल वेस्टमूर यांचं कौतुक व्हायचं. चार्ली कंपनीचे बहुतेक सैनिक 'कधी एकदा प्रत्यक्ष लढाईत भाग घेऊ,' यासाठी उतावीळ झाले होते. त्यांचे हात बंदुका आणि इतर दारूगोळे वापरण्यासाठी शिवशिवत होते. 'कधी एकदा शत्रू नजरेस पडतो' असं त्यांना वाटत होतं.

अमेरिकन हवाईदलाच्या तीन टेक्स्ट्रॉन युएच-१-एच हेलिकॉप्टर्सचे पंखे सकाळी बरोबर सात वाजून चौतीस मिनिटांनी फिरू लागले. प्रत्येक हेलिकॉप्टरसमोर चार्ली कंपनीच्या प्रत्येकी दहा-बारा सैनिकांच्या तीन तुकड्या उभ्या होत्या. त्यापैकी एका तुकडीचं आणि संपूर्ण मोहिमेचं नेतृत्व कॅप्टन हॅले करणार होता. दुसरीचं नेतृत्व लेफ्टनंट फर्नांडो निकोल्सन तर तिसरीचं लेफ्टनंट चार्ल्स पार्कर करणार होता. कॅप्टन हॅलेने सर्वांना हेलिकॉप्टर्समध्ये चढण्याचे आदेश दिले. एका तुकडीसोबत अमेरिकन सरकारच्या माहिती आणि प्रसारण खात्यात काम करणारा युद्ध वार्ताहार आणि छायाचित्रकार सायमन हडसन जाणार होता. हेलिकॉप्टर्सच्या दारांजवळच्या स्टँडला मशीनगन्स जोडल्या होत्या. प्रत्येक हेलिकॉप्टरमध्ये आवश्यक दारूगोळ्याचा साठा आधीच भरून ठेवला होता. गरज भासल्यास हवें म्हणून खाद्यपदार्थांचे हवाबंद डबे आणि पाण्याचे कॅन्सही ठेवले होते. अर्थात संपूर्ण 'ऑपरेशन चिंकहिल'साठी दोन-चार तासांपेक्षा जास्त वेळ लागण्याची शक्यता नव्हती. हेलिकॉप्टर्सच्या पंख्यांना वेग आल्यावर अलगदपणे ती हवेत उडाली. तीनही वैमानिकांनी आपल्यासमोर त्या संपूर्ण परिसराचे विस्तृत नकाशे पसरून ठेवले होते. त्यामध्ये 'नी-लाय्' भोवती लाल रंगाचं वर्तुळ काढलं होतं.

ज्या वेळी त्या तीन हेलिकॉप्टर्सनी हवेत उड्डाण केलं, त्या वेळी नी-लाय्मधली बायामाणसं नेहमीप्रमाणे एका नव्या दिवसाची सुरुवात करत होती. प्रत्येक घराच्या परसातल्या मोठ्या चुली आणि ॲल्युमिनियमच्या डेचक्यामध्ये पाणी उकळत होतं. चुलींतून निघालेला निळसर-करडा धूर हवेत पसरत होता. रोजच सकाळी पुरुष चहा नि भाताची कांजी पिऊन शेतावर कामाला जात तर बायका घरकामाला लागत. मोठी मुलंमुली कोंबड्या, बदकं, डुकरं नि म्हशी यांच्या कामाला लागत तर कुणी विहिरींतून पाणी उपसायला जात. लहान मुलामुलींना सकाळपासून संध्याकाळपर्यंत खेळण्याशिवाय दुसरा उद्योगच नसे. शाळा म्हणजे काय असतं, हे त्यांना ठाऊकही नव्हतं!

आपल्या देशात लढाई चालू आहे, याची जाणीव मात्र सर्वांना होती. कधीकधी व्हिएत-मिन्हचे सैनिक गस्त घालताघालता नी-लाय्मधून जात. गावात थांबून व्हिएत-कॉंगचे सैनिक तर कुठं आश्रयासाठी आले नाहीत ना याची शहानिशा करून घेत, पण आत्तापर्यंत कधीही त्यांना नी-लाय्मध्ये उत्तरेकडच्या शत्रूच्या सैनिकांचा वावर असल्याचं आढळलं नव्हतं. नी-लाय्च्या लोकांना अधूनमधून आकाशातून उडणारी लढाऊ विमानं दिसत. कधीकधी दूरवर होणाऱ्या गोळीबाराचा किंवा बॉंबहल्ल्यांचा आवाजही ऐकू येई. त्यामुळे गावावर गोळीबार किंवा बॉंबहल्ला झाला तर लपण्यासाठी लोकांनी खंदक आणि भुयारं करून ठेवली होती.

त्या दिवशी गावाच्याच दिशेनं येणाऱ्या त्या तीन हेलिकॉप्टर्सची घरघर ऐकून

नी-लायूचे सारे रहिवासी भेदरून गेले. इतर वेळी जात तशी वरच्यावर ती कुठंतरी निघून जातील असं त्यांना वाटलं, पण या खेपेला त्यांचा रोख नी-लायूच्याच दिशेला होता. हवेतच त्यांनी गावाभोवती एक फेरी मारली. आता पुढं काय होणार या कुतूहलापोटी अंदाज करत असलेल्या लोकांना एकदम आश्चर्याचा धक्काच बसला. हवेतल्या हेलिकॉप्टर्समधून नी-लायूच्या दिशेने मशीनगनच्या फैरी झाडण्यात आल्या! लोक सैरावैरा धावू लागले. शेतातली कामं टाकून लोक घरांकडे धावले. बऱ्याच बायका आपल्या लहान मुलांना घेऊन आश्रयासाठी घरात किंवा खंदक आणि भुयारांकडे पळाल्या. कोंबड्या, बदकं जोरजोरात आवाज करत सैरावैरा पळू लागली. इतर जनावरंही भेदरून ओरडू लागली. जवळजवळ तीन मिनिटं सतत गोळीबार चालू होता. गोळीबारामुळे काही घरांची पडझड झाली. काही लोक जखमी होऊन विव्हळत पडले. इतक्यात ती तीनही हेलिकॉप्टर्स गावाजवळच्या मोकळ्या जागेवर उतरली, आतून बंदुका घेतलेले तीस-पस्तीस सैनिक उतरले आणि हेलिकॉप्टर्सनी पुन्हा आकाशात झेप घेतली. त्या सैनिकांनी पाहतापाहता संपूर्ण खेड्याला वेढा घातला. गावाच्या दिशेनं प्रतिकारात्मक हल्ला होतोय का, हे सावधपणे पाहू लागले. झुडपं, मोठे दगड, खंदक यांमध्ये लपून गावाच्या दिशेनं काय हालचाल होतेय, याचा ते अंदाज घेत होते. सैनिकांनी गावाला वेढा देण्यापूर्वी एक वृद्ध शेतकरी शेतातच अडकून पडला होता. तो घाईघाईने गावाकडे जाऊ लागला तर समोर चार सैनिक उभे. वृद्धाने घाबरून हात वर करून त्या सैनिकांना नमस्कार केला आणि हात हवेत वर धरून ठेवले. 'माझ्याजवळ कसलंही शस्त्र नाही,' हे तो सैनिकांना पटवत होता, पण त्यांच्यापैकी कॅप्टन हॅलेने मशीनगनने वृद्धाच्या शरीराची चाळणी केली.

सर्व सैनिक आता तीन गटांमध्ये विभागले गेले. प्रत्येक गटामध्ये व्हिएतनामी भाषा बोलणारे दोघं होते. कॅप्टन हॅलेच्या नेतृत्वाखालचा गट सगळ्यांत आधी गावात शिरला होता. त्यांच्यासमोर काहीही हाललं तरी त्यावर ते गोळीबार करू लागले. पाळीव पक्षी आणि जनावरंही त्यातून सुटली नाहीत. आश्रयासाठी धावणाऱ्या भेदरलेल्या लोकांवरही त्यांनी गोळीबार चालूच ठेवला. व्हिएतनामी बोलणारे सैनिक जोरजोरात ओरडून 'घराबाहेर पडा' असं लोकांना सांगत होते, पण गोळीबाराने भेदरलेले लोक मात्र चिडीचूप होऊन भुयारांमध्ये, खंदकांमध्ये नि घरांमध्ये दारं गच्च बंद करून लपले होते.

"कॅप्टन, कोणी बाहेर यायचं लक्षण दिसत नाही!" लेफ्टनंट पार्कर म्हणाला.

"आपल्यावर हल्ला करायची तयारी करत असणार, पण आपण कसलाही धोका पत्करायचा नाही. भुयारात नि बंद घरात ग्रेनेड टाकायला सुरुवात करा." कॅप्टन हॅलेने आदेश दिले.

लेफ्टनंट पार्करने आपल्या हाताखालच्या चार सार्जंट्सना ग्रेनेड फेकायला सांगितलं. त्यांच्या स्फोटांचे आवाज कानठळ्या बसवत होते. भुयारांत लपलेले कित्येक लोक स्फोटांमध्ये जागच्या जागीच ठार झाले. काही जखमी लोक विव्हळत बाहेर पडताच त्यांच्यावर गोळीबार करण्यात आला. एव्हाना सैनिकांचे इतर गट पुढं सरसावले होते. गावातून आपल्यावर कसलाच प्रतिहल्ला होत नाही हे पाहून ते हळूहळू आगेकूच करत होते. कॅप्टन हॅलेने प्रत्येक घरात शिरून शत्रूचे सैनिक दिसतात का हे पाहण्याचे आदेश दिले होते.

साऱ्या गावात आता सैनिक शिरले होते. लेफ्टनंट फर्नांडो निकोल्सनच्या तुकडीतले सहा सैनिक नी-लाय्च्या पश्चिमेकडच्या काही घरांची झडती घेत होते. लेफ्टनंट निकोल्सन तिथं नव्हता. त्या सहा जणांपैकी सार्जंट ग्रेग आणि सार्जंट मॉंटी यांनी त्या घरातल्या दहा-पंधरा पुरुष, तेवढ्याच स्त्रिया आणि आठ-दहा मुलं यांना बाहेर काढून घोळक्यानं एकत्र बसवलं होतं. ते दोघं त्यांच्यावर लक्ष ठेवून होते. इतक्यात कॅप्टन हॅले तिथं पोहचला.

"काय चाललं आहे तुम्हा दोघांचं?" कॅप्टननं विचारलं.

"कॅप्टन, चौघं जण या लोकांच्या घरांची झडती घेत आहेत. तोपर्यंत यांच्यावर आम्ही दोघं लक्ष ठेवून आहोत." सार्जंट ग्रेग म्हणाला.

"अरे, कशाला तुमचं काम वाढवता? संपवून टाका ना त्यांना!" कॅप्टन हॅले म्हणाला.

"कॅप्टन, त्यांच्यात कोणी शत्रूचे सैनिक नाहीत. निरपराध लोक आहेत हे. त्यांच्यावर कशासाठी गोळीबार करायचा?" सार्जंट ग्रेग म्हणाला.

"मला उलटं विचारू नकोस! या सगळ्या लोकांमुळेच शत्रूचं फावतं. मी जेव्हा 'फायर' म्हणेन तेव्हा 'फायर' करायचं." असं म्हणून कॅप्टन हॅलेने आपली बंदूक सार्जंट ग्रेग आणि मॉंटी यांच्यावर रोखली.

सार्जंट मॉंटीने काहीही विचार न करता मशीनगनने त्या सर्वांना काही क्षणातच ठार मारलं. त्यांचा आक्रोश, त्यांची शेवटची तडफड आणि रक्ताच्या चिळकांड्या पाहून सार्जंट ग्रेगच्या डोळ्यांत अश्रू तरळले.

"असं मुळूमुळू रडायचं होतं तर युद्धावर कशाला आलास?" असं उपहासानं म्हणत कॅप्टन हॅले तिथून पुढे निघून गेला.

आज कॅप्टन हॅलेच्या अंगात बळ संचारलं होतं. त्याला मेजर नील मॅडिसन आणि इतरांचा आवाज बंद करायचा होता. आपली कर्तबगारी सर्वांना दाखवून द्यायची होती. तीही हतबल, निरपराध, प्रतिकार न करणाऱ्या आणि शरण आलेल्या निष्पाप जिवांची निर्घृण हत्या करून! कॅप्टन हॅलेच्या डोळ्यांसमोर एकच ध्येय होतं– 'नी-लाय्मध्ये व्हिएत-कॉंगचा एकही सैनिक किंवा त्यांना मदत करणाऱ्यांपैकी

एकही व्यक्ती आता जिवंत नाही.' असा रिपोर्ट मेजर नील मॅडिसनला द्यायचा!

कॅप्टन हॅलेच्या आदेशांमध्ये काहीही गैर नसावं आणि त्यांचं तंतोतंत पालन करायला हवं या मताचे, सार्जंट मॉटीसारखे बरेच सैनिक चार्ली कंपनीमध्ये होते. मात्र निरपराध लोकांची हत्या करून आणि इतरांना तसं करायचे आदेश देऊन कॅप्टन हॅले सैनिकांनी पाळायच्या नियमांचं आणि बंधनांचं उघडउघड उल्लंघन करतो आहे, असं सार्जंट ग्रेगसारख्या काहीजणांना वाटत होतं. पण त्यांचा कॅप्टनपुढे इलाज चालत नव्हता. तसं वाटणाऱ्यांपैकी आणखी एक सैनिक होता– प्रायव्हेट लिओनील.

लेफ्टनंट पार्करने आपल्या गटातल्या प्रायव्हेट लिओनीलला नी-लाय्‌च्या दक्षिणेकडच्या भातशेतीमध्ये कोणी लपले आहे का, हे पाहायला पाठवलं होतं. एका खाचराच्या कडेला त्याला अकरा-बारा वर्षांची एक मुलगी विव्हळत पडलेली दिसली. तिच्या खांद्याला बंदुकीची गोळी लागली होती. लिओनील तिच्याजवळ गेला. तिच्या रडण्यानं आणि विव्हळण्यानं तो कासावीस झाला. त्याने तिला उचलून एका झाडाखाली, बुंध्याला टेकवून बसवलं. आपल्या जवळचं पाणी पाजलं आणि थोडं तिच्या कपाळावर शिंपडलं. आपण यापेक्षा तिला अधिक काहीही मदत करू शकत नाही या जाणिवेनं तो व्याकूळ झाला. जड अंत:करणानं तो तिथून जाण्यासाठी उठला. त्या मुलीचे डोळे त्याला खुणावत होते- 'मला खूप यातना होत आहेत... काहीतरी मदत कर... माझा जीव वाचव....'

मन घट्ट करून त्याने तिच्याकडे पाठ फिरवली. त्याला त्या असहाय मुलीच्या चेहऱ्याकडे पाहण्याचं धारिष्ट्य होईना. तो तिथून दहा-पंधरा पावलं चालून गेला असेल-नसेल, मागून बंदुकीच्या गोळीचा आवाज आला. लिओनीलने चमकून मागं पाहिलं. पलीकडच्या शेतातून तिथं आलेल्या सार्जंट टोरेसने तिला ठार मारलं होतं.

"प्रायव्हेट, तिला असं विव्हळत ठेवण्यापेक्षा एकदाचं संपवलेलं बरं. चल, पुढे चल, लौकर आटपायला हवं!" सार्जंट टोरेस जणू आपण एक सत्कृत्य केलं अशा अविर्भावात म्हणाला.

प्रायव्हेट लिओनील सुन्न मनानं त्याच्याबरोबर चालू लागला. पुढे एका मोकळ्या जागेत वीस-बावीस लोकांना एकत्र उभं केलं होतं. त्यात आठ-दहा तिशी व चाळिशीच्या स्त्रिया होत्या, दहा-बारा वृद्ध लोक होते आणि उरलेली मुले.

त्यांच्यासमोर उभा असलेला लेफ्टनंट पार्कर म्हणाला, "यांच्यामागं आपल्यापैकी कोणी नाही ना? नाहीतर चुकून गोळी लागायची!"

पुढील काही मिनिटांत तिथं होऊ घातलेल्या प्रकाराच्या कल्पनेनं प्रायव्हेट लिओनीलच्या अंगावर शहारे आले. त्यानं त्यांच्याकडे पाठ फिरवली न फिरवली तोच मशीनगनच्या फैरींचे आवाज आणि त्यापाठोपाठ लोकांच्या किंकाळ्या आणि

टाहो आसमंतात घुमून राहिले. लिओनील एका घरामागं गेला. त्याला भडभडून उलटी झाली. साऱ्या प्रकाराचा त्याला उबग आला होता. आपण हे थांबवू शकत नाही याची राहूनराहून खंत वाटत होती.

लेफ्टनंट निकोल्सनच्या नेतृत्वाखालच्या पाच जणांची एक तुकडी नी-लाय्च्या उत्तरेकडच्या घरांची झडती घेत होती. त्यांनी दहा-वीस लोकांना एकत्र केलं होतं. आता त्यांना मशीनगनने ठार करणार इतक्यात थांबून तो सार्जंट टोरेसला म्हणाला, ''सार्जंट, त्या दोन मुलींना घेऊन शेजारच्या घरात जा, मी आलोच.''

टोरेस आणि एक प्रायव्हेट त्या लोकांजवळ गेले. त्यांनी विशीच्या आतल्या त्या दोघींच्या हातांना धरून खेचतच शेजारच्या घराकडे न्यायला सुरुवात केली. जिवाच्या आकांताने त्या आक्रोश करत होत्या, त्यांचे आईवडील गयावया करत होते.

पण लेफ्टनंट निकोल्सनने मशीनगनने सगळ्यांना ठार केलं नि मग इतरांना म्हणाला, ''चला, खूप काम केलं. थोडी मजा करूया आता.'' ऐकून सगळेच उत्तेजित झाले. पुढची पंधरा-वीस मिनिटं त्या घरातून त्या मुलींच्या किंकाळ्या ऐकू येत होत्या. आतमध्ये होते ते सहा जण आणि त्या दोन असहाय मुली.

निघताना लेफ्टनंट निकोल्सनने सांगितलं, ''सार्जंट, आपलं काम झालं आहे, संपवून टाक त्या मुलींना.''

आणि सार्जंट टोरेसने आपलं कर्तव्य चोख बजावलं!

युद्ध वार्ताहार, छायाचित्रकार सायमन हडसन अवाक होऊन नी-लाय्मधला हिंसाचार पाहत होता. तिथला बेछूट गोळीबार, निरपराध लोकांच्या निर्घृण हत्या, तरुणींवर होणारे अत्याचार, प्रतिकार नसतानाही होणारी गावकऱ्यांची सामुदायिक कत्तल हे सारं पाहून तो हवालदिल झाला. पण तो काय करणार? कॅप्टन हॅलेने त्याला फक्त जुजबी, फोटो घ्यायची परवानगी दिली होती. सैनिक हेलिकॉप्टरमधून उतरताना, गावाला वेढा देताना, घरांची झडती घेताना, गावकऱ्यांशी बोलताना- फक्त अशा वेळीचेच. क्वांग अंगैच्या तळावर परतल्यावर कॅप्टन हॅले आपल्या कॅमेऱ्याची फिल्म काळजीपूर्वक तपासणार हे हडसनला ठाऊक होतं. हॅले आणि इतर सैनिक आपल्या हिंसक कृत्यांमध्ये गुंतलेले असताना सायमन हडसन साऱ्या नी-लाय्मध्ये फिरत होता. तिथला हिंसाचार आणि अत्याचार असहायतेने पाहत होता....

लेफ्टनंट निकोल्सन एका घरात घुसला होता. त्याने घरात कोणी लपले आहे का, हे बारकाईने पाहायला सुरुवात केली. त्याला एका अंधाऱ्या कोपऱ्यात कसलीतरी हालचाल झाल्याचा भास झाला. त्यानं काहीही शहानिशा न करता त्या दिशेनं गोळ्या झाडल्या. एका लहान मुलाच्या रडण्याचा आवाज आला. त्याने घराची खिडकी उघडली. कोपऱ्यात एक बाई मरून पडली होती. तिची छाती उघडी

होती. एक तान्हं मूल स्तनपान करताकरता थांबलं होतं. बंदुकीच्या आवाजाने भेदरून ते आता रडू लागलं होतं. त्याच्या तोंडातून आईच्या दुधाचा ओघळ बाहेर पडला आणि रडतारडता त्याने फर्नांडोकडे पाहिलं. त्याच क्षणी फर्नांडोने त्या मुलाच्या डोक्यावर गोळी झाडली.

कॅप्टन हॅले नी-लायच्या पश्चिमेकडच्या घरांपलीकडून चालत होता. त्याला तिथून जवळच पाच सैनिक खडकावर बियर पीत आणि सिगारेट ओढत बसलेले दिसले.

“चला मंडळी, आवरतं घ्या. निघायला हवं थोड्या वेळात.” हॅले म्हणाला.

“हो कॅप्टन, आलोच एवढी बियर संपवून.”

“ठीक आहे. आज संध्याकाळी तळावर मस्त मजा करायची आहेच!”

कॅप्टन मग तिथून जवळच्या घरांकडे वळला. थोड्या वेळापूर्वीच सार्जंट मॉंटी तिथल्या एका घरात घुसला होता. एका कोपऱ्यात भेदरलेली एक बाई आपल्या चार-पाच वर्षांच्या मुलाला पोटाशी धरून बसलेली त्याला दिसली. मॉंटी तिच्याजवळ गेला. त्याने बंदूक मुलाच्या डोक्याकडे रोखून धरली. मग त्याने आपल्या पॅंटची बटनं उघडली आणि त्या भेदरलेल्या बाईला एक किळसवाणं कृत्य करायला भाग पाडलं. तेवढ्यात कॅप्टन हॅले त्या घरात आला.

चाललेला प्रकार पाहून तो मॉंटीला म्हणाला, “अरे मॉंटी, किती ही घाई! या गोष्टी नंतर करता आल्या असत्या. बरं, बरं, चालू दे तुझं! लौकर आटपून माझ्या मदतीला ये.”

ओशाळलेला मॉंटी म्हणाला, “आलोच कॅप्टन, तुम्ही चला पुढे.”

कॅप्टन हॅले मग तिथून शेजारच्या घरात गेला. मॉंटी होता, त्या घरातून बंदुकीच्या दोन गोळ्या झाडल्याचा आवाज ऐकू आला. काय झालं हे हॅलेने ओळखलं, पण त्या घरातून पॅंटची बटनं लावत आलेल्या मॉंटीला त्याने काहीही खुलासा विचारला नाही.

“थॅंक्स, कॅप्टन. तुम्ही समजूतदार आहात. तिकडं क्वांग अंगैला किंवा सायगावला आम्हाला मुलींसाठी पैसे मोजावे लागतात. इकडं फुकटात मजा करून घेतली थोडी.”

“बरं, चल. अजून बरंच काम बाकी आहे.”

कॅप्टन हॅलेने आपल्या गटातल्या सहा सैनिकांना बोलावलं. त्यांना उद्देशून तो म्हणाला, “हे पहा, इथल्या लोकांचा बंदोबस्त आपण केला आहे. आपण इथून निघून गेल्यावर शत्रूच्या सैनिकांनी इथल्या घरांमध्ये येऊन राहू नये, म्हणून खबरदारी घ्यायला हवी. जाताना आपण या घरांना आगी लावून टाकू, पण त्या आधी इथली सर्व फळझाडं तोडून टाका, जनावरांना मारून विहिरींत टाका म्हणजे विहिरींचं पाणी नासेल, पिण्यायोग्य राहणार नाही.”

इतक्यात वॉकी-टॉकीवर मेजर मॅडिसनचा संदेश आला.

"कॅप्टन, अजून किती वेळ लागेल? काम कसं चाललंय?"

"काम ठीक चाललं आहे, सर, अजून तासाभरात संपेलच."

"ठीक आहे, संपल्यावर मला सांग."

सार्जंट टोरेस कॅप्टन हॅलेकडे येऊन म्हणाला, "सर, चार तरुणांना पकडून ठेवलंय. ते काही बोलायला तयार नाहीत. त्यांना खूप खोदूनखोदून प्रश्न विचारले तरी शत्रूच्या बातम्या सांगायला ते तयार नाहीत."

"असं? ठीक आहे, चल मी आलोच."

कॅप्टन हॅले त्याच्याबरोबर एका घरात गेला. तिथं नी-लाय्‌मधल्या चार तरुणांना हातपाय बांधून ठेवलं होतं.

कॅप्टन हॅलेने त्यांना प्रश्न विचारायला सुरुवात केली, "तुमच्या गावातले किती जण व्हिएत–कॉंगमध्ये दाखल झाले आहेत?"

"आम्हाला काहीच माहिती नाही. आम्ही इथंच शेती करत असतो."

"व्हिएत-कॉंगचे सैनिक इकडं केव्हा येतात?"

"कधीच नाही."

"खोटं बोलतोस? थांब, तुला बरोबर बोलतं करतो." असं म्हणून त्याने एका सार्जंटला बरोबर आणलेली पेटी उघडायला सांगितलं. मग त्याने फक्त सार्जंट टोरेस आणि दुभाषा सैनिकाला तिथं थांबायला सांगितलं. बाकीचे निघून गेल्यावर त्याने घराचं दार बंद केलं. त्यानंतरचा पाऊण तास त्या घरातून केवळ असहाय किंकाळ्या ऐकू येत होत्या. दार उघडलं त्या वेळी किंकाळ्या थांबल्या होत्या. एका घराच्या आडोशाने सार्जंट ग्रेग आणि वार्ताहर सायमन हडसन, तिथं काय चाललं आहे, यावर नजर ठेवून होते. दार उघडून बाहेर आलेला कॅप्टन हॅले सार्जंट टोरेसला म्हणाला, "सार्जंट, माझा पाऊण तास फुकट घालवला साल्यांनी. बरं, एक काम कर. या वॉकीटॉकीवरून तळावर संदेश पाठव की, 'हेलिकॉप्टर्स पाठवा, 'ऑपरेशन चिंकहिल' पुरं होत आलं आहे.' त्यांना इकडं पोहचायला अर्धा तास तरी लागेल. तोपर्यंत अजून काही बाकी राहिलं आहे, का पाहून घेतो."

कॅप्टन हॅले तिथून निघून गेल्यावर सार्जंट ग्रेग आणि हडसन त्या घरात गेले. छिन्नविच्छिन्न झालेले त्या चौघांचे मृतदेह पाहून तिथं काय झालं, हे कळत होतं.

कॅप्टन हॅलेने सगळीकडे चक्कर टाकली. हेलिकॉप्टर्सची घरघर ऐकू येऊ लागली. सर्व सैनिकांना नी-लायच्या दक्षिणेला जमायचे आदेश दिले गेले. घरांच्या छतांनी पेट घ्यायला सुरुवात झाली होती. आल्याआल्याच घरांत घुसून सैनिकांनी घरातल्या लोकांना गोळ्या घातल्या होत्या. त्या वेळी जवळजवळ सगळे ठार झाले होते, पण एखाददुसरा माणूस किंवा मूल फक्त जखमी झालेलं असे. जीव

वाचवण्यासाठी ते मेल्याचे भासवून निपचित पडून राहिले होते, सैनिक निघून जायची वाट पाहत. जेव्हा घरांना आगी लावल्या तेव्हा असे सगळे होरपळू लागले आणि जिवाच्या आकांताने सैरावैरा धावू लागले. त्यांना पाहताच सैनिकांनी त्यांच्यावर पुन्हा गोळ्या झाडल्या. काहींच्या बंदुकींना संगिनी जोडल्या होत्या. त्यांनी त्यांच्या जवळून पळणाऱ्या लोकांना संगिनींनी भोसकलं.

"अरे, हे लोक जिवंत कसे राहिले?" कॅप्टन हॅलेने विचारलं.

"कॅप्टन, हे लोक फक्त जखमी झाले होते बहुतेक." सार्जंट टोरेस म्हणाला.

"टोरेस, तू सात–आठ जणांना घेऊन त्या प्रेतांच्या ढिगांकडे जा. प्रत्येकाच्या शरीरात संगिनी खुपसून कोणी जिवंत नाही ना, याची खात्री करून घ्या. चला निघा, परतायची वेळ झाली आहे."

हेलिकॉप्टर्स उतरण्यापूर्वीच सार्जंट टोरेस परत आला नि कॅप्टन हॅलेला म्हणाला, "कॅप्टन, आम्ही खात्री केली. आता कोणीही जिवंत नाही."

"ठीक तर." असं म्हणून हॅले नी-लाय्च्या दक्षिणेकडे गेला. ते सगळे जिथे जमले होते तिथून जवळच हेलिकॉप्टर्स उतरणार होती. त्या भागातदेखील प्रेतांचा एक ढीग पडला होता. हेलिकॉप्टर्स आता जमिनीवर उतरली होती.

इतक्यात सार्जंट टोरेस कॅप्टन हॅलेला म्हणाला, "कॅप्टन, ती पहा, त्या ढिगाशेजारी एक मुलगी रडत बसली आहे. तिच्या फक्त हाताला जखम झाली आहे वाटतं."

तो ढीग कॅप्टन हॅलेपासून जवळजवळ चारशे फुटांवर होता. तिकडं पाहत कॅप्टन हॅले म्हणाला, "थांबा माझ्या नेमबाजीचं कौशल्य सर्वांना दाखवतो."

त्याने आपली बंदूक त्या मुलीवर रोखली. तो आता बंदुकीचा चाप ओढणार इतक्यात मागून आवाज आला, "कॅप्टन, बंदूक खाली कर!"

हॅलेने चमकून मागं पाहिलं. एका हेलिकॉप्टरचा पायलट कॅप्टन डेव्हिड थॉम्पसन मागे उभा होता.

तो म्हणाला, "त्या निरपराध जखमी मुलीला ठार मारायचा तुला अधिकार नाही. मी वरून पाहिलंय- सगळीकडे प्रेतांचे ढीग, रक्तांचे सडे, जळणारी घरं... हे सारं खेडं तुम्ही का उद्ध्वस्त करून टाकलंत? निरपराध लोकांचे जीव घेताना तुम्हाला लाज वाटली नाही?"

"हे बघ, डेव्हिड, 'ऑपरेशन चिंकहिल'चा नेता मी आहे, तू नाहीस. तू इकडं लक्ष देऊ नकोस आणि मला शहाणपण शिकवायच्या फंदात पडू नकोस. इथं काय करायचं आणि काय नाही, हे मी ठरवणार!" हॅले कुत्सितपणे म्हणाला. त्याचे बरेचसे सहकारी त्या दोघांचं संभाषण कुतूहलाने ऐकत होते.

"हॅले, तू या सगळ्यांना तर मारून टाकलंसच, मात्र आता त्या जखमी

मुलीला मारू नकोस. तिला संरक्षण देणं हे आपलं कर्तव्य आहे.''

''तू मला माझं कर्तव्य शिकवू नकोस! या खेड्यातली ती शेवटची जिवंत व्यक्ती आहे. आता तिला जिवंत ठेवण्यात काय अर्थ आहे?''

''हॅले, तिला मारू नकोस. आपण तिला उपचारासाठी तळावर आपल्याबरोबर घेऊन जाऊ.''

''थॉम्पसन, मला मूर्खासारखं काहीतरी सांगू नकोस!'' असं म्हणत हॅलेने आपली बंदूक पुन्हा त्या मुलीवर रोखली.

''हॅले, तुझी बंदूक खाली कर!'' थॉम्पसनचा आवाज चढला होता.

'काय ही कटकट' असा चेहरा करून हॅलेने त्याच्याकडे पाहिलं आणि त्याला आश्चर्याचा धक्काच बसला. थॉम्पसनने आपलं पिस्तुल हॅलेवर रोखलं होतं! हॅले रागाने लालबुंद झाला. त्याच्या तळपायाची आग मस्तकाला भिडली. त्याने आपली बंदूक थॉम्पसनवरच रोखली. दोन अमेरिकन अधिकाऱ्यांतच गोळीबार होतोय की काय या भीतीने काही सैनिक पुढे सरसावले. त्यांना तसा प्रसंग टाळायचा होता.

एवढ्यात थॉम्पसन म्हणाला, ''हॅले, जरूर चालव तुझी बंदूक. माझा मृत्यू कसा झाला याची चौकशी सुरू झाल्यावर इथं हजर असलेले तीस सैनिक चौकशी करणाऱ्या अधिकाऱ्यांना काय सांगतील याचा विचार कर. शिवाय माझं हेलिकॉप्टर चालवायला इथं पायलट नाही! तेव्हा तुमच्यापैकी दहा-बारा जणांना दुसरं हेलिकॉप्टर येईपर्यंत इथंच बसून रहावं लागेल, आहे तयारी?''

हे ऐकल्यावर लेफ्टनंट निकोल्सन आणि लेफ्टनंट पार्कर पुढे झाले.

निकोल्सन म्हणाला, ''कॅप्टन, कृपा करून प्रकरण चिघळवू नका. चला, आपलं इथलं काम पुरं झालं आहे. कॅप्टन थॉम्पसन म्हणतात त्याप्रमाणे या मुलीला उपचारासाठी घेऊन जाऊ आपल्याबरोबर. आपल्या-आपल्यात वाद वाढवायला नको. चला, निघूया आता.''

हॅलेचा चेहरा घामानं डबडबला होता. रागाने त्याचे हातपाय थरथरत होते. त्याने इतरांकडे पाहिलं. त्याच्या रागाचा पारा थोडा उतरला.

त्याने बाजूच्या घोळक्यात उभ्या असलेल्या मॉंटीला सांगितलं, ''सार्जंट, त्या मुलीला उचलून आण आणि तुझ्याबरोबर हेलिकॉप्टरमध्ये घे.''

इतरांना उद्देशून तो म्हणाला, ''चला, आपापल्या हेलिकॉप्टरमध्ये चढा पटपट.''

कॅप्टन थॉम्पसन आपल्या हेलिकॉप्टरकडे गेल्यावर कॅप्टन हॅलेने सार्जंट मॉंटीला बाजूला बोलावून हलक्या आवाजात सांगितलं, ''सार्जंट, तू त्या मुलीला घेऊन सगळ्यात मागं बैस. हे बघ, आज नी-लाय्‌मध्ये आपण काय काम केलं आहे, हे सांगायला एकही व्हिएतनामी साक्षीदार जिवंत ठेवायचा नाही, असं मी ठरवलं होतं. उद्या ही मुलगी बरी

झाली की, बोलेल. मग आपण सगळेच अडचणीत येऊ. क्वांग अंगैला पोहचायच्या आधीच नाकावर रुमाल धरून तिला संपव. हा घे माझा रुमाल. कोणाच्या लक्षात येणार नाही ती कशी मेली ते. डॉक्टरांना वाटेल रक्तस्त्रावानेच मेली. ठीक आहे?''

''ठीक, कॅप्टन. तुम्ही काळजी करू नका.'' सार्जंट मॉटी म्हणाला.

एव्हाना सर्व जण हेलिकॉप्टर्समध्ये चढले होते. हॅले आणि मॉटी चढल्यावर ती हवेत सरळ वर उडाली आणि क्वांग अंगैकडे वळून जाती झाली. वरून दिसणारं उद्‌ध्वस्त झालेलं नी-लाय् पाहून कॅप्टन थॉम्पसन हळहळत होता.

कॅप्टन हॅले थॉम्पसनच्या हेलिकॉप्टरमध्ये नव्हता. त्याच्या हेलिकॉप्टरने उड्डाण केल्यानंतर त्याने पायलटला क्वांग अंगै तळावरच्या मेजर मॅडिसनशी हेलिकॉप्टरच्या दूरसंदेश यंत्रणेवरून संपर्क साधायला सांगितलं.

थोड्याच वेळात कॅप्टन हॅले बोलू लागला, ''सर, 'ऑपरेशन चिंकहिल' यशस्वी झाले!'' आरोपी

''असं? किती व्हिएत-कॉंग मारले?''

''ऐंशी ते शंभर असावेत.''

''आणि त्यांना मदत करणारे?''

''जवळजवळ पंधरा-वीस खलास केले, पण चकमकींदरम्यान काही लहान मुलं इथं-तिथं पळताना बंदुकीच्या फैरीत सापडून गेली.''

''ते चालायचंच! कॅप्टन, उत्तम कामगिरी पार पाडलीस. लगेचच कर्नल हेंडरसनना कळवतो. चल, भेटू तू परतल्यावर!''

हे संभाषण ऐकणाऱ्या सायमन हडसनला कळून चुकलं की, कॅप्टन हॅले मेजर मॅडिसनची दिशाभूल करत आहे. त्या दिवशी सकाळी सव्वाआठ ते सव्वाअकरा या तीन तासांत चार्ली कंपनीने 'न भूतो न भविष्यति' असा धुमाकूळ घालून संपूर्ण नी-लाय् बेचिराख आणि उद्‌ध्वस्त करून टाकलं होतं. त्या संपूर्ण प्रकाराला सार्जंट ग्रेग आणि प्रायव्हेट लिओनीलसारख्या मोजक्याच सैनिकांनी विरोध दर्शवला, पण त्यांचं कोण ऐकतो? चवताळून बेभान झालेल्या चार्ली कंपनीच्या बहुतेक सैनिकांनी निरपराध लोकांची कत्तल करताना नियमांची आणि नीतिमत्तेची सारी बंधनं झुगारून दिली होती. उड्डाणापूर्वी कॅप्टन हॅले आणि कॅप्टन थॉम्पसन यांच्यातली शाब्दिक चकमक आठवून सायमनला वाटलं की, 'चला, नी-लाय्‌चा निदान एकतरी जीव वाचायची शक्यता आहे.'

जवळजवळ पंचवीस मिनिटांनी हेलिकॉप्टर्स क्वांग अंगै तळावर पोहचली. जमिनीवर उतरल्या-उतरल्या कॅप्टन थॉम्पसन हेलिकॉप्टरमधून उतरणाऱ्या मॉटीला म्हणाला, ''चल सार्जंट, पटकन तिला डॉक्टरांकडे घेऊन जाऊ.''

सार्जंट मॉटीने मुलीला कडेवर घेतलं होतं.

तो म्हणाला, "चला कॅप्टन, निघूया लगेचच. मघा तिला ग्लानी आली, रक्तस्राव झाला होता ना! कदाचित झोपली असेल."

"चल, पाहू डॉक्टर काय म्हणतात." थॉम्पसन म्हणाला.

क्वांग अंगै तळाच्या आवारातच सैनिकी इस्पितळ होतं. पाचच मिनिटांत ते तिथं पोहचले. कॅप्टन थॉम्पसनने तिथल्या नर्सला काय झालं, ते सांगितलं. स्ट्रेचरवरून नर्स तिला आत घेऊन गेली. कॅप्टन थॉम्पसन आणि सार्जंट मॉटी बाहेरच थांबले.

पाच मिनिटांनी बाहेर येऊन नर्स म्हणाली, "कॅप्टन, मुलगी जिवंत नाही. नुकताच तिचा प्राण गेला असावा, शरीर अजूनही उबदार आहे. पण हृदयक्रिया बंद पडली आहे."

"अरेरे, मला वाटलं वाचवू आपण बिचारीला. कशामुळं प्राण गेला तिचा?"

"तसं आत्ताच काही सांगता येणार नाही, पण उजव्या हाताची जखम खूप मोठी आहे. बराच रक्तस्राव झाला असावा. त्यामुळेही प्राण जाऊ शकतो."

"थोडं आधीच पोहचायला हवं होतं, पण त्या नीच हॅलेशी वाद घालण्यात वेळ गेला ना! शेवटी त्याने आपला शब्द खरा केलाच, नी-लाय्मधली एकही व्यक्ती जिवंत न ठेवण्याचा!"

त्या रात्रीचं जेवण झाल्यावर कॅप्टन हॅलेने सार्जंट मॉटीला बाजूला बोलावलं.

"मॉटी, सगळं ठीक झालं ना?"

"हो कॅप्टन. तुम्ही सांगितल्याप्रमाणेच केलं."

"कोणी पाहिलं?"

"नाही, कॅप्टन. माझ्या पलीकडचे तिघे बियर पितापिता खिदळत बसले होते. त्यांचं लक्ष त्यांच्या गप्पांवरच होतं. नी-लाय्च्या मुलींशी कायकाय केलं हे एकमेकांना रंगवून सांगत होते."

"ठीक आहे, मॉटी. ही गोष्ट आपल्यातच राहू दे!"

"त्याची तुम्ही बिलकूल काळजी करू नका कॅप्टन." मॉटीने कॅप्टन हॅलेला निर्वाळा दिला.

नी-लायहून परतल्यापासून सार्जंट ग्रेग रॅमसन अस्वस्थ होता. तिथं आज काय झालं हे जाऊन वरिष्ठांना सांगावं की काय असा विचार त्याच्या मनात आला. आपली उद्विग्नता काबूत ठेवण्याचा निकराचा प्रयत्न तो करत होता. मन हलकं तरी कुणाजवळ करावं, असा प्रश्न त्याला पडला होता. शेवटी त्याने आपल्या वडिलांना पत्र लिहायला घेतलं.

आपली खुशाली लिहून झाल्यानंतर त्याने लिहिलं–

"डॅडी, आज आम्हाला एका खेड्याकडे मोहिमेवर पाठवण्यात आलं होतं.

तिथं गेल्यानंतर माझ्या सहकाऱ्यांनी....' ग्रेगने सकाळी नी-लाय्मध्ये जे अनुभवलं ते सारं काही लिहिलं. शेवटी त्याने लिहिलं–

"माझे सहकारी असं का वागले हे कळतच नाही. एरव्ही चारचौघांसारखे असणारे तरुण असे बेभान होऊन कत्तल करू लागले, यावर विश्वासच बसत नाही. ते जंगली पशूंपेक्षाही हिंस्त्र झाले होते. एखादा माणूस एवढा हिंस्त्र होऊ शकतो हे मी पहिल्यांदाच अनुभवलं. माझा माझ्या सहकाऱ्यांवरचा विश्वास उडाला आहे. त्यांच्यामधले काही जण माझे मित्रही होते. त्या सर्वांवर कळस केला एका सहकाऱ्याने. माझ्या हेलिकॉप्टरमधून एका चार-पाच वर्षांच्या जखमी मुलीला आम्ही तळावरच्या इस्पितळात घेऊन जात असता त्याने तिच्या नाकावर रुमाल दाबून तिला ठार मारलं. मी त्याच्यापासून दूर होतो, पण ते कृत्य माझ्या नजरेतून सुटलं नाही.

हे सारं तुम्हाला का लिहीत आहे, हे माझं मलाच कळत नाही. मी इथं कोणाजवळ मोकळेपणानं बोलू शकत नाही. आज सकाळी जो भयानक अनुभव घेतला तो या पत्रात लिहिल्यापासून मनावरचा बोजा थोडा कमी झाल्यासारखं वाटतं आहे. मला आता या युद्धाचाच उबग आला आहे. इथून पुढे मी फक्त दिवस मोजत राहणार आहे, कधी एकदा इथून परत बोलावतात, याची वाट पाहत, पण तोपर्यंत माझ्या डोळ्यांसमोरून जाणार नाही... उद्ध्वस्त नी-लाय्!'

नी-लाय् १६ मे १९६९

त्या दिवशी सकाळी उठल्यापासून लिएमचं डोकं ठणकत होतं. घसाही खवखवत होता, पण अंथरुणावर लोळत पडून चालणार नव्हतं. दाँगला चहा आणि कांजी करून द्यायची होती. सुआनलादेखील भूक लागली असणार.

सूर्य उगवून पूर्वेकडच्या टेकडीच्या माथ्यावर आला होता. अंगातला आळस झटकून ती उठली. दाँग केव्हाचा अंगणात बसून त्याची टोपी दुरुस्त करत होता. लिएम तोंड धुवायला झोपडीच्या बाजूच्या मोरीकडे निघाली तेव्हा दाँगने विचारलं,

"काय गं, वेळ केलास उठायला आज?"

"हं, डोकं ठणकतंय आज. घसाही खवखवतोय."

"काढ्यासाठी पाला आणून देऊ का?" दाँगने जरा चिंतातुर होऊन तिला विचारलं.

"नको, तुला जायला हवं आता. सूर्य किती वर आला आहे, बघ. मागं आणलेल्या जिंतावूच्या मुळ्या शिल्लक आहेत अजून. वांकायच्या पाल्यात गुंडाळून वळचणीला ठेवल्या आहेत कुठेतरी. त्यात थोडा ताजा गुंजेचा पाला टाकून काढा करते. थांब पाणी ठेवते उकळायला."

असं म्हणून तिने परसातली मोठी आणि घरातल्या दोन छोट्या चुली पेटवल्या. बांबूच्या वाळलेल्या काड्यांनी लगेचच पेट घेतला. त्यात लाकडाचे फाटे सरकवून तिने मडक्यांमध्ये पाणी गरम करायला ठेवलं. पाण्याला लगेच उकळी आली. मग तिने वेताच्या कणगीतून करवंटीने तांदूळ काढले नि आधणात टाकले. त्यातच मिठाचे चार खडे आणि सुक्या मासळीचा एक तुकडाही टाकला. लसणाच्या चार-पाच कुड्या तिने दगडावर ठेचल्या. त्यांचा लगदा आणि चार-पाच सुक्या

लाल मिरच्या त्या रटरट शिजणाऱ्या भाताच्या मडक्यात टाकून तिने ते झाकून ठेवलं. शेजारच्या चुलीवर उकळणाऱ्या पाण्यात तिने अर्धी मूठ चहाची भुकटी टाकली. ती थोडा वेळ उकळल्यावर चहा कापडातून गाळून तडा गेलेल्या दोन कपांमध्ये तो ओतला. एक दाँगला दिला आणि दुसरा स्वत:साठी घेऊन ती दाँगजवळच टेकली.

"मासळी संपत आली आहे रे, दाँग."

"असं? उद्या-परवा खाडीकडे जातो. चांगली तीन-चार महिने पुरेल एवढी मासळी घेऊन येतो. त्रांगला भेटूनही खूप दिवस झालेत."

नी-लाय्पासून आठ मैलांवरच्या खाडीजवळ राहणारा त्रांग हा कोळी दाँगचा मित्र होता.

"हल्ली भाताच्या खाचरात बरेच छोटेछोटे वांब मासेही दिसतात. संध्याकाळच्या कालवणासाठी घेऊन येतो. थोडं माशाचं कालवण खाऊन तुला जरा बरं वाटेल."

अंगणातच खेळणाऱ्या सुआनने ते ऐकलं आणि ती उत्साहाने म्हणाली,

"बाबा, मी येऊ तुझ्याबरोबर मासे पकडायला?"

"नको जाऊ पोरी, ऊन खूप आहे गं आणि मलाही आज बरं वाटत नाहीय, जरा मदतीला जवळपासच रहा." लिएम म्हणाली.

ते ऐकल्यावर सुआनचा चेहरा हिरमुसला झाला.

"दाँग, मधही संपला आहे रे, नाहीतर जरा काढ्यात टाकता आला असता. एकदा जंगलात जायला वेळ काढ."

"तुला ठाऊक आहे ना, परवाच जाणार होतो, सगळी तयारी केली होती पण...."

दहा-बारा दिवसांपूर्वी दाँगने वस्तीजवळच्या जंगलातून मधाची पोळी आणायची जय्यत तयारी केली होती. बांबूची लांब काठी, तिच्या टोकाला बांधायला चिंध्या, काडेपेटी, मधमाशा उडाल्यावर पांघरायला जाड घोंगडी. सगळं काही काढून ठेवलं, पण सकाळपासून जंगलाच्या दिशेने दूरवर गोळीबाराचा आवाज ऐकल्यावर त्याने तो बेत रद्द केला होता.

पोटभर कांजी पिऊन दाँग शेताकडे जायला निघाला. शेत त्याच्या घरापासून हाकेच्या अंतरावरच होतं.

"जरा पड थोडा वेळ, हवं तर लौकर येऊन भात करीन." दाँग लिएमला म्हणाला.

"हो, पडते थोडा वेळ. तू ये नेहमीच्या वेळी. जरा आराम करून मग भात टाकते. परसात सावी उगवलीय, जरा टाकते भातात."

दाँग शेताकडे निघून गेला.

लिएम सुआनला म्हणाली, "सुआन बाळा, जरा गुंजेचा पाला आणून देतेस काढ्यासाठी? पाणी उकळत ठेवते थोडं."

"गुंजेचा? आणते हं आई, लगेचच."

सकाळीच गुंजेकडे जायला मिळणार या कल्पनेनं तिचा चेहरा उजळला. दाँगचं रूप असलेल्या छोट्या सुआनने नुकतीच कांजी पिऊन संपवली होती. निरागस चेहऱ्याच्या त्या पोरीनं कपाळावर आलेल्या केसांच्या बटा एकत्र करून मागं बांधल्या.

"सांभाळून जा हं पोरी, काट्याकुट्यांना जप." लिएम म्हणाली.

"अगं, मी काय पहिल्यांदा गुंजेकडे चाललेय का?"

"तसं नव्हे गं, गडबडीत लक्ष राहणार नाही म्हणून सांगितलं. शिवाय पाला काढताना जप. गुंजेमध्ये काटेरी घाणेरीदेखील खूप फोफावलीय म्हणे. घाई करू नकोस."

"तू चिंता करू नकोस, मी पटकन जाऊन येते."

नी-लायच्या पश्चिमेला भातशेती कमीच होती. घरं संपल्यावर थोडंसं पडीक माळरान नि त्याच्यापलीकडं जंगल सुरू होण्यापूर्वी एक छोटा टेकडीवजा उंचवटा होता. त्यावर फक्त खुरटं गवत उगवायचं, झाडंझुडपं नव्हती, पण त्या टेकडीच्या माथ्यावर, बरोबर मध्यभागी, गुंजेच्या झुडपांची दाट जाळी होती. ती गुंजेची झुडपं अशारीतीने उगवली होती की, एकमेकांत गुंफून त्यांची एक छोटी ढोली तयार झाली होती आणि त्याच्या आत मधोमध मोकळी जागा होती. एका बाजूची झुडपं नि वेली बाजूला करून नी-लायच्या मुलांनी त्या ढोलीमध्ये जायला वाट केलेली. नी-लायच्या मुलामुलींची ती खेळायची आवडीची जागा होती. बाहेर कितीही ऊष्मा असला तरी गुंजेच्या ढोलीमध्ये गेलं की, दाट सावली आणि सुखद गारवा जाणवायचा. मुलांनी त्या ढोलीमधली खुरटी झुडपं उपटून आणि दगड काढून ती जागा सपाट केली होती. तिथं गेल्यावर एका थंड खोलीत गेल्यासारखं वाटे. तिथं मुलामुलींचे तास-तास जंगली बियांचे खेळ, गाणी, गप्पा यांत जायचे. दमलीभागली मुलं तिथंच बांबूच्या चटयांवर आडवी झाली की, गुडूप झोपी जात. कधीकधी चार-पाच मैत्रिणी मिळून जेवण घेऊन तिकडं जात. तिथंच जेवत आणि दिवस घालवत. एखादी मुलगी वेळेत घरी परतली नाही तर तिची आई गुंजेच्या दिशेला तोंड करूनच जोरात हाळी द्यायची. मुलगी हमखास गुंजेतून बाहेर पडायची.

उन्हाळा सुरू झाला की, गुंजेच्या शेंगा वाळत. लहान मुलांच्या बोटाएवढ्या लांब, छोट्या वाटाण्याच्या शेंगासारख्या दिसणाऱ्या त्या शेंगा वाळल्यावर त्यातल्या गुंजा जमा करण्याचा छंद नी-लायमधल्या प्रत्येक लहान मुलाला होता. गुंजादेखील किती सुंदर आणि आकर्षक दिसायच्या! छोट्या टणक गोल बीवर लालभडक रंगाचं आवरण आणि त्यावर एक मोठा गडद काळा ठिपका! मुलं गुंजा नीट जपून घरी

नेत नि बांबूच्या डब्यांमध्ये सांभाळून ठेवत. त्यांच्यात अधिक गुंजा जमवायची स्पर्धाच लागलेली असायची! गुंजेकडे खेळताना मुलं मधूनमधून गुंजेचा पाला काढून चघळायचीसुद्धा. चिंचेच्या पानांसारखी दिसणारी, छोट्या नाजूक काड्यांना लागलेली ती पानं चघळली की, तोंडात एक अनोखा गोडवा यायचा, अगदी मध चाटल्यावर येतो तसा. उकळत्या पाण्यात काही औषधी मुळ्या नि गुंजेचा ठेचलेला पाला टाकून त्याचा काढा घेतला तर घशाचे विकार बरे होतात हे नी-लायूच्या लोकांना माहीत होतं. थोडा वेळ गुंजेचा पाला चघळला तर घशाची खवखव खरोखरच कमी व्हायची.

अर्थात आज सकाळीसकाळीच गुंजेकडे जायला मिळालं म्हणून सुआन खुषीत होती. जवळजवळ पळतच ती गुंजेच्या ढोलीत शिरली. सकाळची वेळ असल्याने ती एकटीच तिथं होती. हलक्या हाताने पाला काढून एरंडाच्या एका मोठ्या पानावर ठेवायला तिने सुरुवात केली न केली तोच आकाशातून एक विचित्र 'घर-घर' आवाज तिला ऐकू आला. तिने गुंजेची जाळी जरा बाजूला करून इकडं तिकडं पाहिलं तर आकाशातून तीन गडद हिरव्या रंगाच्या, विमानांसारख्या हवेतून उडणाऱ्या गोष्टी तिला नी-लायूच्या दिशेने येताना दिसल्या. पूर्वी कधीकधी आकाशातून खूप उंचावरून उडत जाणारी तसली विमानं तिला दिसली होती. पण आज पहिल्यांदाच ती त्यांना एवढ्या जवळून पाहत होती. त्यांच्या डोक्यावर भलीमोठी गोल पाती वेगाने फिरत होती. आधी खूप उंचावरून उडणारी ती विमानं हळूहळू खाली येऊ लागली. त्यांचा आवाज ऐकून जवळपासच्या शेतात काम करणारी बायामाणसं आपल्या घराकडे पळत सुटली होती. आपणही घराकडे जावं की काय, असा विचार सुआनच्या मनात आला, पण अजून गुंजेचा पाला काढून झाला नव्हता. ती ढोलीच्या आतल्या मोकळ्या जागेत बसून जाळी थोडीशी बाजूला करून नेमका काय प्रकार चालला आहे, याचा अंदाज घेत होती.

लढाई चालू आहे, याची मुलांना कल्पना होती. कधीकधी दूरवर चाललेल्या गोळीबाराचा आवाज ऐकू यायचा. मोठ्या लोकांच्या बोलण्यातूनही लढाईचा विषय निघायचा, पण लढाई म्हणजे काय असतं हे तिला कळत नव्हतं. लढाईत बंदुकीने गोळ्या घालून मारतात, असं दॉंगनं तिला एकदा सांगितलं होतं, पण लोक लढाई का करतात? ते एकमेकांना बंदुकीने का ठार मारतात? लढाई कधी संपते की कायमची चालूच असते? या आणि अशा अनेक प्रश्नांची उत्तरं तिला माहीत नव्हती.

दॉंग परवा म्हणत होता की, खूप दूरवरून विमानाने आलेले उंच गोरे लोकही या लढाईमध्ये सामील झाले आहेत. हे लोक कोण आहेत? ते इकडं का आले आहेत? ते आपल्या लोकांना का मारत आहेत, असे प्रश्न तिने दॉंगला विचारले होते पण त्याने काहीच सांगितलं नाही नि तिला चूप केलं होतं.

नी-लायूच्या दक्षिणेला थोडी मोकळी सपाट जागा होती. तिथं काहीच उगवत

नसे. सुआनने पाहिलं की, ती विमानं त्या मोकळ्या जागेच्या दिशेला चालली होती. तिने त्यांच्याकडे निरखून पाहिलं. त्यांच्या पंख्यांच्या खाली एखाद्या खोलीसारखं काहीतरी होतं. त्याला पुढे आणि बाजूला खिडक्या होत्या नि एका बाजूला उघडं दार होतं. त्या दारात एक सैनिक बांबूच्या काठीसारखी लांब काळी नळी हातात धरून बसला होता. इतक्यात त्याच्यातून बंदुकीच्या गोळ्यांचा आवाज आला. तो सैनिक ती नळी नी-लायच्या रोखाने इकडं-तिकडं फिरवत होता आणि तिच्यातून धूरही येत होता. ती बहुधा बंदूकच असावी. सुआन भेदरून गेली.

'ते लोक आपल्या लोकांना मारायला तर आले नसतील? पण नी-लायचे लोक कुठं लढाई करत होते?' तिला वाटलं.

ती विमानं आता जमिनीवर उतरली होती. गडद हिरवे कपडे आणि गोल टोप्या घातेलेले, बंदुका घेतलेले सैनिक त्यांतून घाईघाईने उड्या मारत होते. सर्व जण उतरल्यावर विमानं पुन्हा आकाशात उडाली. उतरलेले सर्व सैनिक झुडपांमध्ये, शेतात, दगडांमागं लपून गावाच्या दिशेने पाहत होते. गावातले लोक सैरावैरा धावत होते, ओरडत होते नि आपापल्या घरात जाऊन दारं बंद करून घेत होते. आत्तापर्यंत आपणही घरी जाऊन दार बंद करून आई-बाबांबरोबर बसायला हवं होतं, असं सुआनला वाटलं. 'पण आता आपल्याही घराचा दरवाजा बंद करून घेतला असेल का बाबाने?' मग तिने तिथंच ढोलीमध्ये बसून राहायचं ठरवलं. नाहीतरी एकदा ढोलीत गेलं की, आत कोणी लपलं आहे, हे बाहेरून मुळीसुद्धा कळायचं नाही.

'आता आपण घराकडे पळत सुटलो तर त्या सैनिकांना दिसू. त्यापेक्षा इथंच बसलेलं बरं. शिवाय अजून गुंजेचा पाला कुठं काढून झालाय? हे बाहेरून आलेले सैनिक नी-लायमध्ये कोणी सैनिक आहेत का हे पाहतील आणि जातील निघून थोड्या वेळाने. कारण नी-लायमध्ये कोणी सैनिक नाहीतच.' तिचे विचार सुरू होते.

आता ते सैनिक हळूहळू वस्तीच्या दिशेने सावधगिरीने चालले होते. मधूनच बंदुकींचा आवाज ऐकू येत होता. गावाकडून लोकांची आरडाओरड ऐकू येत होती. आता मात्र सुआन खूपच घाबरून गेली होती. त्यानंतरचे तीन तास ती भेदरून, विस्फारलेल्या चिमुकल्या डोळ्यांनी नी-लायमध्ये चाललेला हिंसाचार, अत्याचार नि संहार पाहत होती... गावातल्या कितीतरी लोकांना एकत्र करून मारणारे... अंगावर कपडे नसलेल्या तरुण मुलींच्या केसांना धरून ओढत घरात घेऊन जाणारे सैनिक... त्या घरांतून ऐकू आलेला आक्रोश आणि किंकाळ्या... घरांना लागलेल्या आगी... त्यात होरपळून जिवाच्या आकांताने सैरावैरा धावणारे तिचे मित्रमैत्रिणी... त्यांच्यावर गोळ्या झाडणारे दुष्ट सैनिक... मेलेल्यांचे ढीग... रक्ताचे सडे...

सुआन सुन्न झाली होती. जोरजोरात हंबरडा फोडावा, ओरडावं, आपल्या घराकडे पळत जाऊन आई-बाबांचं काय झालं हे पाहावं असं वाटत होतं, पण तिचं

शरीर दगडाप्रमाणे झालं होतं आणि भावनाही गोठल्या होत्या. आपल्या अवती-भोवती काय चाललं आहे, याचं भानही तिला राहिलं नव्हतं. ती साऱ्याच्या पलीकडे गेली होती. तिला एकदा वाटलं होतं की, त्या दुष्ट सैनिकांच्या अंगावर जावे, पण तसं केलं असतं तर आपल्या मित्रमैत्रिणींना गोळ्या घालून ठार मारलं तसंच आपल्यालाही मारतील याची खात्री वाटल्याने तिने ढोलीतच बसून राहायचं ठरवलं. शिवाय अजून आईसाठी गुंजेचा पाला काढायला वेळच मिळाला नव्हता. पण... आई... आई असेल ना आपली जिवंत? की सगळ्यांनाच त्या दुष्ट सैनिकांनी मारून टाकलं असेल? आई-बाबांना ठार मारलं असेल, ही कल्पनाच तिला सहन होईना.

इतक्यात गुंजेच्याच दिशेने पाच सैनिक येत असल्याचं तिला दिसलं.

'अरे बापरे, आपल्याला त्यांनी पाहिलं की काय? मघाशी आपण जाळी थोडी दूर करून निरखून पाहत होतो तेव्हा आपला चेहरा एखाद्या सैनिकाला दिसला असेल.'

ती अंग चोरून ढोलीच्या एका दाट कोपऱ्यात बसली. जाळीच्या एका फटीतून ती त्यांच्या हालचाली निरखून पाहत होती. आता ते ढोलीच्या अगदी जवळ आले होते. तिला त्यांच्या बोलण्याचा नि खिदळण्याचा आवाज स्पष्टपणे ऐकू येत होता, पण भाषा मात्र कळत नव्हती. गुंजेपासून जवळच्या काळ्या खडकांजवळ उभे राहून ते इकडं तिकडं पाहत होते. त्यांच्यापैकी एक जण इतरांना गुंजेकडे हात करून तिकडं चलायला सुचवत होता, पण बाकीचे त्याला दगडावर बसायला सांगत असावेत. शेवटी ते सगळे त्या दगडांवर बसले. त्यांच्यापैकी एक सोडून बाकीचे सगळे गोऱ्या रंगाचे होते. त्यांनी आता डोक्यावरच्या गोल टोप्या काढल्या होत्या. त्यांचे सोनेरी केस नि गोरा रंग सुआन प्रथमच पाहत होती. एक जण मात्र अगदी कोळशासारखा काळा होता आणि त्याचं डोकंही गोल दिसत होतं. ते हातवारे करून जोरजोरात हसत होते. आता त्यांचं लक्ष गुंजेकडे नव्हतं. सुआनने जाळी थोडीशी दूर करून त्यांच्याकडे निरखून पाहिलं.

त्यांनी आपल्या पाठीवरच्या पिशव्यांतून कसलेतरी रंगीत डबे काढले आणि कुठूनतरी बोटाने उघडून त्यातलं पेय ते पिऊ लागले. त्यांच्यापैकी एकाने एका पाकिटातल्या पांढऱ्या छोट्या कांड्या बाकीच्यांना दिल्या आणि एक आपल्या तोंडात ठेवली. इतरांनीही त्या मग तोंडात धरल्या. एकाने आपल्या खिशातली एक वस्तू काढून त्या कांड्या पेटवायला बाकीच्यांना मदत केली, मग स्वत:चीही पेटवली. सुआनची मैत्रीण यीनचा बाबा कधीकधी बिडीचे झुरके घ्यायचा तसे ते सर्व जण त्या कांड्याचे झुरके घेऊ लागले.

थोड्या वेळाने वस्तीच्या दिशेने त्या सैनिकांना कोणीतरी हाका मारू लागले. ते पाहिल्यावर त्यांनी पटकन पिणं संपवलं आणि ते लगबगीने तिकडं निघून गेले. सुआनला जरा हायसं वाटलं, पण आई-बाबांच्या चिंतेने ती पुन्हा काळजीत पडली.

आपण तिथं किती वेळ बसून आहोत, हे सुआन विसरून गेली होती. आकाशातून पुन्हा घरघर ऐकू येऊ लागली. मघाशी गेलेली विमानं पुन्हा नी-लाय्कडे आली होती. आता सगळे सैनिक नी-लाय्च्या दक्षिणेकडच्या मोकळ्या जागेत जमले होते. तिथंच ती तीन विमानं उतरली. आता बंदुकींचा आवाज थांबला होता, पण जिथं सैनिक थांबले होते तिथंच दोन सैनिक एकमेकांशी हातवारे करून बोलत होते. त्यांनी आपल्या बंदुका एकमेकांवर रोखल्या होत्या. ते त्यांच्या त्यांच्यातच भांडताहेत, याचं सुआनला आश्चर्य वाटलं. एवढ्यात एक सैनिक एका मुलीला उचलून घेऊन आला. सुआनने जाळी दूर करून निरखून पाहिलं. ती तिची मैत्रीण थि-आन होती. सुआनला आश्चर्य वाटलं, तो सैनिक थि-आनला घेऊन एका विमानात जाऊन बसला आणि थोड्याच वेळात ती तीनही विमानं आकाशात उडून गेली. त्यांच्या लहान होत जाणाऱ्या ठिपक्यांकडे पाहत, घाबरत-घाबरत सुआन ढोलीच्या बाहेर आली.

'काही सैनिक गावात थांबले तर नसतील?' तिला वाटलं.

पण गावाच्या दिशेने आता कसलाच आवाज येत नव्हता. तिकडं कसली हालचालही दिसत नव्हती.

सुआन झपाटल्यासारखी पळत सुटली. वाटेत प्रेतांचे ढीग जागोजागी पडले होते. तिच्या मैत्रिणी, त्यांची भावंडं, त्यांचे आईवडील यांचे छिन्नविच्छिन्न झालेले मृतदेह पाहून तिच्या मनाचा थरकाप उडाला. वस्तीची सुरुवातीची दहा-बारा घरं ओलांडून एक वळण घेऊन ती आपल्या घराकडे जाणार, इतक्यात वाटेतच तिला बंदुकीच्या गोळ्यांनी चाळणी झालेले, रक्ताच्या थारोळ्यात पडलेले आई-बाबांचे मृतदेह दिसले. ते पाहताच तिला मूर्च्छा आली.

क्वांग अंगै, मे १९६९

चार्ली कंपनी'चे सैनिक 'ऑपरेशन चिंकहिल' दरम्यान नी-लाय्‌मध्ये आपला 'पराक्रम' दाखवून क्वांग अंगैच्या तळावर परतले आणि आपल्या हातून काहीच गैर झालेलं नाही, अशा अविर्भावात वावरू लागले. तिकडून आल्यानंतर दोनच दिवसांनी कॅप्टन हॅले सायमन हडसनकडे गेला.

"सायमन, परवाचे फोटो डेव्हलप केलेस?"

"हो, कॅप्टन. त्यांच्या पॉझिटिव्हज्‌सुद्धा तयार आहेत."

"असं? दाखव बरं मला." हॅले म्हणाला.

सायमनने एका लिफाफ्यातले फोटो हॅलेकडे दिले. हॅले ते पाहू लागला. त्यात सैनिक घरांची झडती घेताना, रहिवाशांना गावाबाहेर घेऊन जाताना, त्यांच्याशी बोलताना, शत्रूचा मागोवा घेताना, माँटी जखमी मुलीला उचलून घेताना, तिला घेऊन हेलिकॉप्टरमध्ये चढताना अशाच प्रसंगांचे फोटो होते. कुठेही सैनिक गावकऱ्यांना गोळ्या घालताना किंवा त्यांचा छळ करतानाचे फोटो नव्हते. रक्ताच्या थारोळ्यात पडलेल्या मृतदेहांचे किंवा सामुदायिक हत्येचेही फोटो नव्हते.

"चांगले फोटो घेतले आहेस, सायमन. मी हे घेऊन जातो. बरं, मला निगेटिव्हज्‌ हव्या आहेत." कॅप्टन हॅले म्हणाला.

आपल्या तात्पुरत्या उभारलेल्या डार्करूममधून सायमनने १२० एम एमचा निगेटिव्हज्‌चा रीळ आणून हॅलेकडे दिला. त्याने तो उघडून पाहिला. त्यात फक्त त्याने नुकत्याच पाहिलेल्या फोटोंच्या निगेटिव्हज्‌ होत्या. एकही आक्षेपार्ह फोटो सायमनने घेतला नव्हता.

दुसऱ्या दिवशी मेजर मॅडिसनने कॅप्टन हॅलेला भेटायला बोलावलं. त्याच्या

कानावर काही कुणकुण आली होती की, हॅलेने नी-लाय्‌मध्ये निरपराध लोकांना मारण्याचे आदेश दिले होते. अर्थात मेजर मॅडिसननेच त्याला उत्तेजन दिलं होतं.

"हॅले, तू परवा नी-लाय्‌मध्ये निरपराध लोकांना मारण्याचे आदेश दिले होतेस, अशी हलक्या आवाजात चर्चा सुरू आहे. अर्थात ते व्हिएत–कॉंगचे समर्थक असल्याने त्यात मला काही वावगं वाटत नाही, पण प्रकरण पुढे जास्त वाढू नये म्हणून आपल्याला काही खबरदारी घ्यावी लागेल."

"सर, हे फोटो पहा. यांत कुठंही अनावश्यक हिंसा दिसणार नाही." त्याने मेजर मॅडिसनला ते फोटो दाखवले.

"छान. आता आपल्याला या फोटोंचा उपयोग करून घेता येईल."

त्यानंतर फक्त तीनच दिवसांनी सायगाव इथल्या अमेरिकेच्या मुख्य तळाने एक प्रसिद्धिपत्रक प्रसारित केलं. त्याचा मथळा होता– 'अमेरिकन तुकडीने व्हिएत–कॉंगला घेरले – १४० ठार.'

पत्रकात म्हटलं होतं, 'अमेरिकन सैन्याच्या चार्ली कंपनीने आपला जीव धोक्यात घालून फक्त तीस सैनिकांच्या मदतीने नी-लाय् इथे लपलेल्या जवळजवळ शंभर व्हिएतकॉंग सैनिकांना घेरले. त्यानंतर झालेल्या चकमकीत शत्रूचे जवळजवळ सर्व सैनिक ठार झाले. नी-लाय् इथे व्हिएत–कॉंगचे सैनिक आश्रय घेत असल्याची बातमी अमेरिकन गुप्तहेरांना मिळाली होती. त्यांच्या नी-लाय् इथल्या तळाचं समूळ उच्चाटन करण्यासाठी क्वांग अंगै इथल्या अमेरिकन तळाच्या अधिकाऱ्यांनी 'ऑपरेशन चिंकहिल' ही धाडसी मोहीम आखली आणि ती यशस्वी केली. मेजर नील मॅडिसन यांच्या मार्गदर्शनाखाली ती मोहीम आखली गेली. या मोहिमेचं नेतृत्व कॅप्टन जॉर्ज हॅले यांनी केले....'

ही बातमी मेजर मॅडिसनने सायमनकडून तयार करून घेतली होती. त्याच आशयाची आणखी एक बातमी बाराव्या ब्रिगेडच्या 'ट्रायडंट' या नियतकालिकात कित्येक फोटोंसहित प्रसिद्ध करण्यात आली. तिचा मथळा होता 'मध्य व्हिएतनाममध्ये शत्रूच्या बालेकिल्ल्यावर धाडसी हल्ला. चार्ली कंपनीचा विक्रम.' माहिती आणि प्रसारण खात्यात काम करणाऱ्या सायमनला अशा बातम्या तयार करण्याची गरजच होती. मेजर मॅडिसनचे वरिष्ठ त्या बातम्या वाचून खूष झाले होते. या बातम्या दक्षिण व्हिएतनाममधल्या व्हिएत-मिन्ह सरकारच्या विविध कार्यालयांत आणि सैन्यांच्या तळांपर्यंत पोहचल्या. दक्षिण व्हिएतनामी सैन्याच्या सायगाव इथल्या मुख्य कार्यालयात कर्नल मिन-दोई आणि लेफ्टनंट कर्नल उयेन-थी या दोन वरिष्ठ अधिकाऱ्यांच्या वाचनात त्या बातम्या आल्या.

"सर, तुम्ही वाचल्यात या बातम्या?" ले. कर्नल उयेन-थी यांनी कर्नल मिन-दोईना विचारलं.

“होय, उयेन. नी-लाय्मध्ये शत्रूने तळ केला असेल हे मला पटत नाही. मला जरा शंकाच वाटते. हे अमेरिकन अति उत्साहापोटी निरपराध लोकांनाच तर बळी करत नसतील? तिथं शत्रू लपला आहे, असा निष्कर्ष त्यांनी कशावरून काढला? केवळ संशयावरून त्यांनी सारी वस्तीच नष्ट केली असेल तर ही बाब गंभीर आहे.”

“पण आपण काय करू शकतो, सर? त्यांना काही सांगायला गेलो तर म्हणतील, ‘पहा, आम्ही हजारो मैलांवरून तुमच्या मदतीसाठी आलो, प्रचंड आर्थिक बोजा उचलला, आमचे शेकडो सैनिक धारातीर्थी पडले आणि आता तुम्हीच आम्हाला आवर घालू पाहता? आम्हाला व्हिएत-काँगचा पाडाव करायला संपूर्ण मोकळीक हवी आहे. आम्ही योग्य ती खबरदारी घेऊन निरपराध लोकांना संरक्षण देऊ.’ यावर आपण काय बोलणार?”

“ते खरं आहे, उयेन. पण मला वाटतं की, आपण हे सारं निमूटपणे खपवून घेतो असंही त्यांना वाटायला नको. मी ही गोष्ट क्वांग अंगै तळाचे प्रमुख कर्नल हेंडरसन यांच्या कानावर घालून आपली शंका त्यांच्याजवळ व्यक्त करतो. पाहूया त्यांची प्रतिक्रिया काय होते.”

कर्नल मिन-दोई क्वांग अंगै तळावर पोहचले. त्यांची आणि तळाचे प्रमुख कर्नल हेंडरसन यांच्या भेटीची वेळ ठरली होती. त्यांची चर्चा पाऊण तास चालली.

कर्नल मिन-दोई कर्नल हेंडरसन यांचा निरोप घेऊन उठले तेव्हा कर्नल हेंडरसन म्हणाले, “कर्नल, तुम्ही चिंता करू नका. मी स्वत: या प्रकरणात लक्ष घालेन. आजच मी चौकशी सुरू करतो नि तिचा निष्कर्ष काय निघतो, हे तुम्हाला कळवतो.”

“ठीक आहे, कर्नल हेंडरसन. गुड बाय!”

कर्नल हेंडरसनने मेजर मॅडिसनला तातडीने बोलावून घेतलं आणि झाला प्रकार सांगितला.

“सर, तसं काहीच घडलेलं नाही. आता शत्रूबरोबर झालेल्या चकमकीत आडवे आलेले रहिवासी त्यात बळी पडले तर त्याला नाईलाज आहे. मला खात्री आहे की, आपल्या सैनिकांनी कोणा निरपराध व्यक्तीला जाणूनबुजून मारलेलं नाही. हवं तर आपण प्रत्यक्ष मोहिमेवर गेलेल्या काही सैनिकांनाच विचारा.”

“ठीक आहे. पाच-सहा सैनिकांना उद्या माझ्याकडे पाठवायची व्यवस्था करा.”

दुसऱ्या दिवशी लेफ्टनंट चार्ल्स पार्कर, सार्जंट्स मॉटी, टोरेस आणि प्रायव्हेट ब्रॅडमन यांना मेजर मॅडिसनने कर्नल हेंडरसन यांच्या कार्यालयाकडे पाठवलं. तत्पूर्वी मेजर मॅडिसनने त्या चौघांची चांगलीच कानभरणी केली होती. ते चौघं कर्नलना काय सांगणार हे ठरलेलं होतं. कर्नल हेंडरसनने जुजबी चौकशी केल्यानंतर आपला अहवाल अमेरिकेचे व्हिएतनामधले लष्करप्रमुख मेजर जनरल वेस्टमूर यांच्याकडे पाठवला.

त्यात त्यांनी लिहिलं होतं–

‘१६ मे १९६९ या दिवशी नी-लाय् इथे व्हिएत-कॉंगने केलेल्या तळावर बाराव्या ब्रिगेडच्या ‘चार्ली कंपनीने’ धाडसी हल्ला करून संपूर्ण तळ नष्ट केला. तेव्हा झालेल्या चकमकीदरम्यान त्या तळावरचे व्हिएत-कॉंगचे शंभरच्यावर सैनिक ठार झाले. दुर्दैवाने चकमकीदरम्यान गोळीबाराच्या वेळी आडवे आलेले वीस-पंचवीस नागरिकही त्यात बळी पडले. कोणाही निरपराध व्यक्तीवर हल्ला केला नव्हता. ‘अमेरिकन सैनिकांनी असहाय निरपराध नागरिकांवर अत्याचार करून त्यांचा बळी घेतला,’ अशा आशयाच्या अफवा आपल्या सैनिकांना व्हिएतनामी जनतेमध्ये बदनाम करण्याच्या उद्देशाने उत्तर व्हिएतनामचे सरकार आणि त्यांचे हस्तक जाणूनबुजून फैलावत आहेत, म्हणून या चौकशीचा खटाटोप केला. नी-लाय् या प्रकरणावर आता कायमचा पडदा टाकण्याची मी शिफारस करत आहे.’

कर्नल हेंडरसनने आपल्या चौकशी अहवालाची एक प्रत कर्नल मिन-दोई यांना पाठवली. त्यात ‘चार्ली कंपनी’तल्या सैनिकांनी केलेली निवेदनंही होती. नी–लाय् येथे सायमनने घेतलेले काही फोटोही होते. आपण जीव धोक्यात घालून शत्रूला कसं वेढलं, त्यांनी कसा प्रतिकार केला, आपल्याला नाईलाजाने कसा गोळीबार करावा लागला आणि त्यात काही रहिवासी कसे दुर्दैवाने सापडले असे उल्लेख वाचून ते चक्रावून गेले. त्यांचा अर्थात त्यावर विश्वास बसणं शक्य नव्हतं. परंतु प्राप्त परिस्थितीत अमेरिकेला दुखावूनही चालणार नव्हतं. त्यांनीदेखील ते प्रकरण पुढे धसास न लावण्याचा निर्णय घेतला.

२९ ऑगस्ट १९६९ ला चार्ली कंपनीच्या सदस्यांची क्वांग अंगै इथल्या सेवेची मुदत संपत होती. ३० तारखेला हवाई दलाचे ‘गॅलॅक्सी’ विमान त्यांना अमेरिकेला घेऊन जाणार होते. त्यांच्यापैकी बरेचसे अल्प कालावधीसाठी सक्तीच्या सैन्य सेवेकरता व्हिएतनाममध्ये गेले होते. अमेरिकेत परतल्यावर ते आपापल्या गावी जाऊन आपलं शिक्षण पुरं करणार होते किंवा एखादी नोकरी शोधून सैन्याला रामराम ठोकणार होते. परंतु कॅप्टन हॅलेसारखे काही मात्र सैन्यातच राहणार होते. त्यांची यथावकाश ठिकठिकाणी नेमणूक होणार होती. सायमन हडसन सैन्याचा अधिकारी नव्हता. त्याला माहिती व प्रसारण खात्यातच अमेरिकेत कुठंतरी काम करावं लागणार होतं.

चार्ली कंपनीची नेमणूक संपण्याच्या पूर्वसंध्येला, २८ ऑगस्टच्या सायंकाळी, त्यांना निरोपाची मेजवानी आयोजित केली होती. तेव्हा सायगावहून मेजर जनरल वेस्टमूर जातीने हजर राहणार होते. तळाच्या परिसरातल्या भव्य पटांगणात तंबू उभे केले होते. तळावरच्या सर्वांना म्हणजे जवळजवळ साडेतीनशे अधिकारी, सैनिक आणि कामगार यांना मेजवानीचं आमंत्रण होतं. आचाऱ्यांचा ताफा उत्कृष्ट भोजनाच्या

तयारीला सकाळपासूनच लागला होता. संध्याकाळी साडेसहा वाजता मेजवानीला सुरुवात होणार होती. सहा वाजल्यापासूनच सैन्याच्या बँडवर जोशपूर्ण धुना वाजवल्या जात होत्या. हळूहळू आमंत्रित मंडळी आपला खास समारंभाचा गणवेश घालून मेजवानीच्या मुख्य तंबूकडे जाऊ लागली. बरोबर साडेसहा वाजता तळाचे प्रमुख कर्नल हेंडरसन आणि मेजर जनरल वेस्टमूर तिथं आले. एका छोट्या चौथऱ्यावर एक माईक ठेवला होता. कर्नल हेंडरसननी मेजर जनरल वेस्टमूर आणि उपस्थितांच्या स्वागतपर छोटंसं भाषण केलं.

शेवटी ते म्हणाले, ''व्हिएतनामसारख्या प्रतिकूल वातावरणात तुम्ही समर्पित वृत्तीने देशसेवा करत आहात. कित्येक वेळा आपले प्राण धोक्यात घालून तुम्ही कठीण जबाबदाऱ्या पेलल्या आहेत आणि तुमच्यापैकी बऱ्याच जणांना अजूनही त्या पेलायच्या आहेत, पण ते सर्व विसरून आज संध्याकाळी तुम्ही या मेजवानीचा आनंद घ्या. आठ वाजता भोजन पेश केलं जाईल. तत्पूर्वी पेयपानाचा कार्यक्रम होईल. बरोबर आठ वाजता भोजनापूर्वी मेजर जनरल वेस्टमूर आपल्याला उद्देशून चार शब्द बोलतील. धन्यवाद.''

टाळ्यांचा कडकडाट झाला.

शेजारच्या पेयांच्या तंबूत 'जॅक डॅनियल्स' बर्बन व्हिस्कीच्या बाटल्या उघडण्यासाठी आणि बीयरचे बर्फातले कॅन टेबलांवर मांडण्यासाठी सहायकांची धांदल उडाली होती. बँडवरचं मंद संगीत पुन्हा सुरू झालं. मेजर जनरल वेस्टमूर आणि कर्नल हेंडरसन आपले ग्लास घेऊन अधिकाऱ्यांना भेटत, त्यांच्याशी गप्पा मारत फिरत होते. सहायक खाद्यपदार्थांचे ट्रे घेऊन फिरत होते. सर्वत्र जल्लोश होता. चार्ली कंपनीच्या बऱ्याचशा सैनिकांना मायदेशी जाण्याच्या कल्पनेने आणि व्हिएतनाममधली नेमणूक संपल्याच्या जाणिवेने आनंदाचं उधाण आलं होतं. आपल्या व्हिएतनाममधल्या 'कर्तबगारीचे' किस्से इतरांना रंगवून सांगण्यात नि एका मागून एक पेयांचे ग्लास रिचवण्यात ते दंग झाले होते. आठ केव्हा वाजले हे कोणाच्याही लक्षात आलं नाही. बँड वाजायचा थांबला. कर्नल हेंडरसननी सर्वांना शांत राहायचं आवाहन केलं आणि मेजर जनरल वेस्टमूरना चार शब्द बोलण्याची विनंती केली. जनरल साहेब काय बोलतात हे सर्व जण कान देऊन ऐकू लागले.

''कर्नल हेंडरसन आणि माझ्या बंधुतुल्य अधिकाऱ्यांनो, आजची ही संध्याकाळ तुम्हा सर्वांसमवेत घालवताना मला खूप आनंद वाटत आहे. व्हिएतनाममधल्या परिस्थितीविषयी मी तुम्हाला काय सांगावे? माझ्यापेक्षा तुम्हालाच ती चांगली ठाऊक आहे. अशा या कठीण परिस्थितीत अनेक दिव्यांना तुम्ही सामोरं जात आहात याचा मला खूप अभिमान वाटतो. आज या प्रसंगी मला 'चार्ली कंपनी'च्या सदस्यांना सांगायचं आहे, की या युद्धात महत्त्वाची कामगिरी पार पाडून तुम्ही उद्या मायदेशी

चालला आहात. उत्तरेकडच्या साम्यवादी शत्रूशी निकराने लढणाऱ्या शांतताप्रिय दक्षिण व्हिएतनामी सरकारच्या लढ्यास आपल्या जिवावर उदार होऊन तुम्ही हातभार लावलात. उर्वरित आयुष्यात या गोष्टीचा तुम्ही सार्थ अभिमान बाळगाल यात शंका नाही. अमेरिकन जनता व्हिएतनामच्या शांतताप्रिय जनतेच्या पाठीमागं खंबीर साथ द्यायला उभी आहे, हे तुम्ही तुमच्या कृतीने सिद्ध करून दाखवलेत, याबद्दल अमेरिकन सरकारच्या वतीने मी तुमचे मन:पूर्वक आभार मानतो. तुमच्या इथल्या वास्तव्यादरम्यान तुम्ही उत्तरेकडच्या साम्यवादी व्हिएतकाँगच्या दहशतवादी कारवाया आणि कृष्णकृत्ये जवळून पाहिलीत, त्यांनी केलेल्या हत्या आणि हिंसा यांचा रणभूमीवर अनुभव घेतलात आणि त्यास खंबीरपणे तोंड देऊन प्रत्युत्तर दिलेत हे तुमच्या देशसेवेच्या दृढ निश्चयाचं प्रतीक आहे. दुर्दैवाने देशसेवा करताना आपल्या काही सहकाऱ्यांना प्राण गमवावे लागले. त्यांच्या स्मृती सदैव आपल्या मनात तेवत राहतील यात शंका नाही. प्राण पणाला लावून शत्रूशी मुकाबला करत, तुम्ही अमेरिकन सरकारने उघडलेली साम्यवादी आणि विघटनवादी व्हिएत-काँग विरोधी आघाडी बळकट केली आहे. तसं करताना तुम्ही तुमचं शौर्य, कौशल्य, समर्पितवृत्ती आणि रणनीती यांचं यथार्थ दर्शन घडवले आहे. तुमच्या इथल्या वास्तव्यादरम्यान अतुलनीय कामगिरी आणि सर्वोत्कृष्ट सेवा केल्याबद्दल तुमच्यापैकी दोघांना शौर्यपदके जाहीर करावीत, अशी शिफारस मी आजच संरक्षण खात्याला केली आहे. त्यांची नावे आहेत मेजर नील मॅडिसन आणि कॅप्टन जॉर्ज हॅले!''

वॉशिंग्टन डी. सी., सप्टेंबर १९६९

सायमन हडसन ज्या माहिती व प्रसारण खात्यात काम करायचा त्याच्या वॉशिंग्टन, डी. सी. इथल्या मुख्य कार्यालयात त्याच्या वरिष्ठांना तो भेटायला गेला. क्वांग अंगैहून येऊन त्याला आठच दिवस झाले होते. क्वांग अंगै इथल्या नेमणुकीदरम्यान त्याने बऱ्याच बातम्या आणि फोटो मुख्य कार्यालयाकडे पाठवले होते. अर्थात त्यांपैकी कोणत्या बातम्या आणि फोटो प्रसिद्धीसाठी निवडायचे हे काळजीपूर्वक अभ्यास करून त्याचे वरिष्ठच ठरवत. कोणत्याही परिस्थितीत सरकारविरोधी आवाज उठवण्याची कोणालाही संधी मिळू नये याची पदोपदी दक्षता घेतली जायची. ज्या विभागात सायमन काम करायचा त्याचे प्रमुख होते मि. ग्लेन डेस्कर. सायमन त्यांना भेटायला गेला.

''सर, कसं काय झालं माझं वर्षभरातलं काम?''

''उत्तम झालं, सायमन. तू पाठवलेल्या बातम्या खूप अभ्यासपूर्ण होत्या. तुझे

फोटोदेखील उत्कृष्ट होते. बऱ्याच फोटोंवरून मला जाणवलं की, चकमकी चालू असताना त्यांच्या खूप जवळ जाऊन आपला जीव धोक्यात घालून तू ते फोटो काढले असावेस. इतर सैनिकी तळांवरच्या आपल्या वार्ताहरांनी आपल्या जबाबदाऱ्या चोखपणे निभावल्याच, पण सर्वांच्या तुलनेत तुझं काम उत्तम झालं. मी तुझ्या बढतीची अन् पगारवाढीची शिफारस करायचं ठरवलं आहे.''

''थँक्स, सर. पण व्हिएतनाममध्ये मी जे काही पाहिलं ते सारं शब्दबद्ध करण्याच्या किंवा कॅमेऱ्यावर टिपण्याच्या पलीकडचं होतं, सर.'' सायमन हताशपणे म्हणाला.

''अरे, युद्ध म्हटलं की, हे चालायचंच. युद्ध म्हटल्यावर हिंसाचार ओघाने आलाच. कधीकधी सैनिक बेभान होतात. आपण करतो ते बरोबर की चूक हे समजण्याच्या मन:स्थितीत नसतात. त्याकडे कानाडोळा करावा लागतो, सायमन.''

''सर, माझं गेलं संपूर्ण वर्ष खूप तणावाखाली गेलं. तळाबाहेर वावरताना भूसुरुंगांची भीती, शत्रू अचानक हल्ला करण्याची शक्यता, काही सैनिकांचे चकमकीदरम्यान झालेले मृत्यू... त्या साऱ्या कटू आठवणी पुसून टाकाव्याशा वाटतात.'' सायमन उद्विग्नतेने म्हणाला.

''असं कर, महिनाभर रजा घेऊन जरा आराम कर. गेले वर्षभर तुला विश्रांतीसाठी उसंत मिळाली नाही. आता 'व्हिएतनाम' विसरून जा. एक महिन्यानंतर तुझी 'नासा'मध्ये नेमणूक करण्याचा माझा विचार आहे.''

''सर, खरं म्हणजे मी राजीनामा द्यायचा विचार करत होतो....''

हे ऐकल्यावर त्याला मध्येच थांबवत मि. डेस्कर म्हणाले, ''अरे, वेडा आहेस की काय तू? एवढी चांगली पक्की सरकारी नोकरी सोडण्याचं मनातदेखील आणू नकोस.''

''नाही सर, मी आता अमेरिकी सरकारच्या कोणत्याही खात्यात काम करू इच्छित नाही.'' सायमन ठामपणे म्हणाला.

''सायमन, अरे भावनावश होऊन घाईघाईने कसलाही निर्णय घेऊ नकोस. तुझ्यासारखे कर्तबगार वार्ताहर मला हवे आहेत. हवं तर सुटीवरून आल्यानंतर शांतपणे तुझ्या निर्णयाचा पुनर्विचार कर. तू खूप तणावाखाली आहेस हे मला स्पष्ट दिसतंय.'' मि. डेस्कर सायमनचं मनपरिवर्तन करण्याच्या उद्देशानं म्हणाले.

सायमनचा निर्णय पक्का होता. त्याच्या मनात अमेरिकी सरकारच्या धोरणाविषयी घृणा निर्माण झाली होती. १५ सप्टेंबर या दिवशी त्याने आपला राजीनामा मि.डेस्करना सादर केला. तो स्वीकारण्यावाचून त्यांना गत्यंतर नव्हतं.

राजीनामा स्वीकारला गेल्यानंतर सायमन व्हर्जिनिया राज्यातल्या रिचमंड या गावाजवळच्या आपल्या वडिलांच्या फार्म-हाऊसवर गेला. तिथं आठ दिवस राहून त्याने नी-लायमधले आपले अनुभव लिहून काढले.

सायमनला नी-लाय्‌मधले अत्याचार जगाच्या समोर आणायचे होते. तो अस्वस्थ झाला होता, पण आता त्याच्यापुढे प्रश्न होता की, ते कसे आणि कोणामार्फत प्रसिद्ध करायचे. एखाद्या सुप्रसिद्ध आणि अफाट खप असलेल्या वर्तमानपत्रात त्याला ते सारं प्रसिद्ध करायचं होतं. बऱ्याच खटपटीनंतर त्याला 'वॉशिंग्टन पोस्ट'चे प्रमुख संपादक मि. रोनाल्ड स्टॅनले यांनी मुलाखतीस संमती दिली. ३० सप्टेंबरला सकाळी बरोबर साडेआठ वाजता सायमन स्टॅनले यांच्या कार्यालयात हजर झाला.

पंचावन्न वर्षांचे रोनाल्ड स्टॅनले हे पत्रकारितेच्या क्षेत्रातलं एक वजनदार व्यक्तिमत्त्व होतं. गेली चार वर्षं ते 'वॉशिंग्टन पोस्ट' या सुप्रसिद्ध वर्तमानपत्राच्या प्रमुख संपादक पदाची धुरा समर्थपणे सांभाळत होते. भलंमोठं टक्कल, काळी-पांढरी दाढी, लांब धारदार नाक, त्यावर सोनेरी काड्यांचा चष्मा आणि त्यामागचे हिरवी झाक असलेले तीक्ष्ण पाणीदार डोळे असलेल्या मिस्टर स्टॅनले यांची छाप नवख्यावर पटकन पडत असे.

"मी सायमन हडसन...." अशी सुरुवात करून सायमनने त्यांना आपली थोडक्यात ओळख करून दिली आणि तो म्हणाला, "व्हिएतनाममध्ये असताना झालेल्या एका पराकोटीच्या हिंसक घटनेला मी साक्षी होतो. त्या अनुभवावर मी एक लेख लिहिला आहे. तो 'पोस्ट'मध्ये छापून यावा अशी माझी इच्छा आहे." असं म्हणून सायमनने व्यवस्थित टाईप केलेला पंचवीस पानांचा लेख त्यांच्याकडे दिला.

"सायमन, मला लेख वाचायला वेळ नाही. थोडक्यात मला त्याचा सारांश सांग." स्टॅनले म्हणाले.

सायमनने थोडा विचार केला आणि सांगायला सुरुवात केली.

"१६ मे १९६९ या दिवशी सकाळी...." सायमनने काहीही न लपवता आपला अनुभव स्टॅनलेंना ऐकवला. सव्वा-तास ते अवाक होऊन सायमनचं कथन ऐकत होते. त्यांचा त्यावर विश्वास बसत नव्हता.

"सायमन, हा लेख प्रसिद्ध झाल्यावर 'तो कपोलकल्पित आहे' असं म्हणून प्रशासन अंग झटकून टाकेल."

सायमनला ते अपेक्षितच होतं.

"सर, नी-लाय्‌कडे जाताना मी दोन कॅमेरे घेऊन गेलो होतो. एक होता सरकारी 'लायका' तर दुसरा माझा स्वत:चा 'निकॉन'. आक्षेपार्ह वाटणार नाहीत असे काही फोटो सरकारी कॅमेऱ्याने काढले, पण माझ्या निकॉनने मी त्या संपूर्ण हत्याकांडातल्या हिंसक घटनांच्या छत्तीस पारदर्शिका चित्रित केल्या. त्या वेळी हिंसाचारात गुंतलेल्या कॅप्टन हॅलेला आणि इतरांना मी काय करत होतो, इकडे लक्ष द्यायला वेळ नव्हता. हे पहा त्या पारदर्शिकांवरून तयार केलेले फोटो." असं म्हणून सायमनने एका लिफाफ्यातून काढलेले फोटो स्टॅनलेंना दाखवले.

ते पाहिल्यावर ते सायमनला म्हणाले, ‘‘सायमन, केवळ हे फोटो आहेत म्हणूनच मी तुझ्यावर विश्वास ठेवतो. कल्पनेच्या पलीकडचं आहे हे सारं.... असं कर, तू तुझा लेख ठेवून जा आणि परवा दिवशी पुन्हा मला भेटायला ये.’’

ठरल्याप्रमाणे सायमन स्टॅनलेंना भेटायला गेला.

‘‘सायमन, मी तुझा लेख वाचला. विषय खूपच खळबळजनक आणि दूरगामी परिणाम करणारा आहे, पण ‘पोस्ट’मध्ये छापण्यासाठी तो योग्य नाही.’’

‘‘म्हणजे तुम्ही छापू शकणार नाही तो?’’ सायमनने आश्चर्यानं विचारलं.

‘‘तसं नाही सायमन. मला हा विषय आवडला आहे. त्या घटनेला वाचा फोडायला हवी आहे, हे मला पटतंय, पण लेख अधिक प्रभावी व्हायला हवा. माझा एक प्रस्ताव आहे.’’ संपादक स्टॅनले म्हणाले.

‘‘कोणता सर?’’

‘‘सेमूर किर्श नावाचा एक तरुण ‘फ्री-लान्स’ पत्रकार माझ्या माहितीचा आहे. तो खूपच अभ्यासू आहे. त्याला शोधपत्रकारिता खूप आवडते आणि त्यासाठी आवश्यक असणारी सारी कौशल्यं त्याने आत्मसात केली आहेत. मला असं वाटतं की, तुझी सेमूरशी गाठ घालून द्यावी. तो तुझ्याशी सखोल चर्चा करून, तुझ्याकडून त्या घटनेचे बारकावे टिपून घेईल. तसंच संरक्षण खात्यातल्या त्याच्या लागेबांध्यांकडून त्या घटनेविषयी अधिक माहिती गोळा करेल आणि त्याआधारे तो विस्तृत लेख लिहील. त्याची लिखाणाची शैलीदेखील प्रशंसनीय आहे. अर्थात लेखात तुझा प्रामुख्याने उल्लेख केला जाईल, तुझे आणि तू काढलेले फोटो छापता येतील. तो लेख केवळ तू दिलेल्या माहितीच्या आधारे सेमूरने शब्दबद्ध केला आहे, हे ठळकपणे त्यात नमूद केलं जाईल. आहे तुला कबूल माझा प्रस्ताव?’’

सायमनने विचार केला. लेख लिहिण्यामागचा त्याचा हेतू केवळ दाबून टाकण्यात आलेल्या त्या अमानुष हत्याकांडाला वाचा फोडण्याचा होता. तो जर साध्य होणार असेल तर लेख सेमूर किर्शने लिहिला तरी त्याला विरोध करायचं काहीच कारण नव्हतं.

तो म्हणाला, ‘‘चालेल सर, मला तुमचा प्रस्ताव मान्य आहे.’’

‘‘उत्तम! आणि हो सायमन, एक सांगायचंच राहून गेलं. या लेखाला होणाऱ्या तुझ्या साहाय्याबद्दल ‘पोस्ट’ तुला दोन हजार डॉलर्स मानधन देईल.’’ स्टॅनले म्हणाले.

त्यावर काहीही विचार न करता सायमन म्हणाला, ‘‘सर, मला मानधन नको आहे! मी पैसे मिळवण्याच्या उद्देशाने या हत्याकांडाला प्रसिद्धी देऊ इच्छित नाही. मला माझी बातमी विकायची नाही. जीव क्रूरपणे हिरावून घेतला जाताना त्या निष्पाप लोकांच्या चेहऱ्यावर जे भाव उमटले त्यांचे वर्णन करून मी पैसे मिळवणं, माझ्या

अंतर्मनाला आणि सदसद्विवेक बुद्धीला कदापिही पटणार नाही. सर, मी या बाबतीत ठाम आहे. मला 'पोस्ट'कडून एक डॉलरदेखील मिळवायचा नाही.''

सायमनच्या या वक्तव्याने संपादक स्टॅनले स्तिमितच झाले.

दिङ्मूढ होऊन त्यांनी थोडा वेळ विचार केला अन् म्हणाले, ''सायमन, मला तुझ्या तळमळीचं कौतुक वाटतं! बरं, व्यवहाराच्या दृष्टिकोनातून बोलायचं तर असा लेख प्रसिद्ध करण्यापूर्वी तू आम्हाला एका संमतिपत्रावर सही करून दिली पाहिजेस. या लेखाचे दूरगामी परिणाम होणार, हे तू समजू शकतोस ना? 'पोस्ट'ला कोणताही धोका पत्करायचा नाही. अर्थात तू जे लिहिलं आहेस, पाहिलं आहेस आणि कॅमेऱ्याने टिपलं आहेस ते विदारक असं सत्य आहे, यात तीळमात्र शंका नाही, पण पत्रकारितेच्या आचार संहितेला अनुसरून काही सोपस्कार पार पाडायलाच हवेत.''

''सर, मी संमतिपत्रावर केव्हाही सही करायला तयार आहे.'' सायमन म्हणाला.

''ठीक आहे सायमन....''

काहीतरी आठवून स्टॅनले म्हणाले, ''सायमन, तू तुझ्या माहिती व प्रसारण खात्याचा राजीनामा केव्हा दिलास?''

''पंधरा सप्टेंबर या दिवशी. का बरं?'' सायमनने जरा आश्चर्यानं विचारलं.

''सायमन, या साऱ्या प्रकाराला प्रसिद्धी देण्यामध्ये तुला काही कायदेशीर अडचणी तर नसतील? म्हणजे, तुझ्या दृष्टिकोनातून मी विचार करतोय. तू एकदा 'पोस्ट'ला संमतिपत्रावर सही करून दिलीस की, आम्ही निर्धास्त होऊ, पण या साऱ्या प्रकरणामुळे तू व्यक्तिश: कोणत्याही कायदेशीर अडचणीत सापडू नयेस, असं मला वाटतं. मला एक सांग, तू सरकारी नोकरी स्वीकारलीस त्या वेळी गुप्ततेची शपथ घेतली होतीस?''

सायमन विचार करत म्हणाला, ''त्या वेळी माझ्याकडून बऱ्याच कागदपत्रांवर सह्या घेतल्या. ते सारे कागदपत्र मी काळजीपूर्वक वाचलेही नव्हते, त्यांच्यामध्ये गुप्ततेच्या शपथेचा एखादा कागद असावा, पण सर, आता मी सरकारी नोकरीत नाही, त्यामुळे माझ्यावर आता ती बंधनं लागू होणार नाहीत, असं मला वाटतं.''

''थांब सायमन, मला खात्री करून घेतली पाहिजे.'' असं म्हणून स्टॅनलेंनी एक नंबर फिरवला.

''टिम, माझ्याकडे वरती येतोस जरा? मला तातडीने तुझा सल्ला हवा आहे.''

पाच मिनिटांच्या आत 'वॉशिंग्टन पोस्ट'चे कायदा सल्लागार, चाळिशीचे, टक्कल पडलेले जरासे स्थूल असे ॲटर्नी टिमोथी हॅक्मे स्टॅनले यांच्या कार्यालयात हजर झाले.

''टिम बैस. मला एक प्रश्न विचारायचा आहे तुला. समज, अमेरिकन सरकारच्या माहिती व प्रसारण खात्यातला एक कर्मचारी स्वखुषीने राजीनामा देऊन नोकरी

सोडतो. त्याला त्याच्या जबाबदाऱ्यांतून मोकळं केलं जातं. आता हा कर्मचारी एक लेख लिहू इच्छितो. त्या लेखामध्ये तो नोकरीवर असताना मिळालेली माहिती वापरतो. त्यासाठी तो सरकारची परवानगी घेत नाही. तो लेख सरकारच्या धोरणांविरुद्ध किंवा सरकारने उचललेल्या काही पावलांविरुद्ध आहे, असं समज. असा लेख प्रसिद्ध करून तो कर्मचारी काही कायदेशीर अडचणीत येऊ शकतो का? तुला माझा प्रश्न समजला ना?''

''हो, सर, समजला.''

जरा वेळाने, विचार करून हॅक्मे म्हणाले, ''जेव्हा एखादी व्यक्ती सरकारी सेवेत प्रवेश करते, तेव्हा तिच्याकडून गुप्ततेच्या शपथेवर सही घेतली जाते. आपल्या नोकरीच्या दरम्यान अशा व्यक्तीला काही घटना, प्रसंग, धोरण किंवा निर्णय यांची माहिती झाली तरी ती माहिती अशी व्यक्ती आपल्या वरिष्ठांच्या परवानगीशिवाय प्रसृत करू शकत नाही. ती प्रसृत केल्यास त्या व्यक्तीवर कायदेशीर कारवाई होऊ शकते.''

''पण टिम, समज आता ती व्यक्ती सरकारी सेवेत नाही, तरीही हे बंधन तिच्यावर लागू होतं?'' स्टॅनलेंनी विचारलं.

''अर्थातच. केंद्रीय सरकारी सेवा संहितेच्या कलम २५४ अन्वये गुप्ततेची शपथ नोकरी संपुष्टात आली तरी आजन्म बंधनकारक ठरते.'' ॲटर्नी हॅक्मे म्हणाले.

''समजा, एखाद्याने त्या शपथेचा भंग केला तर काय परिणाम होऊ शकतात?''

''अशा व्यक्तीवर फौजदारी खटला भरून सरकारने गुन्हा शाबित केल्यास पाच वर्षांचा तुरुंगवास किंवा दहा हजार डॉलर्स दंड किंवा दोन्ही शिक्षा ठोठावण्याचे न्यायालयाला अधिकार आहेत.''

''पण टिम, समज आरोपीने असा युक्तिवाद केला की, ती माहिती प्रसृत करणं जनहिताच्या दृष्टिकोनातून आवश्यक होतं, तर त्याची शिक्षा माफ होऊ शकते?''

''ॲशफोर्ड विरुद्ध स्टेट ऑफ ईलिनॉयमध्ये नेमका हाच प्रश्न उपस्थित झाला होता. त्यात सर्वोच्च न्यायालयाने म्हटलं आहे की, आरोपीच्या दाव्यात खरंच जनहित आहे की नाही हे केवळ न्यायालयच ठरवू शकेल. शिवाय राष्ट्रीय सुरक्षेच्या कारणास्तव काही बाबतीत जनहिताला दुय्यम स्थान देण्यात येऊ शकतं, असं न्यायमूर्ती वॉरन यांचं मत आहे.''

''ठीक आहे, टिम. थँक्स!''

''गुड डे, सर!'' असं म्हणून ॲटर्नी हॅक्मे तिथून निघून गेले. सायमन त्यांच्या कायद्याच्या ज्ञानाने खूपच प्रभावित झाला होता.

''मग सायमन, टिमने सांगितलेली माहिती ऐकल्यावर तुला नक्कीच विचार करावा लागेल, नाही?''

''कायद्याचा परामर्श घेताघेता ॲटर्नी हॅक्मे जे सांगत होते ते ऐकतानाच माझा निर्णय पक्का झाला.'' सायमन म्हणाला.

''चला, ठीक आहे तर. आपण दोघंही आता हे प्रकरण विसरून जाऊ, त्यावर कायमचा पडदा पाडू.''

''मुळीच नाही, सर. माझा निर्णय असा आहे की, लेख प्रसिद्ध करायचाच! मी संमतिपत्रावर सही करेन!'' सायमन ठामपणे म्हणाला.

हे ऐकताच स्टॅनले एकदम गडबडून गेले.

''काय म्हणतोस, सायमन? टिमने जे सांगितलं ते ऐकल्यावरदेखील तुला लेख प्रसिद्ध करावासा वाटतोय?''

''प्रश्नच नाही. माझा निर्णय ठाम आहे.''

''पण सायमन, उद्या कोर्ट-खटले यांचा ससेमिरा तुझ्या मागे....''

त्यांना मध्येच थांबवत सायमन म्हणाला,

''सर, नी-लाय्च्या निष्पाप लोकांचा क्रूरपणे बळी घेणाऱ्या त्या नराधमांचा पातकीपणा जगासमोर आणल्याशिवाय आता मला चैन पडणार नाही. त्यांचे जीव मी वाचवू शकत नव्हतो, मी हतबल होतो, पण ते हिरावून घेण्यास जबाबदार असणाऱ्या निर्लज्ज श्वापदांची दुष्कृत्यं मनात ठेवून मी जगूच शकणार नाही. एक माणूस या नात्याने त्यांची पातकं जगासमोर मांडणं, हे मी माझं कर्तव्य समजतो. मग मला तुरुंगात डांबू देत अथवा फासावर लटकवू देत! मला त्याची पर्वा नाही. सर, लेख छापायलाच हवा!''

सायमनच्या निर्णयाने आणि त्यामागच्या भूमिकेने रोनाल्ड स्टॅनले यांच्यासारखा मुरब्बी पत्रकारदेखील अचंबित आणि अवाक झाला होता!

त्यानंतर सायमन आणि सेमूर किर्श यांची चार-पाच वेळा नी-लाय्वर सखोल चर्चा झाली. प्रत्येक वेळी ते सलग पाच-सहा तास बोलत बसत. सायमनने सांगितलेल्या माहितीचं सेमूर काळजीपूर्वक संकलन करत होता. सायमन आणि सेमूर यांची आता चांगलीच गट्टी जमली होती. ते आता घनिष्ठ मित्र असल्यासारखे एकमेकांना अरे-तुरे करत होते.

सायमन आणि सेमूर एकदा दिवसभराच्या चर्चेने थकल्यानंतर एका बारमध्ये गप्पा मारत बसले होते.

सायमनने विचारलं, ''सेमूर, तू पत्रकारितेकडे कसा वळलास?''

''मी, शिकागोचा. अर्थात माझे आई-वडील लिथुआनिया आणि पोलंडहून अमेरिकेला स्थलांतरित झालेले. ती दोघं शिकागोच्या एका साध्या वस्तीत लाँड्री चालवायचे. घरची खूपच गरिबी. मी शिकागो विद्यापीठातून १९५९ मध्ये पदवी मिळवली आणि आईवडिलांवरचा आर्थिक भार कमी करावा, या उद्देशाने नोकरी

शोधू लागलो. त्या वेळी मी फक्त बावीस वर्षांचा होतो. नोकऱ्या सहजासहजी मिळत नव्हत्या. शेवटी सिटी न्यूज ब्यूरोमध्ये शहरात घडणाऱ्या गुन्ह्यांच्या बातम्या पोलिसांकडून जमा करायचं काम मिळालं. ते काम दोन वर्षं केल्यानंतर युनायटेड प्रेस इंटरनॅशनल आणि असोसिएटेड प्रेस या नावाजलेल्या वृत्तसंस्थांमध्ये वार्ताहर झालो. दोन वर्षांपूर्वी मी अध्यक्षपदाचे उमेदवार युजिन मॅकार्थी यांच्या प्रचार मोहिमेचा वृत्तसचिव म्हणून काम पाहिलं आणि निवडणुकीनंतर मी 'फ्री-लान्स' पत्रकार झालो. तसं पाहिलं तर केवळ गरजेपोटी मी पत्रकारितेकडे वळलो, असं म्हणता येईल, पण सायमन, एक गोष्ट मात्र खरी, मला हे क्षेत्र मनापासून आवडतं.''

सायमन म्हणाला, ''संपादक रोनाल्ड स्टॅनले तुझ्याविषयी खूप चांगलं बोलतात. तुझं नेहमी कौतुक करतात.''

''माझ्या शोधपत्रकारितेवर ते फिदा आहेत!'' सेमूरने म्हटलं.

सायमनने दिलेल्या आणि बऱ्याच संशोधनानंतर सेमूरनी स्वत: मिळवलेल्या माहितीच्या आधारे लेख तयार झाला. रोनाल्ड स्टॅनले यांनी तो काळजीपूर्वक वाचला. त्यात त्यांनी काहीही बदल सुचवले नाहीत. अपेक्षेप्रमाणे ९ नोव्हेंबरच्या 'वॉशिंग्टन पोस्ट'मध्ये तो प्रसिद्ध झाल्यावर केवळ अमेरिकेतच नव्हे तर साऱ्या जगातही एकच खळबळ उडाली.

वॉशिंग्टन डी. सी., ९ नोव्हेंबर १९६९

संरक्षण सचिव मेल्विन मेअर्डना 'ओव्हल' कार्यालयात पाचारण करण्यात आलं होतं.

''मेल्विन, आपला अंदाज साफ चुकला. त्या घटनेला व्हिएतनामी साक्षीदार नव्हताच! शेवटी आपल्याच सेवेतल्या एका कर्मचाऱ्याने आपल्या पाठीत खंजीर खुपसला तर!'' संतप्त अध्यक्ष निक्सन म्हणाले.

''सर, मी त्याची चौकशी करतो. त्याच्या विरुद्ध कारवाई करावी लागेल....''

''करा, करा, आता चौकशा, कारवाया करा! हे पाहिलेत फोटो?''

मेल्विनच्या डोळ्यांसमोर 'पोस्ट'चा तो अंक नाचवत अध्यक्ष म्हणाले, ''केवढा निष्काळजीपणा, मेल्विन! प्रकरण एवढं चिघळण्यापूर्वी तुम्ही ते दडपून टाकू शकला नाही? लढाईत असे प्रसंग टाळता येणं शक्य नसेल तर निदान ते गुपचूप तरी ठेवायचे!''

''सर, हवं तर मी माझा राजीनामा सादर करतो. झाल्या प्रकाराची नैतिक जबाबदारी स्वीकारायला मी तयार आहे!''

"राजीनामा देऊन प्रश्न सुटणार नाहीत! यात झालेलं नुकसान कसं भरून काढायचं, हा यक्षप्रश्न माझ्यासमोर आहे! सिनेटला, अमेरिकेच्या जनतेला, साऱ्या जगाला कसं सामोरं जाऊ मी, मेल्विन?"

परराष्ट्र सचिव अपराधी मुद्रेने त्रस्त आणि संतप्त अध्याक्षांची प्रतिक्रिया ऐकत होते. अध्यक्षांच्या कोणत्याही प्रश्नाला त्यांच्याजवळ समाधानकारक उत्तर नव्हतं. नी-लायूमध्ये बळी पडलेल्या निरपराध रहिवाशांविषयी त्यांना काडीची अनुकंपा वाटत नव्हती. खेद होता तो या गोष्टीचा की, ते प्रकरण दडपून टाकण्यात आपण अयशस्वी झालो!

"राष्ट्रीय सुरक्षा समितीची बैठक घ्यायला आता वेळही नाही. उद्यापासून माझा दौरा सुरू होतोय. मला वाटतं मी परतल्यानंतरच बैठक घेता येईल. तिची तारीख... थांबा, जेनला बोलावून घेतो." असं म्हणत अध्यक्षांनी इंटरकॉमवरून त्यांची वैयक्तिक सचिव जेन बोल्टन हिला दौऱ्याचा कार्यक्रम घेऊन यायला सांगितलं.

अध्यक्ष निक्सन, संरक्षण सचिव मेअर्ड, परराष्ट्र सचिव विल्यम रॉजर्स आणि राष्ट्रीय सुरक्षा सल्लागार डॉ. हेन्री किसिंजर हे आणि अन्य काही उच्चपदस्थ अधिकारी दहा तारखेला नऊ दिवसांच्या परदेश दौऱ्यावर जाणार होते. जेन बोल्टन अध्यक्षांच्या कार्यालयात आली.

"जेन, मला दौऱ्याचा कार्यक्रम पुन्हा एकदा सांग. तू दिलेले कागद आत्ता माझ्याजवळ नाहीत." अध्यक्ष तिला म्हणाले.

"सर, उद्या सकाळी ८.४५ वाजता आपण जिनिव्हाला जाण्यासाठी निघाल. ११ तारखेला तेथे नि:शस्त्रीकरण समितीमध्ये आपलं भाषण होईल. बैठक संयुक्त राष्ट्रसंघाच्या 'पीस पॅलेस'मध्ये होणार आहे. १२ तारखेला जिनिव्हापासून चाळीस मैलांवरच्या माँत्रो या ऐतिहासिक गावातल्या 'पॅले द नास्थाँ' हॉटेलमध्ये आपली सोव्हिएत युनियनचे चेअरमन ॲलेक्सी कोसिजीन यांच्याबरोबर दोन तास चर्चा होणार आहे. चर्चेनंतर चेअरमन कोसिजीन यांनी त्याच हॉटेलमध्ये आयोजित केलेल्या मेजवानीला उपस्थित राहायचं आपण कबूल केलं आहे. त्यानंतर १३ नोव्हेंबरला सकाळी आपण जिनिव्हाहून इस्त्रायलच्या तीन दिवसांच्या दौऱ्यावर जाल. त्या दरम्यान आपण पंतप्रधान गोल्डा मेअर यांच्याशी...."

तिला थांबवत अध्यक्ष म्हणाले, "ते राहू दे, पुढचा प्रवास कसा आहे, सांग."

"आपण १६ नोव्हेंबरला तेल अवीववरून व्हिएन्नाला जाणार आहात. तिथं १७ तारखेला होणाऱ्या 'व्यूहरचनात्मक शस्त्रास्त्र निर्बंध करारा'च्या चर्चेच्या उद्घाटनाच्या कार्यक्रमात आपलं भाषण होणार आहे. तिथून १८ तारखेला रात्री निघून १९ तारखेच्या पहाटे साडेपाच वाजता आपण डी. सी. मध्ये पोहचाल."

"ठीक आहे, जेन. मला हेन्रीशी फोन जोडून दे." अध्यक्षांनी तिला सांगितलं.

ती निघून गेल्यावर काही मिनिटांतच अध्यक्षांच्या टेबलावरचा फोन खणखणला.

"हेन्री, हे प्रकरण तर माझ्या अपेक्षेपेक्षा कितीतरी पटीने गंभीर आहे. बरं, आपल्याला उद्या निघायचं आहे. १९ तारखेला दुपारी राष्ट्रीय सुरक्षा समितीची बैठक घेऊया?"

"घ्यायलाच हवी, सर. त्या घटनेचे फोटोच 'पोस्ट'च्या हाती मिळाले ही आपल्याला मोठ्या अडचणीत टाकणारी गोष्ट आहे. आता आपल्याला खूप सावधगिरीने पावलं उचलावी लागतील. मला वाटतं मिस्टर ॲग्न्यूंना या प्रकरणात कसलाही प्रश्न विचारला गेला तर समितीच्या बैठकीनंतर प्रशासनाची भूमिका जाहीर करण्यात येईल, असं सांगण्याची सूचना द्यावी."

"ठीक आहे, हेन्री. मी स्पायरोला तसं सांगून ठेवतो. आपण आता कोणती पावलं उचलायची, याची चर्चा या प्रवासादरम्यान करू."

अमेरिकेचे उपाध्यक्ष स्पायरो ॲग्न्यू हे अध्यक्षांच्या गैरहजेरीत कार्यभार सांभाळणार होते.

दुसऱ्या दिवशी सकाळी ८ वाजून ४७ मिनिटांनी अध्यक्षांच्या 'एअर फोर्स वन' या खास बोईंग ७०७ 'स्पेशल एअर मिशन २७०००' विमानाने हवाई दलाच्या अँड्र्युज तळावरून हवेत झेप घेतली. त्या वेळी त्यात बसलेल्या अध्यक्षांना आणि त्यांच्या प्रतिनिधी मंडळातल्या सदस्यांना पुढील नऊ दिवसात होणाऱ्या संभाव्य घटनांची पुसटशी जरी कल्पना असती तरी अध्यक्षांनी शेवटच्या क्षणी त्यांचा संपूर्ण दौराच रद्द केला असता!

बिंताय, मे १९६९

सुआन किती वेळाने शुद्धीवर आली कुणास ठाऊक. साऱ्या वस्तीभर ती भ्रमिष्टासारखी फिरली. प्रेतांचे ढीग, रक्ताचे सडे, जळालेल्या घरांचे सांगाडे यांशिवाय दुसरं काहीच दिसत नव्हतं. एकही जिवंत व्यक्ती दिसत नव्हती. आता पुढे काय हा यक्षप्रश्न तिच्या डोळ्यांसमोर उभा राहिला. तिच्या बालमनात विचारांची जुळवाजुळव होत होती. सुआन पाच वर्षांचीही नव्हती, पण तिला दहा वर्षांच्या मुलाएवढी जाण होती. तिने मनोमन निश्चय केला. जड अंत:करणाने आई-बाबांच्या मृतदेहांकडे एकदा शेवटचंच पाहून घेतलं आणि ती पश्चिमेकडच्या जंगलात चालू लागली, तहानभुकेचं भान केव्हाच हरपून गेलं होतं. सूर्य माथ्यावर आला होता.

जंगलात शिरल्यावर दाट झाडींमुळे उन्हाचा तडाखा कमी झाला. बिंतायला पोहचायला किती वेळ लागेल याची तिला मुळीच कल्पना नव्हती. तिकडं पोहचायला खूप चालावं लागतं, एवढंच दाँगने तिला एक-दोनदा सांगितलं होतं. मधूनमधून थांबून ती जंगली श्वापदांची चाहूल घेई. जंगली पक्ष्यांचे आवाज ऐकू येत होते. एवढ्यात तिच्या जवळच्या झुडपातून खस्सकन आवाज आला आणि काही हालचाल झाली. सुआनच्या काळजात चर्रऽऽऽ झालं. तोच तिला दूरवर पळत जाणारा मोठा ससा दिसला. सुआनची चाहूल लागल्यामुळे झुडपातून उडी मारून तो पळाला होता. त्याच आवाजाने सुआन चमकून गेली होती.

ती जंगलातल्या पायवाटेने चालतच राहिली. वाटेत एक झरा लागला. ती त्याचे थंडगार पाणी पोटभर प्यायली. तोंडावरही पाणी शिपडलं. थोडा वेळ बसून ती पुन्हा चालू लागली. थोडं पुढे गेल्यावर तिला लाल भडक रांबूताननी लगडलेलं एक झाड दिसलं. तिला आठवलं, बाबा आपल्यासाठी जंगलातून गोड रांबूतान

घेऊन यायचा. रांबूतान पाहिल्यावर पहिल्यांदाच तिला भुकेची जाणीव झाली. तिने गोड, रसाळ रांबूतान पोटभर खाऊन घेतले.

सुआन किती वेळ चालत होती कुणास ठाऊक? आता जंगल विरळ होत चाललं होतं. हळूहळू भातशेती दिसू लागली. सूर्य मावळतीकडे झुकला होता. दूरवर तिला नारळीची झाडं नि झोपड्यांची छपरं दिसू लागली. शेतात काम करणारी काही माणसं पाहिल्यावर तिच्या जिवात जीव आला. आता तिला पाय उचलत नव्हते पण ती माणसं पाहिल्यामुळे तिला दिलासा मिळाला होता.

जंगलाच्या दिशेने चालत येणारी एकटी नवखी लहान मुलगी पाहून शेतात काम करणाऱ्यांना आश्चर्य वाटलं. त्यांनी हातातलं काम टाकलं. भेदरलेल्या आणि थकलेल्या सुआनकडे ते अवाक होऊन पाहत राहिले.

सुआन त्यांच्यापैकी एका बाईजवळ गेली आणि तिने हंबरडा फोडला. आता सुआनच्या आसवांचा बंधारा फुटला होता. जीवघेण्या आघाताच्या धक्क्यामुळे आत्तापर्यंत तिला रडायचंही भान राहिलं नव्हतं. त्या बाईने तिला जवळ घेतलं.

सुआनच्या रडण्याचा आवेग थोडा कमी झाल्यावर तिने विचारलं, ''कोण आहेस गं मुली, तू? आणि काय झालंय तुला? तू खूप घाबरलेली दिसतेस, शांत हो बाळ.''

ती सुआनच्या पाठीवरून हात फिरवत राहिली. सुआनने हुंदके देत झालेली घटना त्यांना सांगितली.

''मुली, चल, वस्तीवर चल. रडू नकोस. हे तर फारच भयंकर घडलंय! पण आता तू घाबरू नकोस. आम्ही आहोत ना तुझ्याजवळ? चल, तू खूप दमली आहेस चालून, तुला आधी खायला घातलं पाहिजे.''

ते पाच-सहा जण तिला घेऊन वस्तीजवळ पोहचले. त्यांच्यापैकी एकाने तिला उचलून कडेवर घेतलं होतं. आता तिला एक पाऊलभरही चालणं अशक्य होतं.

वस्तीजवळ आल्यावर त्या माणसाने त्या बाईला विचारलं, ''दिएप, तू घेऊन जातेस हिला तुझ्या घरी?''

''हो, माझ्या घरी घेऊन जाते तिला. आजची रात्र राहू दे माझ्याकडे. नंतर बघू काय करायचं ते.''

दिएपचं घर जवळ आल्यावर त्याने सुआनला तिच्याकडे दिलं नि ती सुआनला घरात घेऊन गेली. तिला तोंड धुवायला पाणी दिलं आणि घराच्या एका कोपऱ्यात भिंतीला टेकून बसवलं. सुआन अजूनही थोडे थोडे हुंदके देत होती. ते घर म्हणजे एकच मोठी खोली होती.

तिच्याच वयाचा एक मुलगा आणि तिच्यापेक्षा थोडी मोठी एक मुलगी सुआनकडे कुतूहलाने पाहत होते. थोड्या वेळाने दिएपचा नवरा ताम शेतावरून घरी

आला. त्याला आणि दोन्ही मुलांना घेऊन दिएप अंगणात गेली आणि त्यांना थोडक्यात सुआनने सांगितलेली घटना सांगितली.

दिएपने भाज्या आणि ताजे मासे घालून भात शिजवला. मग सगळे मिळून जेवले. कोणी फारसे बोलत नव्हते. जेवल्याजेवल्या सुआनने चटईवर अंग टाकलं आणि ती गाढ झोपी गेली.

ती झोपी गेल्यावर दिएपने तामला विचारलं, ''ताम, काय करायचं रे या मुलीचं? खूपच सहन केलं आहे बिचारीनं.''

''हो, पण आपण तरी कसं सांभाळणार हिला? आधीच दोन वेळा पोट भरायची मारामार. आपली दोन मुलं आणि त्यात ही जबाबदारी आपण कशी घ्यायची? आता एक-दोन दिवस ठेवून घ्यायला हरकत नाही. फारच भयानक घटना घडलीय तिच्या बाबतीत. मला तरी वाटतं की, 'उय-बान-हान-मिन्ह'च्या सल्ल्याने ठरवायला हवं.'' ताम म्हणाला.

''ठीक आहे. उद्या संध्याकाळी घेऊन जाऊ बैठकीला. पहा काय सुचवतात.'' दिएप म्हणाली.

तिने चिमणीची वात फुंकर मारून विझवली.

'उय-बान-हान-मिन्ह' म्हणजे बिंतायच्या सात वडीलधाऱ्या माणसांचे पंचायत मंडळ. बिंतायचे सर्व लोक अडीअडचणींच्या वेळी त्या मंडळाचा सल्ला घेत. गावकऱ्यांमध्ये काही तंटाबखेडा असेल तर तोही मंडळाच्या सल्ल्यानेच मिटवला जायचा. मंडळाच्या सदस्यांना बिंतायमध्ये खूप मान होता. जवळजवळ अडीचशे लोकसंख्येच्या बिंतायमधले लोक मंडळाच्या शब्दाबाहेर नव्हते. मंडळाचे प्रमुख होते सत्तरीतले थिन-क्वाप. अर्धवट टक्कल पडलेल्या, पांढऱ्या केसांच्या नि सुरकुतलेल्या चेहऱ्याच्या थिन-क्वाप यांचे प्रेमळ आणि पाणीदार डोळे अजूनही तीक्ष्ण होते. त्यांच्या हातात नेहमी एक काठी आणि अंगावर फक्त एक लुंगी असायची. एखादा तंटा असेल तर दोन्ही बाजू ऐकून घेतल्यानंतर ते योग्य तो मार्ग सुचवत. सहसा त्यांच्या सल्ल्यानुसारच तंटा निकालात निघायचा. अगदी अपवादात्मक प्रकरणात मंडळाच्या मताचा कौल घेतला जायचा. मंडळाचा निर्णय मात्र गावकऱ्यांवर बंधनकारक असायचा.

दुसऱ्या दिवशी संध्याकाळी ताम आणि दिएप सुआनला घेऊन मंडळाच्या बैठकीला गेले. बैठक गावाच्या मध्यभागी असलेल्या एका मोठ्या वडाच्या झाडाखाली होई. सल्ल्यासाठी गेलेले लोक आणि इतर तीस-चाळीस गावकरी बैठकीला जमत. ज्याला वेळ असेल तोही बैठकीला हजर राहत असे.

मंडळाचे सातही सदस्य आल्यावर बैठक सुरू झाली. इतर एक-दोन गोष्टींवर चर्चा झाल्यानंतर दिएप नि ताम सुआनला घेऊन मंडळासमोर जाऊन उभे राहिले.

"काय म्हणतेस, दिएप? काय काम काढलं आहेस? ही मुलगी आपल्या गावची दिसत नाही?" थिन-क्वापनी सुआनकडे पाहत विचारलं.

"आपल्या गावची नाही, तेच तर सांगायचंय. काल संध्याकाळी सूर्य मावळतीकडे चालला, त्या वेळी मी शेतात भाजीपाला आणायला गेले होते. तेव्हा..."

अशी सुरुवात करून दिएपने सुआनची हकीकत मंडळाला आणि उपस्थित गावकऱ्यांना ऐकवली.

भेदरलेल्या चेहऱ्याची सुआन मंडळासमोरच्या चटईवर बसली होती.

दिएपचं बोलून झाल्यावर थिन-क्वाप सुआनकडे सहानुभूतीने पाहत म्हणाले, "केवळ नशीब बलवत्तर म्हणून वाचलेली ही पोर उद्ध्वस्त झालेलं गाव सोडून आपल्या आसऱ्याला आलेली आहे. या कोवळ्या वयात किती भयानक अत्याचार आणि हिंसाचार प्रत्यक्ष पाहिला तिने! या निष्पाप पोरीचं मातापित्यांचं छत्रही हरपलं आहे. अशा या पोरीला आपण आधार द्यायला हवा याबद्दल मंडळात वा गावकऱ्यांत दुमत असणार नाही, अशी माझी खात्री आहे."

इतरांच्या प्रतिक्रिया पाहण्यासाठी काही क्षण ते थांबले. सर्वांनी माना हलवून आपली सहमती असल्याचं दर्शवले.

ते पुढे बोलू लागले, "आता आपल्याला ठरवावं लागेल की, हिची जबाबदारी कोण घेणार? आपल्यापैकी कोणी दयाळू व्यक्तीने यात पुढाकार घेतला तर प्रश्न मिटेल, पण एक महत्त्वाची गोष्ट आहे, हिला आपल्या पोटच्या मुलीसारखं सांभाळलं पाहिजे. डोक्यावरचं छत्र हरवलेल्या आणि मृत्यूचं थैमान जवळून पाहिलेल्या या निष्पाप मुलीला त्या धक्क्यातून सावरायला अजून खूप दिवस लागतील. तिचा केवळ सांभाळच नाही तर तिला आईवडिलांची माया देऊन पुन्हा माणसांत आणायची जबाबदारी घ्यायला हवी."

बत्तीस वर्षांचा वियेन लक्ष देऊन सारं ऐकत होता. त्याचा स्वभाव प्रेमळ आणि भावनाप्रधान होता. सुआनची शोकांतिका ऐकून त्याच्या डोळ्यांतून पाणी आलं होतं.

तो उठून उभा राहिला आणि म्हणाला, "मी हिची जबाबदारी घ्यायला तयार आहे. आम्हाला मूलबाळ नाही, म्हणून देवानेच आमच्यासाठी या निरागस मुलीला आपल्या वस्तीकडे पाठवलं असावं. अगदी पोटच्या मुलीप्रमाणे सांभाळू हिला आम्ही."

"वियेन, तू ही जबाबदारी स्वीकारण्यापूर्वी तुझ्या बायकोचं मत काय आहे, हे विचारात घ्यायला हवंस. खरी जबाबदारी तिची आहे." थिन-क्वाप म्हणाले.

"ते तुम्ही माझ्यावर सोपवा. ती नक्की तयार होईल." वियेन म्हणाला.

"तिने मंडळासमोर येऊन होकार दिल्याशिवाय आम्ही ही जबाबदारी तुमच्यावर सोपवू शकत नाही. तू तिला इकडं घेऊन ये, जा."

"ठीक आहे, येतोच एवढ्यात." असं म्हणून वियेन लगबगीने आपल्या

घराकडे निघाला. घरी गेल्यावर त्याने किमला– त्याच्या बायकोला सारा प्रकार सांगितला. किम तशी व्यवहारी होती. ती वियेन इतकी भावूक नव्हती. तरीही माणुसकीखातर तिलादेखील सुआनचा स्वीकार करावासा वाटला. लग्न होऊन दहा वर्षं उलटली होती, मूल व्हायचं चिन्ह नव्हतं. किम विचार करू लागली, 'एक लहान मुलगी सांभाळायची म्हणजे जोखमीचं काम असतं. आता लहान आहे, पण उद्या वयात आल्यावर जबाबदारी आणखी वाढेल.'

तिची जबाबदारी घ्यावी की नको अशा द्विधा मन:स्थितीत किम होती.

'आपण नाही स्वीकारलं तर दुसरं कोणीतरी तिला स्वीकारेलच, पण आपल्याजवळ राहायला आली तर घरकामात तिची मदत होईल. आपल्याला जरा आराम मिळेल....'

"चल वियेन, जाऊया मंडळाकडे."

ते दोघं मंडळाच्या बैठकीच्या ठिकाणी गेले.

"मी या मुलीला आईप्रमाणे सांभाळायला तयार आहे." किमने मंडळाला ग्वाही दिली. ते ऐकल्यावर वियेनचा चेहरा खुलला.

थिन-क्वाप म्हणाले, "ठीक आहे. प्रश्न लगेचच सुटला हे बरं झालं. वस्तीतल्या इतर लोकांनीदेखील या मुलीला आपलंच मानायला हवं. तिला बिंतायमध्ये परकेपणाची जाणीव होता कामा नये, ही आपली सर्वांचीच जबाबदारी आहे. तिला बसलेल्या जबरदस्त धक्क्यातून सावरायला तिला जिव्हाळा आणि प्रेम यांची गरज आहे."

गावकऱ्यांनी त्यांच्या म्हणण्याला दुजोरा दिला.

"चल मुली, घरी चल आपल्या." वियेन सुआनला म्हणाला. सुआन किमचा हात धरून निघाली.

'कसे असतील हे लोक? आपल्या आई-बाबांसारखं प्रेम करतील आपल्यावर? ते गोरे उंच लोक इकडंही येऊन सगळ्यांना मारून टाकणार नाहीत ना? आपण आता दुसरं काय करू शकतो?' या आणि अशा अनेक प्रश्नांनी तिला भेंडोळलं होतं.

सुआन घरी राहायला आल्यापासून वियेन खूप खुषीत होता. तो तिला जिवापाड जपायचा. मधूनमधून नी-लाय्चं हत्याकांड सुआनच्या डोळ्यांसमोर यायचे. कधीकधी तासन्तास ती एखाद्या झाडाला टेकून दूरवर दिसणाऱ्या डोंगरांकडे नजर लावून एकटीच विचार करत बसायची. बऱ्याच वेळा रात्री दचकून उठायची, रडत बसायची. तिला चित्रविचित्र भास होतात, असं तिनं एकदा-दोनदा वियेन आणि किमला सांगितलं. कालांतराने ते कमी होतील, असं त्या दोघांना वाटायचं.

आपले आई-बाबा पुन्हा कधीच दिसणार नाहीत या कल्पनेने बऱ्याच वेळा ती व्याकूळ व्हायची. बिंतायला येऊन खूप दिवस झाल्यानंतर एकदा अचानक तिच्या लक्षात आलं की, आपल्या आई-बाबांचे आणि इतरांचे मृतदेह तसेच उघड्यावर पडले होते! काय बरं झालं असावं त्यांचं?

तिने त्या दिवशी संध्याकाळी वियेनला त्याविषयी विचारलं. त्यावर तो म्हणाला, "तुला सांगणारच होतो कधीतरी, बरं झालं आज तूच विषय काढलास. त्या दिवशी तुला इकडं घरी सोडून मी पुन्हा मंडळाच्या बैठकीकडे गेलो...."

"नी-लाय्‌मधल्या बांधवांची निर्घृण हत्या झाली आहे. त्यांची प्रेतं इकडंतिकडं पडलेली असणार. आपल्या धर्माप्रमाणे आणि चालीरीतीनुसार त्यांचे अंत्यसंस्कार झाल्याशिवाय त्यांच्या आत्म्याला शांती मिळणार नाही. त्यासाठी आपण पुढाकार घ्यायला हवा. प्राप्त परिस्थितीत सामुदायिक अंत्यसंस्कार आणि दफन व्हायला हवेत. सरकारी अधिकारी आपल्या वस्त्यांकडे येतील न येतील. लढाईमध्ये गुंतलेल्या सरकारला अशा गोष्टींसाठी वेळ नाही. पण माणुसकीखातर आपणच हे पुण्यकर्म केलं पाहिजे. मी असं सुचवतो की, उद्या आपल्यापैकी तीस-चाळीस जणांनी तिकडं जाऊन ही जबाबदारी पार पाडावी."

"वियेन म्हणतो हे मला पूर्णपणे पटतंय. तुम्हा लोकांचं मत काय आहे?" थिन-क्वापनी विचारलं.

सारे गावकरी वियेनशी सहमत होते. त्या बैठकीतच चाळीस जणांची नावं त्या कामासाठी नक्की केली गेली. दुसऱ्या दिवशी सकाळी ते लोक नी-लाय्‌कडे गेले. त्यांनी चार ठिकाणी मोठमोठाले खड्डे खणले. त्यात मृतदेह ठेवून दफन केलं. बौद्ध धर्माच्या प्रथेप्रमाणे प्रार्थना आणि पूजा केल्या.

जसजसे दिवस जाऊ लागले, तसतसा वियेनला सुआनचा मोठा लळा लागला. सुआनला बरोबरीचे मित्रमैत्रिणी मिळाले. ती लहान मुलांमध्ये पुन्हा रमून गेली, पण भयानक स्वप्नं आणि भास होणं मात्र थांबलं नव्हतं. त्यामुळे वियेन खूपच व्यथित व्हायचा, तिची अधिकच काळजी घ्यायचा. तिच्याशी प्रेमाने गप्पा मारत बसायचा.

किम सुआनला व्यवस्थित खाऊपिऊ घालत होती. सुआनही तिला लहानसहान कामात मदत करत असे. वियेन तिच्यासाठी रानफळं, मध अशा तिच्या आवडीच्या गोष्टी घेऊन यायचा. वियेनच्या परसात फणसाचं झाड होतं. वियेन तिला पिकलेल्या फणसाचे गरे काढून द्यायचा. दिवसांमागून दिवस जात होते. एके दिवशी वियेन मंडळाच्या बैठकीसाठी गेला होता.

त्या दिवशी बैठक संपण्यापूर्वी तो उभा राहिला आणि म्हणाला, "मला मंडळासमक्ष गावकऱ्यांना काही सांगायचं आहे."

"सुआन, ठीक आहे ना?"

थित–क्वापनी काळजीग्रस्त चेहऱ्याने विचारले.

"हो, ती तशी ठीक आहे. अधूनमधून आईवडिलांच्या आठवणीने रडते. हल्ली इतर मुलामुलींत मिसळते, त्यांच्याशी गप्पागोष्टीही करते, पण मला तिच्या बाबतीत काही बोलायचं आहे."

“बोल वियेन, काय सांगायचं आहे तुला?” थिन-क्वापनी जरा आश्चर्यानेच विचारलं.

“कधीतरी पुढे-मागे सरकारी अधिकारी नी-लाय्‌कडे गेले तर त्यांना प्रश्न पडेल की, वस्तीचं काय झालं? सामुदायिक कबरी त्यांच्या नजरेस पडतील. नी-लाय्‌च्या रहिवाशांची हत्या कशी झाली आणि त्यांचं दफन, अंत्यसंस्कार कोणी केले, याचीही ते चौकशी करतील. नी-लाय्‌च्या जवळचं खेडं आहे आपलं, बिंताय. ते नक्कीच आपल्या गावात चौकशीला येतील. जर त्यांना कळलं की, सुआन नी-लाय्‌च्या हत्याकांडातून विस्मयकारकरीत्या वाचली होती नि बिंतायला आश्रयाला आली आहे, तर ते तिला चौकशीसाठी घेऊन जातील, तिच्यावर प्रश्नांचा भडिमार करतील. आम्ही दोघं आणि आपण सारेच तिला नी-लाय् विसरायला मदत करत आहोत. तो विषय चुकूनही तिच्याजवळ काढत नाही. त्यामुळेच ती आता सावरली आहे, मुलांमध्ये मिसळू लागली आहे.”

“तुझं म्हणणं आम्हाला पटतंय, पण तुला नेमकं काय सुचवायचं आहे?”

“मला असं सुचवायचं आहे की, सुआन नी-लाय्‌हून इकडं आश्रयासाठी आली आणि तिला आम्ही सांभाळत आहोत, या गोष्टीची वाच्यता बाहेरगावच्या कोणत्याही व्यक्तीजवळ करायची नाही. सरकारी अधिकारी असू देत की इतर कोणी. विशेषत: सरकारी अधिकारी तिला फक्त चौकशीसाठीच नाही, तर अनाथाश्रमात घेऊन जायलाही मागे-पुढे पाहणार नाहीत. आता आम्हा दोघांना तिचा एवढा लळा लागला आहे की, तिला जर आमच्यापासून कोणी हिरावून घेतलं तर आम्ही खूप दु:खीकष्टी होऊ. आम्हाला ती कल्पनाच सहन होत नाही....” डोळे पुसत वियेन म्हणाला. साऱ्या गावाला त्याचा प्रेमळ आणि भावुक स्वभाव ठाऊक होता.

“अरे वियेन, तुझ्या मनात चाललेली घालमेल आणि तुला वाटत असलेली भीती मी समजू शकतो, पण सरकारी अधिकारी किंवा पोलीस तपासासाठी इकडं आले तर त्यांना खोटं कसं सांगायचं?”

“दुर्दैवाने नी-लायचे सारे लोक प्राणास मुकले हे कटु सत्य आहे. आता त्या घटनेला उकरून काढून काय निष्पन्न होणार आहे? पण सुआनच्या कोवळ्या मनाचा, तिला पुन्हा माणसात आणायचा आणि तिच्या भवितव्याचा विचार आपण सर्वांनी केला पाहिजे. मग भले त्यासाठी थोडंफार खोटं बोलावं लागलं तरी हरकत नाही!”

“गावकऱ्यांचं काय मत आहे?” थिन-क्वापनी विचारलं.

बऱ्याच गावकऱ्यांनी वियेनच्या प्रस्तावाला दुजोरा दिला.

“ठीक आहे, ठरलं तर मग. सुआनविषयी कोणीही गावाबाहेरील व्यक्तीला काहीही सांगायचं नाही, पण पुढे-मागे ती अनाथ कशी झाली असा प्रश्न आला तर?”

"अगदीच गरज पडली तर आपण सांगू की, तिचे आईवडील भूसुरुंगाच्या स्फोटात ठार झाले." वियेन म्हणाला.

त्याने त्याच्या प्रस्तावाचा सगळ्या दृष्टिकोनांतून विचार करून ठेवला होता.

"वियेन, सुआनविषयी गुप्तता राखायची ठरलं तर. पण दुसरा एक प्रश्न उद्भवतो. समजा नी-लाय्मध्ये सामुदायिक कबरी पाहून 'ते अंत्यसंस्कार कोणी केले,' याची कोणी चौकशी करू लागले आणि त्यासाठी ते बिंतायला आले तर आपण अंत्यसंस्कार केल्याचंही नाकारायचं? मला वाटतं तसं केलं तर त्यांना काहीतरी शंका येईल. त्यावरही तोडगा काढला पाहिजे. गावकऱ्यांना काही सुचवायचं आहे या बाबतीत?"

गावकऱ्यांमध्ये बरीच चर्चा झाली. थोड्या वेळाने मान-रिप हा पन्नाशीचा गावकरी उठला. तो पिढीजात वैदू होता. जंगली पाला, औषधी मुळ्या, फळे वगैरे गोळा करून गावच्या लोकांना आजारपणात औषधे द्यायचा. त्यासाठी तो नेहमी जंगलामध्ये फिरायचा.

तो म्हणाला, "मी सांगेन की, त्या दिवशी मी नी-लाय्जवळच्या जंगलात एक दुर्मिळ औषधी मुळी शोधत होतो. त्या वेळी नी-लाय्च्या दिशेने खूप वेळ गोळीबाराचा आवाज येत होता. तो थांबल्यावर मी तिथं जाऊन पाहिलं तर सगळीकडे प्रेतं पडलेली. कोणीही जिवंत नव्हतं. मी बिंतायला येऊन दुसऱ्या दिवशी गावातल्या तीस-चाळीस जणांना घेऊन तिकडं गेलो आणि आम्ही अंत्यसंस्काराचं पवित्र काम पार पाडलं."

"ही बाकी चांगली शक्कल काढलीस तू, मान-रिप. सगळ्यांना कबूल आहे मान-रिपचा तोडगा?" थिन-क्वापनी विचारलं.

गावकऱ्यांनी त्यावर शिक्कामोर्तब केलं.

दिवसांमागून दिवस सरत होते. देशामध्ये लढाई सुरूच होती. नी-लाय्मधला हिंसाचार पाहून होरपळलेल्या सुआनला बिंतायच्या लोकांच्या मायेचा ओलावा मिळाला होता. तिच्या वरवरच्या जखमा भरत होत्या, पण खोलवरची जखम मात्र कधीही भरून न येण्यासारखी होती!

पेंटॅगॉन, नोव्हेंबर १९६९

अमेरिकेच्या संरक्षण खात्याच्या मुख्य कार्यालयात त्या दिवशीच्या 'वॉशिंग्टन पोस्ट'मधल्या सेमूर किर्शच्या बातमीचीच चर्चा होती. वरिष्ठ अधिकाऱ्यांची तातडीची बैठक संरक्षण उपसचिवांनी आयोजित केलेली, तर कनिष्ठ कर्मचारी हलक्या आवाजात एकमेकांत त्या लेखाविषयीच बोलत होते. त्यांच्यापैकी एक होता क्लाईव्ह वॉर्विक. सकाळी दहा वाजता त्याच्या टेबलावरचा फोन खणखणला.

"क्लाईव्ह, मी डॅनियल क्लार्क बोलतोय. कसा आहेस तू?"

"उत्तम! डॅनियल, तू ठीक आहेस ना? खूप दिवसांनी फोन केलास?"

"हो, क्लाईव्ह, तुझ्याकडे जरा महत्त्वाचं काम होतं."

"असं? सांग ना!" क्लाईव्ह म्हणाला.

पुढची पाच मिनिटं संभाषण झाल्यावर क्लाईव्हने फोन खाली ठेवला नि तो कामाला लागला.

डॅनियल हा रॅपिड न्यूज सर्व्हिस-आरएनएस या प्रसिद्ध दूरदर्शन कंपनीचा वार्ताहर होता. त्याचे लागेबांधे कित्येक सरकारी खात्यांत होते. काही गुप्त बातम्या, महत्त्वाच्या घडामोडींविषयीचे बारकावे आणि सनसनाटी निर्णय जाहीर व्हायच्या आधीच वृत्तपत्रं, रेडिओ, दूरदर्शन अशा प्रसारमाध्यमांपर्यंत पोहचत. सरकारी खात्यांतल्या कनिष्ठ कर्मचाऱ्यांचा त्यात हात असे. अर्थात संरक्षणाविषयीच्या खास गोपनीय घडामोडी किंवा निर्णय त्यांना ठाऊक नसत, पण लहानसहान माहिती पुरवून त्यांची वरकमाई बऱ्यापैकी व्हायची. सगळाच चोरीचा मामला, पण हे राजरोसपणे चालायचं.

क्लाईव्ह संरक्षणखात्यात निवृत्तीवेतन विभागात कामाला होता. डॅनियलने

त्याच्यावर ‘चार्ली कंपनी’तल्या अजूनही सैन्याच्या सेवेत असलेल्यांची नेमणूक कुठं आहे, हे शोधण्याची आणि सेवेत नसलेल्यांचे पत्ते मिळवण्याची कामगिरी सोपवली होती. क्लाईव्हला ती मिळवणं सहज शक्य होतं. दुपारपर्यंत तो त्याच कामगिरीवर होता. सर्व माहिती जमा केल्यावर त्याने ती टाईप केली. चार वाजता डॅनियलच्या टेबलावरचा फोन वाजला.

“काम झालंय. कधी भेटायचं?”

“संध्याकाळी सात वाजता!” डॅनियल म्हणाला.

त्या दोघांची भेटायची नेहमीची जागा ठरलेली होती. वॉशिंग्टन डी. सी. मधल्या न्यूयॉर्क अॅव्हेन्यू वरचं ‘माराकेश’ हे मोरोक्कन उपाहारगृह त्यांच्या नेहमीच्या भेटीचं ठिकाण.

“सगळ्यांचे पत्ते मिळाले?”

“हो. काही अडचण नाही आली.”

कोणाच्याही लक्षात न येता दोन लिफाफ्यांची अदलाबदल झाली.

सकाळी आठ वाजता जॅकसनव्हिल इथल्या रॉब मॉंटीच्या घराची बेल वाजली. कोण आलं असावं म्हणून तो दार उघडायला गेला. त्याचा एका खोलीचा स्टुडिओ फ्लॅट शहराच्या साध्या वस्तीत होता. क्वांग अंगैवरून परतला तेव्हा मॉंटीची सक्तीची सैन्यातल्या सेवेची मुदत संपलेली होती. त्याला एका कारखान्यात फोरमनची नोकरी मिळाली होती.

“कोण हवंय?” मॉंटीने दारात उभ्या असलेल्या करडा सूट घातलेल्या पस्तिशीच्या गृहस्थाला प्रश्नार्थक मुद्रेने विचारलं.

“मी डॅनियल क्लार्क. मी आरएनएस दूरदर्शनचा प्रतिनिधी आहे. आम्हाला दूरदर्शनवर तुमची मुलाखत घ्यायची आहे....”

“मुलाखत? ती कशासाठी बरं?” मॉंटीने विचारलं.

“तुमच्या व्हिएतनाममधल्या अनुभवांवर. आम्ही त्याबद्दल तुम्हाला योग्य मानधन देऊ.”

“किती?”

“पाच हजार डॉलर्स!”

आपण काय ऐकतो आहोत यावर मॉंटीचा विश्वास बसेना, पण त्याने लगेच हो म्हटलं नाही.

तो म्हणाला, “मला विचार करावा लागेल. दहा देत असाल तर पाहू.”

डॅनियल फारसा विचार न करता म्हणाला, “ठीक आहे, पण तुम्हाला आत्ता माझ्याबरोबर आमच्या स्टुडिओत यावं लागेल.”

माँटीने आपल्या सुपरवायझरला फोन करून आज तातडीच्या कारणास्तव रजा हवी आहे, असं कळवलं नि तो डॅनियलबरोबर जायला तयार झाला.

माँटीची मुलाखत घेणार होते सुप्रसिद्ध मुलाखतकार वॉल्टर क्लॉनडाईक. त्यांनी माँटीला मुलाखत कशी घेतली जाईल, याची पूर्वकल्पना दिली. त्याने काहीही न लपवता मुलाखत द्यायची, ही अट होती. माँटी त्याला तयार झाला होता. दहा हजार डॉलर्सची भलीमोठी रक्कम माँटीच्या डोळ्यांसमोर नाचत होती. मुलाखत संध्याकाळी सात वाजता घेण्यात येणार होती आणि तिचं प्रत्यक्ष प्रक्षेपण करण्यात येणार होतं.

वॉल्टरनी प्रश्न विचारायला सुरुवात केली. निरपराध लोकांना त्याने आणि त्याच्या सहकाऱ्यांनी कसं मारलं, नी-लाय्मध्ये व्हिएत–काँगचा एकही सैनिक नसताना हल्ला कसा केला, स्त्रिया आणि मुलांची कत्तल कशी केली, शरण आलेल्या लोकांना कसं भोसकलं, घरं कशी जाळली, त्यात लपलेली लहान मुलं कशी होरपळून मेली अशा प्रकारचे प्रसंग माँटीच्या तोंडून वदवून घेतले. त्या दोघांतली काही प्रश्नोत्तरं खूपच उद्वेगजनक होती....

वॉल्टर : तू स्वत: किती लोकांना मारलंस?

माँटी : मारलं असेल तीस-चाळीस जणांना. मोजायला वेळच नव्हता!

वॉल्टर : शरण आलेल्या निरपराध लोकांना मारताना आपण काही गैर करत आहोत, असं तुला वाटलं नाही?

माँटी : मुळीच नाही. कॅप्टन हॅले आणि लेफ्टनंट्स निकोल्सन आणि पार्कर यांनीच तसं करायला सांगितलं होतं. त्यांनी सांगितलं म्हणजे त्यात गैर काहीच नसणार, असा आम्ही समज करून घेतला. शिवाय क्वांग अंगै तळावरच्या चार अमेरिकन सैनिकांना व्हिएत-काँगने आठच दिवसांपूर्वी ठार मारलं होतं. त्यात माझा मित्र बॉबी वेबस्टर होता. ती गोष्ट मी विसरू शकत नव्हतो. त्यामुळे त्या लोकांना लोळवल्यावर जरा बरं वाटलं. पण रात्री मात्र त्यांचे रडके चेहरे वारंवार डोळ्यांसमोर येऊन सतावत होते.

वॉल्टर : तुझं लग्न झालं आहे?

माँटी : होय.

वॉल्टर : मुलं?

माँटी : दोन.

वॉल्टर : काय वयाची आहेत?

माँटी : मुलगी चारची आणि मुलगा अडीचचा. सध्या बायकोबरोबर आजोळी गेली आहेत.

वॉल्टर : माँटी, तू दोन लहान मुलांचा बाप आहेस. मुलांच्या आजी-आजोबांसारखे वयस्कर लोक नि निरागस लहान मुलांना गोळ्या घालताना तुला काही वाटलं नाही? लहान मुलांना कसं ठार मारतात, माँटी?

मॉटी : काही वाटलं नाही... लहान मुलांना कसं मारतात? इतरांना मारतात तसंच....

वॉल्टर : मुलींवर अत्याचार झाले असं म्हणतात. खरं आहे ते? तू त्यात होतास?

मॉटी जरा ओशाळला. हा प्रश्न त्याला अपेक्षित नव्हता. थोडा वेळ इकडंतिकडं पाहून वॉल्टरची नजर चुकवून तो म्हणाला, "आता हे पहा, तुम्ही लोक इकडं आरामात सर्व सुखसोयी उपभोगता. आम्हाला तिकडं आघाडीवर प्रत्येक क्षणी धाकधूक असायची... केव्हाही शत्रूचा हल्ला व्हायची टांगती तलवार... आमचा किती कोंडमारा व्हायचा याची तुम्हाला कल्पना यायची नाही....

वॉल्टर : मॉटी, मी स्वतः दुसऱ्या महायुद्धात रणभूमीवर लढलो आहे.

मॉटी : माफ करा... पण काही वेळेला होतात चुका हातून.

वॉल्टर : बरं, मला एक सांग, तुम्ही त्या स्त्रिया, मुलं आणि वृद्ध यांना मारायला गेल्यावर त्यांची प्रतिक्रिया कशी असायची?

मॉटी : ते आमच्याकडे दयेची याचना करायचे... 'मारू नका' असं हाताने खुणवायचे... गयावया करायचे... आपले चेहरे झाकून घ्यायचे, पण आम्ही त्यांच्यावर गोळ्या झाडतच सुटलो. काही बायकांची तान्ही मुलं त्यांच्या कडेवर असायची. आया खाली पडल्या तरी त्यांच्या गळ्याला मिठी मारून त्यांना चिकटून राहायची. त्यांना जिवंत ठेवण्यात काय अर्थ होता?

वॉल्टर : तुला कधी त्या प्रसंगाची स्वप्नं पडतात?

मॉटी : हो... तुम्ही बरोबर ओळखलंत... पडतात... अधूनमधून....

वॉल्टर : स्वप्नात डोळ्यांसमोर काय येतं?

मॉटी : आम्ही मारलेल्यांचे दीनवाणे चेहरे... त्यांचे टाहो... त्यांचं रक्ताच्या थारोळ्यात तडफडणं... कित्येक रात्री मी झोपू शकलो नाही. फक्त त्याबद्दल विचार करत पडलो.

थेट प्रक्षेपित केलेली मॉटीची मुलाखत पाहणारे लोक गोंधळून गेले. त्यांनी ऐकलेली मुलाखत सत्य घटनांवर आधारित होती की ते केवळ एक नाटक होतं, या संभ्रमात पडले, पण मुलाखतीच्या शेवटी वॉल्टरनी ९ तारखेच्या 'पोस्ट'मध्ये छापलेले सायमनने घेतलेले फोटो दूरदर्शनवर दाखवले, तेव्हा ती बातमी न वाचलेल्या लोकांना आश्चर्याचा धक्काच बसला.

अमेरिकेच्या वेगवेगळ्या राज्यातल्या विभागीय दूरदर्शन वाहिन्यांनी त्यांच्या जवळपास राहणाऱ्या 'चार्ली कंपनी'तल्या इतर काही सदस्यांचा शोध घेतला. जे अद्याप सैन्याच्या सेवेत होते त्यांनी मुलाखतीला नकार दिला.

सार्जंट ग्रेग रॅमसन, वैमानिक थॉम्पसन आणि प्रायव्हेट लिओनीलसारख्या ज्या

मोजक्या सैनिकांनी नी-लायमधल्या अमानुष हत्येला विरोध दर्शवला होता, त्यांनीही मुलाखतीला नकार दिला. योग्य वेळ आल्यावर आपण आपले अनुभव जगासमोर मांडू असा विचार त्यांनी केला होता. इतर काही जणांनी मॉटीच्या मुलाखतीच्या धर्तीवर आपल्या मुलाखती प्रसारित करू दिल्या. ते आर्थिक प्रलोभनाला भुलले होते.

मुलाखतींवर आधारित लेख वर्तमानपत्रं आणि नियतकालिकांतून छापून आले. मुलाखती देणारे सर्व जण दोषाचा ठपका मेजर मॅडिसन, कॅप्टन हॅले, लेफ्टनंट निकोल्सन आणि लेफ्टनंट पार्कर यांच्यावर ठेवत होते. 'आम्ही तिथं जे जे केलं ते ते आम्हाला त्या चौघांनी दिलेल्या आदेशांमुळेच,' हा सूर प्रत्येकाच्या कथनात प्रतिध्वनित होत होता.

सेमूर किर्शचा लेख 'पोस्ट'मधून प्रसिद्ध झाल्यानंतर इतर प्रसारमाध्यमांनी त्या प्रकरणाला 'न भूतो न भविष्यति' अशी प्रसिद्धी दिली. त्याचे बारीकसारीक तपशील अमेरिकन जनतेच्या घरोघरी पोहचले. कॉलिन बर्टन आणि त्यांच्या सहकाऱ्यांनी आपलं आंदोलन अधिक तीव्र केलं. आता त्यांना अधिक नैतिक धैर्य आणि बळकटी प्राप्त झाली. आत्तापर्यंत ठराविक शहरातच त्या आंदोलनाला भक्कम पाठिंबा मिळत होता. आता त्याचं लोण अमेरिकेतल्या अन्य शहरांतही पसरलं आणि त्याला जनमानसातून मोठ्या प्रमाणावर प्रतिसाद मिळू लागला. जनतेमधला प्रक्षोभ सरकारवर दबाव आणायला कारणीभूत होता. सभा, मोर्चे, रस्ता-रोको आंदोलन या मार्गांनी समाजाच्या विविध स्तरातले लोक आपल्या भावना आणि संताप प्रकट करत होते.

नेमके याच वेळी अध्यक्ष निक्सन युरोप आणि इस्त्रायलच्या दौऱ्यावर गेले होते. उपाध्यक्ष स्पायरो ॲग्न्यू यांनी एक प्रसिद्धीपत्रक प्रसारित करून जाहीर केलं की, अध्यक्ष निक्सन परदेश दौऱ्यावरून अमेरिकेला परतल्यावर १९ नोव्हेंबरला राष्ट्रीय सुरक्षा समितीची बैठक याच विषयासंदर्भात होणार आहे. या बैठकीनंतर सरकार या प्रकरणाबाबत आपली भूमिका जाहीर करेल.

दरम्यान अमेरिकेतल्या प्रसारमाध्यमांनी नी-लाय् प्रकरण कसं उचलून धरलं आहे आणि कॉलिन बर्टन यांचं आंदोलन कसं प्रखर होत चाललं आहे, हे परदेश दौऱ्यावर असलेल्या अध्यक्षांना वेळोवेळी कळवलं जात होतं. वॉशिंग्टनहून येणाऱ्या त्या संदेशांनी अध्यक्ष संतप्त आणि त्रस्त झाले होते. कदाचित त्यामुळेच त्यांची जिनिव्हा आणि व्हिएन्ना इथली भाषणं म्हणावी तशी प्रभावी झाली नव्हती. डॉ. हेन्री किसिंजर आणि अध्यक्ष पुढे उचलाव्या लागणाऱ्या पावलांविषयी वेळोवेळी चर्चा करत होते.

कॉलिन बर्टन आणि त्यांच्या शंभर आंदोलकांनी १९ नोव्हेंबर या दिवशी सकाळपासून 'व्हाईट हाऊस'समोर धरणे धरण्याचा कार्यक्रम जाहीर केला. प्रशासन

त्यावर बंदी घालू शकत नव्हतं. तसं केलं असतं तर जनतेमधला असंतोष आणि प्रक्षोभ वाढला असता. आपण शांततापूर्ण धरणे धरत असल्याची ग्वाही कॉलिननी वॉशिंग्टनच्या पोलीस खात्याला दिली. पोलीस अधिकारीदेखील कॉलिन बर्टनना घाबरून होते. त्याला एक खास कारणही होतं...

कॉलिन बर्टनना विद्यार्थीवर्गाचा भरभक्कम पाठिंबा होता. त्याचं महत्त्वाचं कारण होतं– सरकारचं तरुणांना सैन्यामध्ये सक्तीने भरती करायचं धोरण. तसा कायदाही प्रशासनाने संमत करून घेतला होता. १९६५ मध्ये तत्कालीन अध्यक्ष लिंडन जॉन्सन यांनी प्रत्येक महिन्यात ३५००० तरुणांची सैन्यात सक्तीने भरती करायला सुरुवात केली. कित्येक तरुणांनी सैन्यात सेवा करायला नकार दिला. त्यांच्याविरुद्ध कायदेशीर कारवाई करण्याचा प्रश्न प्रशासनासमोर उभा राहिला. हजारो तरुणांविरोधी कारवाई करण्याऐवजी त्यांच्या नेत्यांविरूध्द कारवाई करावी असा सल्ला ॲटर्नी जनरल रामसे क्लार्क यांनी प्रशासनाला दिला आणि तो प्रशासनाने स्वीकारला.

विद्यार्थ्यांचे नेते कॉलिन बर्टन आणि त्यांचे दोन सहकारी डॉ. बेंजामिन स्पॉक आणि धर्मगुरू विल्यम स्लोएन कॉफिन, ज्युनियर यांना मार्च १९६८ मध्ये अटक करण्यात आली. हे समजताच जनतेमधला प्रक्षोभ वाढला. समाजाच्या विविध स्तरांतून त्यांच्या अटकेचा निषेध होऊ लागला, पण प्रशासन आपल्या निर्णयाशी ठाम होतं. त्यांनी कोणत्याही दबावाला न जुमानता कायद्याची प्रक्रिया सुरूच ठेवली. अशातच बर्टन यांनी तुरुंगात आमरण उपोषणाची घोषणा केली.

उपोषणाच्या सोळाव्या दिवशी त्यांची प्रकृती इतकी खालावली, की त्यांना दवाखान्यात दाखल करून सक्तीने सलाईन लावलं. त्या तिघांना मुक्त करावं, यासाठी सरकारवर जनतेचा दबाव वाढत होता. शेवटी सरकारने त्या तिघांची बिनशर्त मुक्तता केली.

धरणे धरण्याचा कार्यक्रम झाल्यावर दुपारी चार वाजता व्हाईट हाऊससमोरील लाफाएट पार्कमध्ये कॉलिन बर्टन उपस्थित जनसमुदायाला उद्देशून भाषण करणार होते. त्याच वेळी 'ओव्हल' कार्यालयात राष्ट्रीय सुरक्षा समितीची बैठक होणार होती. चार वाजत आले तशी लाफाएट पार्कमध्ये लोकांची गर्दी होऊ लागली. बरोबर पावणेचार वाजता राष्ट्रीय सुरक्षा समितीच्या सर्व सदस्यांना हेलिकॉप्टरने 'व्हाईट हाऊस'मध्ये आणण्यात आलं.

'व्हाईट हाऊस'कडे जाणारे सर्व रस्ते लोकांनी खचाखच भरले होते. ठरल्याप्रमाणे चार वाजता समितीची बैठक सुरू झाली आणि त्याच वेळी उपस्थित जनसमुदायाला उद्देशून भाषण करण्यासाठी कॉलिन बर्टन उभे राहिले. त्यांच्या स्वयंसेवकांनी ठिकठिकाणी ध्वनिक्षेपक उभे केले होते. आपल्या आंदोलनाला मोठ्या प्रमाणावर पाठिंबा दिल्याबद्दल त्यांनी जनसमुदायाचे आभार मानले.

ते पुढे म्हणाले, ''दक्षिण व्हिएतनाममधल्या लोकशाहीवादी व्हिएत-मिन्ह सरकारला अमेरिकेने मदत पाठवताना केवळ अमेरिकन सैन्याची यंत्रणा तिकडं न पाठवता आपली संस्कृती आणि नीतिमूल्ये तसेच दोनशे वर्षांची परंपरा असलेले आपले राष्ट्रीय आदर्शही पाठवले आहेत. आपल्या तिथल्या वर्तणुकीवर आणि महत्त्वाकांक्षांवर सारं जग बारकाईने लक्ष ठेवून आहे. आपल्या उच्च नीतिमूल्यांपैकी अतिशय महत्त्वाचं मूल्य आहे– मानवतेचा आदर राखणे! एका माणसाने दुसऱ्या माणसाशी कसं वागावं, हे मानवतेच्या निकषांवर उतरलं पाहिजे. याबाबत कोणाचंही दुमत असणार नाही, याची मला खात्री आहे. आज आपले सैनिक व्हिएतनाममध्ये काय करत आहेत? आपली ही सर्वोच्च नीतिमूल्यं निर्दयपणे पायदळी तुडवून आपल्याला शरमेने मान खाली घालायला लावत आहेत! व्हिएतनामी जनता केव्हापासून युद्ध आणि हिंसाचार यांनी पोळली आहे. गेली १७-१८ वर्षं त्यांच्यात राजकीय कारणास्तव दुफळी पडली आहे. त्यांना मदतीचा हात पुढे करून त्यांच्या हालअपेष्टा कमी करायच्या आणि त्यांच्यात एकी घडवून आणण्याचा प्रयत्न करण्याऐवजी त्यांच्या जखमांवर आपले सैनिक मीठ चोळत आहेत. तिथं शांतता प्रस्थापित करायला गेलेले सैनिक हिंसक आणि विध्वंसक कृत्यांमध्ये मग्न झाले आहेत.

''व्हिएतनामी जनतेला हिणवणारी, जनावरांसारखी वागणूक देऊन आपल्या सैनिकांनी अक्षम्य गुन्हा केला आहे. मानवतेला काळिमा फासणारं त्यांचं हे क्रूर वर्तन घृणास्पद आहे. केवळ आपली राष्ट्रीय नीतिमूल्ये त्यांनी पायदळी तुडवली, एवढंच नव्हे तर आंतरराष्ट्रीय समुदायाने युद्धांवेळी कसोशीने पाळायचे जिनिव्हा करारांसारखे नियम आणि कायदेकानूनदेखील झुगारून देऊन त्यांनी घोर अपराध केला आहे. या सर्वांवर कळस केला आहे तो अध्यक्ष निक्सन यांच्या प्रशासनानं! बेछूट आणि अमानुष वर्तणुकीला जबाबदार असणाऱ्या सैनिकांना शासन करून, असे प्रकार यापुढे अन्य सैनिकांकडून होऊ नयेत यासाठी त्यांच्यावर कठोर कारवाई करण्याऐवजी त्यांच्या अक्षम्य चुकांवर पांघरूण घालण्याचा प्रशासनाचा आटोकाट प्रयत्न निंदनीय आणि घृणास्पद आहे. निक्सन प्रशासनचं हे धोरण अमेरिकेसारख्या, लोकशाहीचा खंदा पुरस्कार करणाऱ्या राष्ट्राला लांच्छनास्पद आहे.

''एखाद्या कोवळ्या वयाच्या व्हिएतनामी मुलाच्या डोळ्यांदेखत त्याच्या आजोबांना एका खड्ड्यात ढकलून त्यांच्या शरीराची चाळण केली असेल किंवा चार-पाच सैनिकांनी त्याच्या बहिणीवर आळीपाळीने बलात्कार केला असेल तर आपण त्यांचे रक्षणकर्ते आहोत यावर त्याचा विश्वास बसेल का? जर आपल्या देशाच्या एकेकाळच्या आधारस्तंभांनी घालून दिलेली मानवतावादी मूल्ये झुगारून व्हिएतनाममध्ये शांतता प्रस्थापित करण्याच्या नावाखाली हिंसाचाराचं थैमान घालायचं असेल तर तिथं क्षणभरही राहण्याचा आपल्याला नैतिक अधिकार नाही. गेल्या आठ-दहा दिवसांपासून

विविध प्रसारमाध्यमांतून प्रसिद्ध झालेल्या मजकुरांतून व्हिएतनाममध्ये आपल्या सैनिकांची वर्तणूक कशी आहे, हे त्यांच्यापैकीच काही जणांनी जनतेच्या निर्दशनास आणलं आहे. ते पाहता व्हिएतनामच्या भूमीवर एकही अमेरिकी सैनिक ठेवू नये यासाठी आता जनतेनंच पुढाकार घेणं आवश्यक आहे. निक्सन प्रशासनाने तातडीची पावलं उचलून तिथल्या सैन्याला परत बोलावण्याखेरीज आता पर्याय उरलेला नाही!''

कॉलिन बर्टन बोलत होते, त्या जागेपासून अवघ्या पाचशे फुटांवरच्या 'ओव्हल' कार्यालयात नेमक्या त्याच विषयावर चर्चा सुरू होती.

''माझ्या गैरहजेरीत त्या प्रकरणाच्या प्रसिद्धीने कळस गाठला! आपल्या अधिकाऱ्यांनी काही पावलं उचलून त्यास थोपवूनही धरलं नाही. तिकडं जाऊन आलेल्या सैनिकांनीदेखील आपली कर्तबगारी दूरदर्शनवरून जगजाहीर केली. गुप्ततेची शपथ घेतल्याचं ते सोयीस्कररीत्या विसरले असावेत.''

''सर, त्यांच्या प्रशिक्षणाचा कालावधी खूपच कमी होता... कित्येकांनी कागदपत्रं न वाचताच सह्या केलेल्या. आपण गुप्ततेची शपथ घेतली आहे, हे त्यांच्या लक्षातसुद्धा नसावं. शिवाय त्यांना आर्थिक प्रलोभनं दाखवण्यात आली. मला वाटतं त्या सर्वांवर कायदेशीर कारवाई सुरू करावी म्हणजे निदान या पुढे तरी असे प्रसंग उद्भवणार नाहीत.''

संरक्षण सचिव मेअर्ड म्हणाले. त्यांच्या विनंतीखातर ॲटर्नी जनरल रामसे क्लार्कनाही समितीच्या बैठकीला हजर राहण्याची विनंती केली होती.

''रामसे, कायद्याच्या तरतुदी काय आहेत?'' अध्यक्षांनी विचारलं.

'पोस्ट' अथवा सेमूर किर्श यांच्याविरुद्ध कारवाई करायचा प्रश्नच उद्भवत नाही. त्यांनी कोणत्याही अमेरिकन कायद्याचा भंग केलेला नाही, पण सायमन हडसन– तो माहिती-प्रसारण खात्याचा फोटो काढणारा वार्ताहर, त्याच्याविरुद्ध आणि प्रसारमाध्यमांना मुलाखती देणाऱ्या प्रत्येकाविरुद्ध कायदेशीर कारवाई करण्यात कसलीच आडकाठी येणार नाही.''

''मला वाटतं आजच त्या सर्वांच्या अटकेचे आदेश काढावेत.'' संरक्षण सचिव म्हणाले.

''यात मला एक मोठा धोका दिसतो आहे,'' हेन्री किसिंजर म्हणाले, ''कायद्याची प्रक्रिया सुरू करण्यात कसलीच अडचण नाही हा एक भाग झाला, पण तसं करण्याने आपल्याविरुद्ध आवाज उठवणाऱ्यांना आणखी चेव चढेल. 'सत्य परिस्थिती जगापुढे आणणाऱ्यांची मुस्कटदाबी केली जात आहे' असा अपप्रचार केला जाईल. त्यांच्याविषयी लोकांच्या मनात सहानुभूती निर्माण होईल. मला वाटतं आपण कायद्याचा बडगा दाखवून हे प्रकरण निकालात काढण्याची चूक करू नये.''

“मेल्विन, हेन्री म्हणतात ती शक्यता नाकारता येत नाही, पण हेन्री, या साऱ्या प्रकाराकडे देशाचं लक्ष लागून राहिलं आहे. मला काहीतरी ठोस निर्णय घ्यावा लागणार आहे. तुम्ही काय सुचवता?”

“मी मागच्या बैठकीत सुचवलेल्या एका गोष्टीचा पुनरूच्चार करू इच्छितो. निष्पक्ष आणि स्वतंत्र चौकशीचे आदेश काढल्याशिवाय लोकांचा आवाज थंडावणार नाही. कॉलिन इथून जवळच भाषण करत असेल, आत्ता त्याच्या सारख्यांचा आवाज बंद करायला चौकशीचे आदेश देणे, हा एकच पर्याय मला दिसतो आहे.” किसिंजर म्हणाले.

“शिवाय व्हिएतनाममधून अमेरिकन सैन्याला परत बोलावू आणि सन्मानाने शांतता प्रस्थापित करू, या आपल्या आश्वासनाचा पाठपुरावा करण्याचीही गरज आहे.” परराष्ट्र सचिव विल्यम रॉजर्स म्हणाले.

“मला वाटतं की, आत्तापर्यंत आपण केली तशी चालढकल यापुढे चालू ठेवणं कठीण आहे. त्या आश्वासनाच्या अनुषंगाने काही नवं धोरण जाहीर केलं तर आपल्या प्रशासनाविरुद्ध सुरू असलेलं आंदोलन थोड्या प्रमाणात का होईना, थंडावेल.” अध्यक्ष म्हणाले.

त्यानंतर पुढे दोन तास त्या विषयावर चर्चा झाली. समितीची बैठक संपल्यावर वार्ताहर परिषद झाली. तिच्यामध्ये अध्यक्षांच्या वृत्तसचिवांनी एक निवेदन उपस्थितांना वाचून दाखवलं आणि त्याच्या प्रती वाटल्या. त्या निवेदनातल्या घोषणा समजताच वार्ताहरांची तारांबळ उडाली. उद्याच्या बातम्यांमध्ये त्या घोषणेला प्राधान्य दिलं जाणार, यात शंका नव्हती.

दुसऱ्या दिवशीच्या सर्व प्रमुख वृत्तपत्रांत ‘व्हिएतनाममधून टप्प्याटप्प्याने अमेरिकी सैन्याची माघार’, ‘नी-लाय् हत्याकांडास जबाबदार असणाऱ्यांच्या चौकशीचे आदेश’ अशा आशयाच्या बातम्या होत्या.

‘वॉशिंग्टन पोस्ट’मध्ये ‘कॉलिन बर्टन यांचा विजय’ या मथळ्याचा अग्रलेख होता. त्यात ‘बर्टन यांनी ‘ओव्हल’ कार्यालयाजवळ केलेल्या भाषणात अमेरिकन सैनिकांना व्हिएतनाममधून बोलावून घ्यावं,’ असं प्रशासनाला आवाहन करणं आणि त्याच वेळी अध्यक्ष निक्सन यांनी सैन्याच्या माघारीचा निर्णय जाहीर करणं हा दुर्मिळ योगायोग वाटत असला तरी त्यामागे बर्टन यांचे गेल्या पाच वर्षांचे अथक परिश्रम आहेत,’ असं म्हटलं होतं.

युद्धविरोधी आंदोलकांमध्ये आनंदाची लाट उसळली तर ‘चार्ली कंपनी’च्या कित्येक सदस्यांची भीतीने गाळण उडाली!

न्यूयॉर्क, जानेवारी १९७०

'न्यूयॉर्क टाईम्स'च्या त्रेचाळिसाव्या स्ट्रीटवरच्या भव्य मुख्य कार्यालयातल्या सायमन हडसनच्या टेबलावरचा फोन वाजू लागला. तिथं कामास सुरुवात केल्याला त्याला फक्त चार दिवस झाले होते. अलीकडेच 'टाईम्स'ने त्याला युद्धवार्ता विभागाचं उप-प्रमुखपद देऊ केलं तेव्हा नोकरीच्या शोधात असलेल्या सायमनने ते स्वीकारलं.

सेमूर किर्शचा लेख प्रसिद्ध झाल्यानंतर सायमन प्रसिद्धीच्या झोतात आला होता. कसल्याही परिणामांची तमा न बाळगता नी-लायचं सत्य जगासमोर आणण्याची सायमनची तळमळ आता सर्वश्रुत होती. त्याबद्दल त्याच्यावर कौतुकाचा नि अभिनंदनाचा वर्षाव होत होता.

"हॅलो, सायमन बोलतोय!"

"सायमन, मी पॉल आर्चर. कसा आहेस तू?"

"अरे पॉल, मी मजेत आहे. तू कसा आहेस?"

"ठीक चाललंय. तुझ्याबद्दल जवळजवळ रोज बातम्या वाचत असतो. तू व्हिएतनामला जाण्यापूर्वी आपण भेटलो होतो, त्याला जवळजवळ दीड वर्षं झालं. तू तिकडून आल्यानंतर कोणत्या गडबडीत होतास, ते सांगायची गरज नाही, पण, हे पहा, मला तुला भेटायचं आहे. कधी आणि केव्हा ते सांग!"

"अरे, आजच संध्याकाळी भेटू. टेन्थ ॲव्हेन्यूवरच्या 'लॅन्सडाऊन रोड' या बारमध्ये चालेल? माझ्या ऑफिसच्या अगदी जवळ आहे, कास्तिलो थिएटरच्या बाजूला."

"हो चालेल, मला ठाऊक आहे ते ठिकाण. सहा वाजता भेटायचं?"

"चालेल पॉल, ठीक आहे तर भेटू संध्याकाळी!"

सायमनने पॉलचा निरोप घेतला. सायमन आणि पॉल वर्गमित्र. दोघंही मूळचे रिचमंडचे. व्हर्जिनिया विद्यापीठात दोघांचं शिक्षण झालेलं. सायमनने पत्रकारितेचा अभ्यासक्रम तर पॉलने 'इंग्रजी साहित्य आणि सृजनशील लेखनकृती' या विषयात बी.ए. केलं. त्याला लिहायची खूप आवड होती. नेहमी वास्तव नि कल्पना यांची जुळणी करून तो कथा-कादंबऱ्या लिही.

दोन वर्षांपूर्वी, ॲडॉल्फ राईकमन प्रकरण आणि ऑशवित्झ छावणीच्या पार्श्वभूमीवरची 'द जेनोसाईड' ही त्याची कादंबरी प्रकाशित झाली होती. सनसनाटी ऐतिहासिक घटनांचा अभ्यास करून त्यावर आधारित काही लिहिता येईल का याच्या शोधात तो असे. त्यामुळे सायमनला या भेटीचं प्रयोजन काय असावं याची थोडी शंका आलीच. 'नी-लाय्च्या पार्श्वभूमीवर एखादी कादंबरी लिहायचा पॉलचा विचार असणार,' त्याच्या मनात आलं.

संध्याकाळी भेटल्यानंतर ते गप्पा मारत बसले.

इकडचं-तिकडचं बोलून झाल्यावर बियर पितापिता सायमन म्हणाला, ''मग काय पॉल, नी-लाय्च्या पार्श्वभूमीवर कादंबरी लिहायचा विचार आहे वाटतं?''

''तुला तशी शंका आली? पण सायमन, तुझा हा अंदाज साफ चुकला आज!'' पॉल म्हणाला.

''असं? मग आज तातडीने भेटण्याचं कारण...?''

''सांगतो, थांब.''

बिअरचा एक घोट घेऊन पॉल म्हणाला, ''सायमन, 'पोस्ट'मध्ये प्रकाशित झालेले तू काढलेले नी-लाय्चे चार फोटो मी पाहिले. खूपच भेदक आहेत. एकूण किती फोटो काढलेस तिथं?''

''छत्तीस.''

''सायमन, माझा एक प्रस्ताव आहे. तुझ्या फोटोंचं आपण एक पुस्तक प्रकाशित करूया. प्रत्येक फोटोसोबत आपण त्याची सविस्तर माहिती छापू. अर्थात प्रत्येक फोटोची पार्श्वभूमी तू मला सांगायचीस. मी ती शब्दबद्ध करेन. अशा प्रकारच्या पुस्तकाच्या माध्यमातून आपल्याला नी-लाय्ची शोकांतिका कायम स्वरूपात जगासमोर मांडायची संधी मिळेल. काय म्हणणं आहे तुझं? काय वाटतंय तुला?''

थोडा वेळ विचार करून सायमन म्हणाला, ''पॉल, कल्पना चांगली आहे, पण असं पुस्तक छापणार कोण? माझ्या सर्व पारदर्शिका रंगीत आहेत. रंगीत फोटो छापायचा खर्चही मोठा असेल.''

''हे पहा, सायमन, मी प्रकाशक शोधतो. कार्लाईल पब्लिशिंग हाऊसचा मुख्य संपादक बिल गॉर्डन माझ्या चांगल्या माहितीचा आहे. त्याला सुचवून पाहतो. चांगलं मानधनही देईल तो.''

“पॉल, मला त्या फोटोंचा व्यापार करून पैसे मिळवायचे नाहीत.”

“सायमन, माझं एक ऐक. नी-लाय् हत्याकांडाला विस्तृत प्रसिद्धी मिळायला हवी की नको? त्याशिवाय त्याला जबाबदार असणाऱ्या नराधमांची कृष्णकृत्यं जगासमोर येणार नाहीत. बरं, तसं करताना तुला थोडेफार पैसे मिळाले तर त्यात वावगं काहीच नाही. शेवटी तू मोठा धोका पत्करून या प्रकरणाला धाडसाने वाचा फोडलीस. आता तू इथंच थांबू नयेस, असं मला वाटतंय.”

सायमन गोंधळून गेला. शेवटी पॉलच्या म्हणण्यातही तथ्य होतं.

काही वेळ विचार केल्यानंतर तो म्हणाला, “ठीक आहे, पॉल, पहा विचारून बिल गॉर्डनला.”

दोनच दिवस गेले असतील आणि सायमनला पॉलचा फोन आला.

“सायमन, गुड न्यूज! बिलला आपला प्रस्ताव मंजूर आहे.” पॉल उत्साहाने म्हणाला.

“असं? मग आता पुढं कायकाय करायचं आहे?” सायमनने विचारलं.

“प्रकाशनाच्या अटी अशा आहेत....” पॉलने अटींचा नि पुढच्या तयारीचा खुलासा केला. पुस्तकाच्या छपाईची आणि वितरणाची जबाबदारी अर्थातच कार्लाईल पब्लिशिंग हाऊसकडे असणार होती. पुस्तकं जसजशी खपत जातील तसतशी प्रकाशन संस्था प्रत्येक प्रतीच्या छापील किंमतीच्या १५ टक्के रक्कम सायमनला आणि ५ टक्के रक्कम पॉलला मानधनापोटी देणार होती. पहिली आवृत्ती पाच हजार प्रतींची असणार होती. पुस्तकाची किंमत अंदाजे पंचवीस डॉलर्स इतकी ठेवावी, असं प्रकाशन संस्थेने सुचवलं होतं.

“पॉल, मला अटी मान्य आहेत. आता पुढं काय करायचं ते सांग.” सायमन म्हणाला.

“आता इथून पुढं दोन-तीन आठवडे तू आणि मी रोज संध्याकाळी चर्चा करायची. मला प्रत्येक पारदर्शिका पडद्यावर बघून त्यातले बारकावे न्याहाळायचे आहेत. माझ्याकडे प्रोजेक्टर आणि पडदा आहे. केव्हापासून नि कुठं कामाला सुरुवात करायची, हे तू सुचव.” पॉल म्हणाला.

“हे बघ, संध्याकाळी माझं काम संपलं की, आपण न्यू जर्सीतल्या ब्लूमफिल्डला ओकलँड ॲव्हेन्यूवर मी एक लहान घर भाड्याने घेतलं आहे, तिथं बसू, चालेल तुला?”

“उत्तम. उद्या संध्याकाळी बरोबर साडेपाच वाजता तुझ्या ऑफिससमोर माझी फोर्ड मॉन्टाना गाडी घेऊन येतो.”

सायमन आणि पॉलचं काम सुरू झालं. सायमनने आपल्या बैठकीच्या खोलीत छोटा पडदा उभा केला. खोलीत अंधार करून प्रत्येक पारदर्शिका प्रक्षेपित करून ते बारकाईने पाहू लागले.

सायमन माहिती सांगायचा नि पॉल त्यांची टिपणं करायचा. चार-पाच दिवस गेले असतील, पण आतापर्यंत त्यांनी फक्त बारा फोटोंचं विश्लेषण केलं होतं.

त्या दिवशी प्रक्षेपित केलेला पहिलाच फोटो ते बघत होते. समोरच पंचवीस ते तीस प्रेतांचा ढीग पडलेला. रक्ताचं थारोळं पसरलेलं आणि त्या पार्श्वभूमीवर पाच अमेरिकन सैनिक खडकांवर बियर पीत आणि सिगरेटी ओढत बसलेले दिसत होते. त्यांचा हास्यविनोद चाललेला असावा. मागं एक छोटंसं टेकाड, त्याच्या मध्यभागी एक गोल झुडूप दिसत होतं. तो फोटो फारच लक्ष्यवेधक आणि वैशिष्ट्यपूर्ण होता. तो फोटो पाहणाऱ्याला बरंच काही सांगून जायचा. पॉल खूपच प्रभावित झाला.

''खरंच सायमन, समोर रक्ताच्या थारोळ्यात प्रेतं पडलीत आणि हे पाच जण बियर आणि सिगारेटचा आस्वाद घेत हास्यविनोदात मश्गूल आहेत! केवढा प्रचंड विरोधाभास आहे हा! फारच बोलका फोटो घेतलास तू. पण सायमन, त्या सैनिकांच्या चेहऱ्यावरचे भाव जवळून पाहता येतील? प्रतिमा अजून मोठी करता येईल?''

''प्रोजेक्टरची क्षमता चांगली आहे, पारदर्शिकासुद्धा सुस्पष्ट आहे, पण पडदा एवढाच आहे. यावर काय करू शकतो आपण?''

''सायमन, तुझ्या बेडरूमची भिंत कोणत्या रंगाची आहे?''

''फिक्कट पिवळ्या, का बरं?''

''आपण भिंतीवरच ही पारदर्शिका प्रक्षेपित करूया! या पडद्यापेक्षा तिप्पट मोठी प्रतिमा आपल्याला पाहता येईल. तेव्हाच त्या निर्लज्ज सैनिकांच्या चेहऱ्यावरचे भाव मला दिसतील!''

''ठीक आहे, चल, प्रोजेक्टर आत घेऊन जाऊ.''

प्रोजेक्टर आत नेऊन तिथल्या एका टेबलावर ठेवला. प्रोजेक्टर सुरू करून प्रकाश आणि फोकस ठीक केला. आता खरोखरच त्या सैनिकांच्या चेहऱ्यावरचे भाव स्पष्ट दिसत होते. पॉल भराभर टिपणं करत होता. संपूर्ण भिंतीवर प्रक्षेपित केल्यामुळे त्या प्रतिमेत खूपच बारकावे दिसत होते.

''पाहिलंस सायमन, किती बेफिकीर दिसतात हे पाच जण! आपण एवढ्या निरपराध लोकांची आत्ताच हत्या केली आहे, याची तसूभरही आठवण त्यांच्या चेहऱ्यावर दिसत नाही. जणू आपण एक महत्त्वाची आणि आवश्यक कामगिरी पार पाडली आहे नि आता आपल्याला श्रमपरिहाराची गरज आहे, असेच भाव मला त्यांच्या चेहऱ्यावर....''

पॉल मध्येच बोलायचा थांबला. भिंतीच्या जवळ जाऊन त्या फोटोतल्या टेकाडावरच्या झुडपाकडे तो खूप निरखून पाहू लागला.

"सायमन, या झुडपाच्या काही फांद्या बाजूला करून आत लपलेलं कोणीतरी त्या सैनिकांकडे न्याहाळून पाहत आहे, असं वाटतंय का तुला? अर्थात फोटो खूपच दूरवरून घेतल्यामुळे त्यात झुडपाजवळचे बारकावे ठीकसे दिसत नाहीत, पण मला तर हा आकार जमिनीवर झुडपामागं बसलेल्या एखाद्या लहान मुलासारखा दिसतोय!" पॉल आश्चर्यचकित होऊन म्हणाला.

झुडपामध्ये दिसणाऱ्या त्या पुसटशा आकाराकडे पाहत सायमन म्हणाला, "मला तशी शक्यता वाटत नाही, पॉल. एकतर झुडपामध्ये दगड किंवा मातीचा ढिगारा असावा किंवा त्याच्या पलीकडे किंवा आतच गडद पानांचं दुसरं एखादं खुरटं रोप वाढलं असेल नि दुरून त्याचा आकार खाली बसलेल्या मुलासारखा दिसत असेल. अर्थात तू म्हणतोस तसं नाहीच असं ठामपणे म्हणायलाही माझ्याजवळ काही सबळ कारण नाही. तिथं खरंच एखादं मूल असूही शकतं... किंवा नसूही शकतं."

"इतर काही फोटोतही ते झुडूप आलं असेल?"

"मला वाटतं, अजून दोन फोटोंमध्ये ते आहे. थांब, त्याही पारदर्शिका पाहूयाच आपण."

सायमनने त्या दोन पारदर्शिका शोधल्या आणि भिंतीवर प्रक्षेपित करून दोघांनी बारकाईने त्या निरखल्या. दोन्हींमध्येही तो आकार दिसत नव्हता.

ते पाहून सायमन म्हणाला, "पॉल, मला वाटतं ते एखादं मूल असल्याचा केवळ भास होता. चल, पुढच्या कामाला लागूया."

"नाही सायमन, या दोन पारदर्शिकांमध्ये तो आकार दिसत नाही, याचाच अर्थ तो आकार एखाद्या लहान मुलाचाच असणार!" पॉल आत्मविश्वासाने म्हणाला.

सायमनला आश्चर्य वाटलं. त्याने विचारलं, "कशाच्या आधारे हा निष्कर्ष काढलास तू?"

"हे पहा, या दोनही पारदर्शिकांमध्ये ते सैनिक दिसत नाहीत. त्याअर्थी ते झुडपाजवळून निघून गेले. ते जेव्हा झुडपांजवळच्या दगडांवर बसले होते तेव्हा त्यांची पाठ झुडपाकडे होती. त्यामुळे कुतूहलापोटी आत लपलेल्या मुलाने त्यांचं निरीक्षण करायचं धाडस केलं असावं. ते गेल्यानंतर ते मूल पुन्हा झुडपाच्या दाट भागात लपण्याची शक्यता आहे, म्हणूनच तुझ्या पुढील फोटोंत ते दिसत नाही."

"पॉल, समज ते एक मूल आहे, असं आपण गृहीत धरलं तर इतर बरेच प्रश्न उभे राहतात. एकतर त्याच्या आकारावरून त्याचं वय ४-५ वर्षांपेक्षा जास्त नसावं. मुलगा किंवा मुलगी हे सांगणं तर अशक्य आहे, पण ते त्या झुडपात लपून बसलं होतं, तरीही सैनिकांना दिसलं नाही, याचा अर्थ सैनिक नी-लायूला पोहचण्यापूर्वीच ते झुडपात शिरलं असणार. ते झुडूप वस्तीपासून दूर बाजूला आहे. त्याच्या

आसपास शेतं किंवा फळांची झाडंही नाहीत. सकाळी आठ-सव्वाआठ वाजता ४-५ वर्षांचं ते मूल घरापासून दूर एकांतात असलेल्या टेकडीवरच्या झुडपात कशासाठी गेलं असावं, सांगता येईल? बरं, समजा ते तिथं काही कारणाने गेलं, तरी गोळीबार सुरू झाल्यावर किंवा आधी हेलिकॉप्टर्सची घरघर ऐकून आपल्या आईवडिलांकडे पळत का सुटलं नाही? किंवा नंतरचा हिंसाचार पाहून त्याने आक्रोश का केला नाही? हे बघ पॉल, मला तरी तुझ्या निष्कर्षात फारसं तथ्य वाटत नाही.''

''तू काढलेल्या शंका तशा खऱ्या आहेत. तुझ्या प्रश्नांना मी योग्य उत्तरं देऊ शकत नाही, हे खरं, पण तरीही मला वाटतं, हा प्रश्न पूर्ण धसास लावावा. आत्तापर्यंतचा समज आहे की, नी-लाय् हत्याकांडातून कोणीही वाचलं नाही. समज जर ते मूलच होतं आणि त्याला आपण शोधून काढलं तर केवढी खळबळ उडेल! अकल्पितच ठरेल ते! संपूर्ण नी-लाय् प्रकरणाला एक वेगळीच कलाटणी मिळेल... आपल्याला जगप्रसिद्धी मिळेल... नी-लाय्चा हिंसाचार प्रत्यक्ष पाहिलेली ती एकमेव व्यक्ती असेल... तिलादेखील खूप प्रसिद्धी मिळेल....''

''पॉल, तू तर दिवास्वप्नंच पाहू लागलास! तुझ्यातल्या लेखकाच्या कल्पनाशक्तीने उंच भरारी मारलेली दिसते. मला वाटतं, हा मुद्दा आपण इथंच सोडून देऊ. नी-लाय्चं एखादं मूल त्या हत्याकांडातून वाचलं आहे, हे समजल्यावर व्हिएतनामच्या सरकारने त्याला नक्कीच मोठी प्रसिद्धी दिली असती. एव्हाना ते कळलंच असतं. त्या दुर्घटनेला आता आठ–नऊ महिने होत आलेत.''

''तू काहीही म्हण सायमन, माझ्या शंकेचं निरसन झाल्याशिवाय मला चैन पडणार नाही. एक सांग, समजा तू त्या मुलाच्या ठिकाणी असतास तर अमेरिकन सैनिक निघून गेल्यावर काय केलं असतंस?''

''काय केलं असतं?'' जरा विचार करून सायमन म्हणाला, ''मी आधी आईवडिलांचं काय झालं हे पाहिलं असतं... ते जिवंत नाहीत हे समजल्यावर गावात अन्य कोणी जिवंत आहे का हे पाहिलं असतं... आणि... आणि कोणीही जिवंत नाही याची खात्री झाल्यावर तिथल्या प्रेतांचे खच, रक्ताची थारोळी, जळालेल्या घरांचे सांगाडे पाहून तिथं न राहता जवळपासच्या एखाद्या खेड्यात आश्रयासाठी गेलो असतो!''

''अगदी माझ्या मनातलं बोललास! माझी एक इच्छा आहे, पण थांब, एवढ्यात सांगत नाही तुला.''

सायमनचा निरोप घेऊन पॉल निघून गेला. दोन दिवसांनी, शनिवारी सकाळी पुन्हा भेटायचं ठरलं होतं. पॉल सायमनच्या घरी पोहचला तेव्हा तो वाटच पाहत होता.

''सायमन, दोन आठवड्यांची सुट्टी काढ आणि प्रवासाची तयारी कर!'' उतावीळपणे पॉल म्हणाला.

“सुट्टी काढून प्रवास? कुठं आणि कशासाठी?” गोंधळलेल्या सायमनने विचारलं.

“तू आणि मी नी-लायूला जाणार आहोत, त्या छोट्या मुलाचा शोध घ्यायला!”

“अरे, काय वेडबिड लागलंय की काय तुला?”

“सायमन, मी काल बिलला भेटलो. त्याला माझी शंका बोलून दाखवली आणि त्याला एक गोष्ट सुचवली. आपल्या प्रस्तावित पुस्तकात आजच्या नी-लाय्चे काही फोटो आणि शक्य झाल्यास त्या हत्याकांडातून वाचलेल्या एका मुलाचे फोटो छापले तर त्या पुस्तकाची मागणी कितीतरी पटीने वाढेल! मी त्याला सांगितलं की, आम्ही दोघं त्या शोधमोहिमेवर जायला तयार आहोत, पण आमच्या या दौऱ्याचा संपूर्ण खर्च कार्लाईल पब्लिशिंग हाऊसने केला पाहिजे. आणि काय सांगू पॉल, तो तयार झाला!”

क्वाग अंगै, जानेवारी १९७०

२९ जानेवारीला पॉल नि सायमन सायगावला आणि तिथून क्वांग अंगैला पोहचले. क्वांग अंगैच्या परिसरात आता चकमकी होत नव्हत्या. कार्लाईल पब्लिशिंग हाऊसने त्या दोघांच्यासाठी तिथं जाण्याची खास परवानगी संरक्षण खात्याकडून घेतली होती. ती नाकारली तर त्यास अवास्तव प्रसिद्धी दिली जाईल या भीतीपोटी सरकारने त्यांच्या उपक्रमात आडकाठी आणली नव्हती.

सायगावला गेल्यागेल्या त्यांनी अंगुयेन नावाच्या, बऱ्यापैकी इंग्रजी बोलणाऱ्या एका व्हिएतनामी तरुणाला दुभाषा म्हणून मदत करायची विनंती केली. योग्य मोबदल्यापोटी अंगुयेन दुभाषाचं काम करायला तयार झाला. मग त्यांनी सायगावमध्ये प्रशासकीय कार्यालयात जाऊन काही अधिकाऱ्यांची भेट घेतली.

समाजकल्याण खात्याचे एक अधिकारी त्यांना म्हणाले, “नी-लाय्ची दुर्घटना १६ मे या दिवशी झाली. आम्हाला ती बातमी २५ मे या दिवशी मिळाली. तेव्हा मध्य व्हिएतनामच्या बऱ्याच भागात चकमकी सुरू होत्या. तरीदेखील आम्ही काही कर्मचाऱ्यांना नी-लाय्ला पाठवलं. त्यांनीही सांगितलं की, त्या हत्याकांडातून कोणीच वाचलं नाही. त्यांना नी-लाय्मध्ये सामुदायिक कबरी पाहायला मिळाल्या. चौकशी केल्यावर समजलं की, नी-लाय्जवळच्या बिंताय या खेड्यातल्या लोकांनी ते सत्कार्य पार पाडलं होतं.”

“त्यांना हत्याकांडाची माहिती कशी मिळाली?”

“मला ठाऊक नाही. आमच्या कर्मचाऱ्यांनी त्याचा पुढे पाठपुरावा केला नाही.

वेळही खूपच कमी होता. कोणत्याही क्षणी चकमकी होण्याची शक्यता, भूसुरुंगांचे मधूनमधून होणारे स्फोट यांच्या भीतीने त्यांनी ती चौकशी आवरती घेतली.''

पॉल आणि सायमन तिथून निघाले. क्वांग अंगैला पोहचल्यावर तिथं त्यांनी एक जीप भाड्याने घेतली नि नी-लाय् आणि आसपासच्या परिसराचे नकाशेही पैदा केले. मग ते नी-लाय्कडे गेले. सायमनच्या डोळ्यांसमोर १६ मे हा दिवस उभा राहिला. त्याने पॉलला त्या दिवशी कुठं कायकाय घडलं, हे प्रत्यक्ष त्यात्या ठिकाणी नेऊन दाखवलं. नी-लाय्मध्ये स्मशान शांतता होती. संपूर्ण वातावरण आजही भयावह वाटत होतं. गावात कोणीही दिसत नव्हतं.

''सायमन, चल ते टेकाड कुठं आहे, ते दाखव.'' पॉल म्हणाला.

ते दोघं टेकाडाकडे गेले. वर चढून झुडपाजवळ गेले. तिथं आत कोणी बसल्यासारखा दगडाचा किंवा रोपाचा आकार दिसत नव्हता. झुडपाच्या आत डोकावून पाहायचा प्रयत्न केल्यावर त्यांच्या लक्षात आलं की, आत मोकळी जागा आहे.

''अरे, ही तर एक ढोलीच दिसते आहे! आणि हे पहा, ढोलीच्या आत शिरायला पायवाटही आहे!'' पॉल म्हणाला.

''खरंच की, चल, आत जाता येतं का पाहूया.'' काटेरी फांद्या हळू दूर करत ते ढोलीत शिरले.

''अगदी एखादी गोल छताची झोपडीच वाटते ही तर, पॉल आणि हे पहा, जमीन मुद्दाम सपाट करून बसायला जागा केलेली आहे.''

त्यांनी त्या जागेचं बारकाईने निरीक्षण करायला सुरुवात केली. बांबूच्या सालांपासून बनवलेल्या तुटक्या टोपल्यांचे तुकडे, शेंगांची टरफलं, केळीच्या वाळलेल्या साली, फणसाच्या बिया नि आंब्यांच्या कोयी पाहून त्यांची खात्री झाली की, कधीतरी या ठिकाणी लहान मुलांचा वावर असणार!

''पॉल, त्या फोटोतली प्रतिमा एखाद्या लहान मुलाची असावी, या तुझ्या निष्कर्षाला पोषक पुरावे मिळाले आहेत, पण आता प्रश्न हा आहे, की ते नेमकं कुठं गेलं असावं?''

ते ढोलीतून बाहेर पडतानाच त्यांना चार व्हिएतनामी तरुण त्यांच्याकडे येताना दिसले. त्या दोघांच्या हातात बंदुका नाहीत याची खात्री झाल्यावरच ते तरुण त्यांच्याकडे येत होते. मघापासून शेतातून ते दोघांना न्याहाळत होते. जीपचा आवाज ऐकू आल्यावर पटकन ते शेतात लपले होते.

''इथं झालेल्या हत्याकांडाची माहिती काढायला आम्ही अमेरिकेहून आलो आहोत. तुम्ही कोण आहात?'' पॉलने अंगुयेनच्या मदतीने त्यांना विचारलं.

त्यांच्यापैकी एक जण म्हणाला, ''आम्ही नी-लाय्चेच आहोत. कामानिमित्त

आम्ही ठिकठिकाणी नोकऱ्या करत होतो. काही महिन्यांपूर्वी इकडं काही गडबड झाल्याचं कानावर आलं. येऊन पाहतो तर आमच्या गावाची राखरांगोळी झालेली.''

''आमचे आईवडील, आजीआजोबा, भाऊबहीण... कोणाकोणाला जिवंत ठेवलं नाही त्या दुष्ट सैनिकांनी.''

त्या प्रसंगाच्या आठवणीनंही त्या चौघांचे डोळे अश्रूंनी डबडबले.

''तुम्ही आता इथंच राहता?'' सायमनने विचारलं.

''हो, आता इथंच शेती करत राहायचं ठरवलं आहे आम्ही. आमच्यासारखे बाहेरगावी काम करणारे अजून कोणी वाचले आहेत की काय कुणास ठाऊक, पण एक मात्र खरं, त्या दिवशी इथं राहणारा एक जणही वाचला नाही.''

''एखादा चार-पाच वर्षांचा मुलगा किंवा मुलगी हत्याकांडातून वाचली असेल? तसं काही तुमच्या कानावर आलं आहे?'' सायमनने विचारलं.

''चार-पाच वर्षांचं मूल? मुळीच नाही! कोणीच वाचलं नाही त्या हल्ल्यातून. का बरं?''

''नाही, आम्हाला जरा शंका वाटली म्हणून विचारलं. बरं, नी-लाय्च्या लोकांचं जवळपासच्या दुसऱ्या कोणत्या खेड्याकडं जास्त जाणंयेणं होतं?''

थोडा विचार करून त्यांच्यापैकी एक जण म्हणाला, ''तसं पाहिलं तर इथून मि-लेक, चुंग-आन आणि आनलुक ही तीन खेडी पाच-सहा मैलांच्या अंतरांवर आहेत, पण तीही नी-लाय्सारखीच छोटी, थोडी लहानच आहेत. इथल्या लोकांचं बाजारहाट, मालविक्री वगैरे कारणांसाठी जरा दूरच्या बिंतायलाच जाणंयेणं व्हायचं. महिन्यातून एखादी चक्कर तरी ते तिकडं टाकत. अर्थात अगदी आवश्यक असलं तरच लोक तिकडं जायचे. कारण दहा मैल चालत, तेही जंगलातल्या रस्त्याने जाणं फक्त धडधाकट लोकांनाच जमायचं. मग तिकडं गेलं की, एक दिवस कोणत्यातरी ओळखीच्या घरी किंवा मंदिरात मुक्काम करून दुसऱ्या दिवशी मावळतीला परतत.''

''गावात बिंतायविषयी सर्वांना ठाऊक होतं तर... पण लहान मुलं कधी तिकडं जायची?'' पॉलने विचारलं

''मुळीच नाही. दहा मैल चालणं म्हणजे काही सोपं नव्हे.''

''मोठे लोक कोणत्या गावाला जातात, त्याचा रस्ता कुठून जातो, या गोष्टी मुलांना ठाऊक होत्या?''

''अगदी पक्क्या ठाऊक होत्या! कारण वडीलधारी मंडळी तिकडं निघाली की, ती त्यांच्या मागं लागत 'आम्हाला पण तिकडं घेऊन चला,' म्हणून. पण ते काही शक्य नव्हतं. जिथं शेतं संपतात, तिथून बिंतायची पायवाट जंगलात जाते. मग तिथपर्यंत मुलांचा घोळका मागेमागे जायचा. सहसा सात-आठ जणांच्या गटाने लोक तिकडं जायचे. तांदूळ विकून

येताना लहानसहान वस्तू आणायचे. दुसऱ्या दिवशी सूर्य मावळतीकडे चालला की, पुन्हा त्यांच्या मुलांचा घोळका जंगलाच्या कडेशी त्यांची आतुरतेने वाट पाहत बसायचा. बिंतायच्या बाजारातून 'बाबाने आपल्यासाठी काही गोडधोड आणलं असेल,' या आशेने.''

''म्हणजे गावातल्या सर्व लहान मुलांना बिंतायचा रस्ता ठाऊक होता तर?'' पॉलने विचारलं.

''नक्कीच. इतर खेड्यांकडे फारसं जाणंयेणं नव्हतंच. त्यांची नावं किंवा त्यांचे रस्ते लहान मुलांना ठाऊकही नसणार.''

सायमनने त्या तरुणांचे काही फोटो काढले आणि त्यांचा निरोप घेतला. तिथून ते मि-लेक, चुंग-आन आणि आनलुक या खेड्यांकडे गेले. 'आठ महिन्यांपूर्वी चार-पाच वर्षांचं एखादं मूल नी-लायूहून आश्रयासाठी आलं आहे का,' अशी प्रत्येक ठिकाणी कसोशीने चौकशी केली. सगळीकडे नकारघंटाच ऐकायला मिळाली. सर्वांत शेवटी ते बिंतायला जाणार होते. आनलूकवरून एक कच्चा रस्ता बिंतायला जात होता. त्या खडबडीत रस्त्यावरून जीप हळूहळू बिंतायच्या दिशेने निघाली होती. तिथंच काही तपास लागेल, अशी पॉलची अपेक्षा होती. कारण मुलांना बिंतायचा रस्ता ठाऊक होता. तिथं पोहचल्यावर एक गावकरी त्यांना थिन-क्वाप यांच्याकडे घेऊन गेला.

काठी टेकतटेकत थिन-क्वाप आपल्या अंगणात आले. तिथं बसायला बांबूच्या चटया अंथरल्या होत्या. पॉल आणि सायमन जरा अवघडूनच खाली बसले. त्यांना जमिनीवर बसायची सवय नव्हती. अंगणाच्या जवळ आंब्याचं मोठं झाड होतं. संध्याकाळचे पाच वाजून गेले होते.

''या मंडळी, काय काम काढलंत?'' थिन-क्वापनी त्यांना हात जोडून नमस्कार करताकरता विचारलं आणि एका मुलाला काहीतरी सूचना दिल्या. ते बसल्यावर अंगुयेनने त्यांना पॉल आणि सायमन यांच्या मोहिमेची कल्पना दिली. इतक्यात मघाशी गेलेला मुलगा चहा, केळी नि फणसाचे गरे घेऊन आला. ते पदार्थ त्याने पाहुण्यांच्या समोर ठेवले. पॉल आणि सायमनने थिन-क्वाप यांचे आभार मानून चहा घेतला आणि थोडी फळं चाखली.

''चार-पाच वर्षांचं मूल आणि इकडं आश्रयासाठी? छे, इकडं कोणीच फिरकलेलं नाही. आलं असतं तर सर्वांत आधी मलाच कळलं असतं. मी 'उय-बान-हान-मिन्ह' म्हणजे आमच्या गावच्या सल्लागार मंडळाचा प्रमुख आहे.''

ते ऐकून पॉल आणि सायमन यांची घोर निराशा झाली. त्यांनी खूप खोदूनखोदून विचारलं, पण थिन-क्वापनी त्यांना छातीठोकपणे सांगितलं की, 'बिंतायला आश्रयासाठी कोणीही लहान मूल मुळीच आलेलं नाही.'

पॉल आणि सायमन यांनी एकमेकांकडे पाहून आता इथं अधिक वेळ वाया घालवण्यात काही अर्थ नाही, असं नजरेनं सूचित केलं.

ते जायला उठणार इतक्यात पॉलने थिन-क्वापना विचारलं, ''तुमच्या गावच्या लोकांनीच त्या सर्वांचे अंत्यसंस्कार केले ना?''

''हो, आमच्या धर्मात ते पुण्यकर्म मानलं जातं!'' थिन-क्वाप म्हणाले.

''तिथं हत्याकांड झालं आहे, हे तुमच्या गावच्या लोकांना कसं कळलं?'' थिन-क्वापना हा प्रश्न अपेक्षितच होता.

''त्याचं काय झालं, आमच्या गावचा मान-रिप जंगली औषधी वनस्पती शोधत जंगलातून भटकत असतो. त्या दिवशी योगायोगाने तो नी-लायज्वळच्या जंगलातच होता. गोळीबाराचा आवाज थंडावल्यावर जाऊन पाहतो तर....''

थिन-क्वापनी त्या प्रश्नाचाही उलगडा केला.

''पण साहेब, तिथं जे काही झालं ते फारच वाईट झालं. असं नको होतं व्हायला... त्याला कोण जबाबदार आहेत कोण जाणे, पण त्यांचं भलं होणार नाही!'' उद्विग्नतेने मान हालवत थिन-क्वाप म्हणाले.

''त्यांचं भलं होणार नाही म्हणजे?'' सायमनने विचारलं.

''आमच्या या भूमीत असा समज आहे, की जो कोणी निरपराध लोकांचा छळ करतो, त्याला केव्हा ना केव्हा आपल्या पापाचं प्रायश्चित्त हे भोगावंच लागतं!''

'कसलं प्रायश्चित्त आणि कसली शिक्षा! अमेरिकन सरकार त्यांना पाठीशी घालणार हे नक्की,' असा विचार करत पॉल आणि सायमन उठले. त्यांनी थिन-क्वाप यांचे आभार मानून निरोप घेतला. आपली मोहीम अयशस्वी झाल्यामुळे दोघंही निराश झाले होते.

ते जीपमध्ये चढले तेव्हा गावातल्या लहान मुलांचा एक घोळका त्यांच्या जीपकडे कुतूहलाने पाहत तिच्याजवळ येत होता. त्या घोळक्यातल्या सुआनने जेव्हा उंच गोऱ्या सायमन नि पॉलना पाहिलं तेव्हा तिला नी-लाय्मध्ये पाहिलेले उंच, गोरे बंदूकधारी सैनिक आठवले. ती जागच्या जागीच खिळली. इतर मुलं जीपच्या जवळ गेलेली, पण सुआन दूरच थांबली होती. तिथूनच भयभीत चेहऱ्याने, त्या भयानक दिवसाच्या आठवणीने व्याकूळ झालेली सुआन त्यांच्याकडे पाहत होती.

ड्रायव्हर जीप रस्त्याकडे घेऊ लागला, तशी मुलं थोडी पांगली. पॉलचं लक्ष मुलांच्या घोळक्यापासून थोडी दूर एकटीच उभी असलेल्या सुआनकडे गेलं, पण संध्याकाळच्या अपुऱ्या प्रकाशात नि जीपने उडवलेल्या धुरळ्यात सुआनच्या चेहऱ्यावरचे भाव मात्र त्याला दिसले नाहीत!

पेंटॅगॉन, डिसेंबर १९६९

अमेरिकन लष्कराच्या इन्स्पेक्टर जनरल यांच्या कार्यालयातले सत्तेचाळीस वर्षांचे तडफदार, कर्तव्यदक्ष, शिस्तप्रिय आणि अनुभवी अधिकारी कर्नल जोनाथन विल्सन मूळचे नॉर्थ कॅरोलिनाचे. त्यांची हल्लीच या कार्यालयात नेमणूक झालेली. सहा फूट उंची, रोजच्या व्यायामाने कमावलेली बांधेसूद शरीरयष्टी, धारदार नाक, तीक्ष्ण निळे डोळे, व्यवस्थित कापलेले छोटे सोनेरी केस, नाजूक फ्रेमचा बायफोकल चष्मा आणि चेहऱ्यावर ओसंडून वाहणारा आत्मविश्वास आणि बाणेदारपणा या साऱ्यामुळे प्रथमच त्यांना भेटणाऱ्या व्यक्तीवर कर्नल 'जो' विल्सन यांची पटकन छाप पडत असे. त्यांची सैन्यातली कारकीर्दही गाजलेली.

दुसऱ्या महायुद्धात अमेरिकन सैनिकांच्या एका तुकडीला पॅराशूटच्या मदतीने फ्रान्स आणि हॉलंडच्या सरहद्दीजवळ उतरवण्यात आलं होतं. तिथं त्या वेळी मित्र राष्ट्रांच्या एका लष्करी तळाला जर्मन सैन्याने वेढलं होतं. तो तळ जर्मनांपासून वाचवणं मित्र राष्ट्रांना अत्यंत गरजेचं होतं. नाहीतर मित्र राष्ट्रांना मोठा फटका बसला असता. केवळ शेवटचा निकराचा प्रयत्न म्हणून जर्मनांच्या वेढ्यावर मागून हल्ला करायची धाडसी मोहीम मित्र राष्ट्रांच्या त्या भागातल्या अधिकाऱ्यांनी आखली. त्यासाठी पॅराट्रुपर्सचा उपयोग करावा लागणार होता. त्यापैकी एक होता बावीस वर्षांचा सार्जंट जो विल्सन!

ती मोहीम यशस्वी करताना सार्जंट विल्सनने आपला जीव धोक्यात घालून खूप प्रशंसनीय कामगिरी पार पाडली होती. त्याबद्दल नंतर त्याला शौर्यपदकही जाहीर झालं होतं. त्यानंतर फक्त सहा वर्षांनी कॅप्टन जो विल्सनने कोरियामध्ये कित्येक धाडसी मोहिमांचं यशस्वी नेतृत्व करून अशीच कामगिरी पार पाडलेली होती. त्याबद्दलही त्याला काही शौर्यपदकं मिळाली होती.

कर्नल विल्सन यांची नी-लाय् हत्याकांडाचे चौकशी अधिकारी म्हणून नेमणूक केल्याचं जाहीर झालं तेव्हा चौकशी खरोखरच नि:पक्षपाती होईल, असं कॉलिन बर्टन आणि त्यांच्या सहकाऱ्यांना वाटलं.

नी-लाय् प्रकरणावर पांघरूण घालायच्या उद्देशाने चौकशीचं नाटक करावं आणि त्यासाठी आपल्या मर्जीतल्या एखाद्या नामधारी अधिकाऱ्याला चौकशी अधिकारी नेमावं हा संरक्षण सचिवांचा प्रस्ताव हेन्री किसिंजर यांना मान्य नव्हता. प्रकरण खूप चिघळलं होतं. आता त्यात ढवळाढवळ केली तर ते अध्यक्षांना भोवेल असा सल्ला त्यांनी अध्यक्षांना दिला.

कर्नल विल्सन यांनी सेमूर किर्शचा 'पोस्ट'मधला लेख तीन वेळा बारकाईने वाचल्यानंतर त्यांच्या मनात विचार आला की, हे सारं जर खरं असेल तर ते गुन्हे अक्षम्यच आहेत, पण वस्तुनिष्ठ पुराव्यांच्या आधारे स्वत:ची खात्री झाल्याशिवाय ते काही निष्कर्ष काढणार नव्हते.

१५ डिसेंबर, १९६९ या दिवशी चौकशीला सुरुवात झाली. पुढचे दोन महिने ते आणि त्यांचा सचिव, 'चार्ली कंपनी'च्या सदस्यांना भेटून त्यांचे जबाब नोंदवणार होते. अर्थात जबाब देणं सदस्यांवर कायद्यानं बंधनकारक नव्हतं. त्यांनी एकेका सदस्याला भेटायला सुरुवात केली.

सायमन हडसन, कॅप्टन डेव्हिड थॉम्पसन, सार्जंट ग्रेग रॅमसन, प्रायव्हेट लिओनील यांनी नी-लाय्मध्ये 'चार्ली कंपनी'चे काही सदस्य कसे निर्दयपणे वागले हे सविस्तरपणे सांगितलं. ज्या सदस्यांनी हत्याकांडात आणि अत्याचारांत उत्साहाने भाग घेतला होता त्यांच्यापैकी काही जणांनी हत्याकांडादरम्यान झालेल्या हिंसाचारात आपण भाग घेतल्याची कबुली दिली, पण ते सर्व आपण 'वरिष्ठांच्या आज्ञेवरून केले' अशी पुस्तीही जोडली.

कॅप्टन हॅलेने जबाब देण्यास नकार दिला. कर्नल विल्सन यांनी क्वांग अंगै तळाकडे निरोप पाठवला की, त्यांना मेजर नील मॅडिसनचा जबाब घ्यायचा आहे. तसेच नी-लाय्ला भेट द्यायची आहे आणि सायगाव इथल्या सी.आय.ए.च्या कार्यालयातल्या काही कागदपत्रांचा अभ्यास करायचा आहे.

४ फेब्रुवारी १९७० च्या सकाळी कर्नल विल्सन क्वांग अंगै तळावर पोहचले आणि त्यांनी कर्नल जॅक हेंडरसन यांची भेट घेतली. कर्नल हेंडरसननी आपल्या जुजबी चौकशीचा अहवाल पूर्वीच वॉशिंग्टनला पाठवला होता. तो कर्नल विल्सन यांनी अभ्यासला होता. त्यामुळे कर्नल हेंडरसन यांचा वेगळा जबाब घेण्याची गरज नव्हती. जबाबादरम्यान ते काय सांगणार हे उघडच होतं.

''कर्नल, मला मेजर नील मॅडिसनला भेटायचं आहे.''

''आता ते शक्य नाही!'' कर्नल हेंडरसन म्हणाले.

“का बरं? कुठल्या मोहिमेवर गेला आहे तो?”

“चार दिवसांपूर्वी तो आणि इतर तीन अधिकारी सॉन-तिन्ह या भागात हेलिकॉप्टरने टेहळणी करण्यासाठी चालले होते. त्या वेळी हेलिकॉप्टर जंगलात कोसळलं. नीलसहित सर्व जण जागच्या जागीच ठार झाले. आम्हाला वाटलं की, व्हिएत-काँगच्या सैनिकांनी त्यांच्यावर हल्ला केला असावा, पण पायलटने अपघातापूर्वी पाठवलेल्या काही संदेशांवरून स्पष्ट झालं की, इंजिनला पेट्रोलचा व्यवस्थित पुरवठा होत नसल्याने हेलिकॉप्टरची गती खूप कमी झाली होती.”

त्यानंतर कर्नल विल्सननी नी-लाय्‌ला भेट दिली. तिथल्या सामुदायिक कबरी पाहिल्या, जळालेल्या घरांचे सांगाडे पाहिले, हत्याकांडानंतर तिथं राहायला आलेल्या चार मुलांशी ते बोलले. त्यांना कर्नल हेंडरसनने सोबत एक दुभाषा दिला होता.

“हत्याकांडाला साक्षी असलेली नी-लाय्‌ची एखादी व्यक्ती जिवंत असण्याची काही शक्यता आहे?”

असं जेव्हा त्यांनी त्या मुलांना विचारलं तेव्हा त्यांच्यापैकी एक जण म्हणाला, “मुळीच नाही. चुकून जिवंत राहिली असती तर आत्तापर्यंत इकडं आलीच असती.”

कर्नल विल्सन यांना प्रश्न पडला होता की, नी-लाय्‌मध्ये व्हिएत-काँगचे सैनिक लपले आहेत किंवा तिथले लोक त्या सैनिकांना आश्रय देतात, असा निष्कर्ष अमेरिकन अधिकाऱ्यांनी मुळात काढलाच कसा? या प्रश्नाचं उत्तर शोधण्यासाठी त्यांना सायगावला जायचं होतं, तिथल्या अमेरिकन तळावरच्या काही अधिकाऱ्यांशी चर्चा करायची होती आणि सी.आय.ए. कडच्या काही कागदपत्रांचा अभ्यासही करायचा होता. तिथं गेल्यावर सैन्यातल्या अधिकाऱ्यांनी ‘नी-लाय्‌मध्ये व्हिएत-काँग लपले आहेत किंवा तिथले रहिवासी त्यांना मदत करत असावेत, असा अहवाल सी.आय.ए.ने आपल्याला पाठवला होता,’ असं सांगितलं. सी.आय.ए.ची कागदपत्रं तपासण्यासाठी कर्नल विल्सन तिकडं गेले. एक महत्त्वाची गोष्ट त्यांच्या लक्षात आली....

१० एप्रिल १९६९ या दिवशी सकाळी नऊ वाजता सायगाव इथल्या अमेरिकन तळावरचे एक अधिकारी कर्नल एडवर्ड बेकर आपल्या कार्यालयात काही कागदपत्रं वाचत होते. इतक्यात त्यांच्या खोलीचं दार उघडून त्यांचा सहायक आत आला आणि म्हणाला, “सर, मेजर लिक आपल्याला भेटायला आले आहेत. पाठवू त्यांना आत?”

“जेम्स आलाय? पाठव त्याला आत!”

मेजर जेम्स लिकने टाचा जुळवून कर्नल बेकरना सॅल्यूट केला. प्रतिसादासाठी कर्नल बेकरनीही उठून सॅल्यूट केला.

“जेम्स, काय म्हणतोस? बैस! कधी आलास?”

''काल आलो, सर. एक महत्त्वाची चर्चा करायची आहे आपल्याशी.''

''कोणत्या बाबतीत, जेम्स?''

''सर, गेल्या आठवड्यात होई-आन इथल्या आपल्या युनिटला व्हिएत-कॉँगचे चार सैनिक सापडले. तिथून दहा मैलांवरच्या एका जंगलात शत्रूचे १५-२० सैनिक लपले आहेत, अशी बातमी कळली होती. आपल्या युनिटने तिकडं एक तुकडी पाठवून त्यांना घेरलं नि शरण यायला सांगितलं, पण त्यांनी गोळीबाराने उत्तर दिलं. आपल्या सैनिकांनीही गोळीबार सुरू केला. त्यात शत्रूचे बारा सैनिक ठार झाले, पण चार शरण आले. त्यांना बंदी करून आणलंय सायगावला.''

''असं? त्यांच्याकडून काही माहिती मिळण्याची शक्यता आहे?''

''सर, आम्ही दुभाषाच्या मदतीने त्यांना बोलतं करायचा खूप प्रयत्न केला, पण ते बोलायला तयार नाहीत. खरं म्हणजे त्यांना बोलतं केलं तर....''

''खरं आहे, जेम्स. शत्रूच्या ताज्या हालचाली काय आहेत, हे कळलं तर त्याचा खूप फायदा होईल आपल्याला. ठीक आहे, त्यांना कसं बोलतं करायचं हे मी पाहून घेईन.''

मेजर लिक निघून गेल्यावर कर्नल बेकर यांनी सायगाव इथल्या सी.आय.ए.च्या प्रतिनिधीशी संपर्क साधला. ऑब्रे कॉनर यांनी फोन घेतला.

''गुड मॉर्निंग ऑब्रे! कर्नल बेकर बोलतोय!''

''गुड मॉर्निंग कर्नल! काय म्हणताय? काल जोजेफच्या कॉकटेलला दिसला नाही तुम्ही?''

''अरे, सोन-हा आणि त्रा-बांग वरून काही अधिकारी आले होते, जरा कामात होतो. बरं, एक काम आहे तुझ्याकडं. मेजर लिकने काल व्हिएत-कॉँगचे चार सैनिक पकडून आणलेत. ते तोंड उघडायला तयार नाहीत. त्यांना तुझ्याकडे पाठवावं म्हणतोय.''

''असं! जरूर पाठवा. त्यांना बोलतं करायला वेळ लागणार नाही. मला पाच-सहा दिवसांचा वेळ द्या. पाहू काय नवी माहिती त्यांच्याकडून मिळतेय! तुम्हाला एक आठवड्याच्या आत त्यांच्या सखोल तपासणीचा अहवाल पाठवून देईन.''

व्हिएत-कॉँगच्या चार कैद्यांना ऑब्रे कॉनर याच्या ताब्यात दिल्यानंतर बरोबर एक आठवड्याने कर्नल बेकर यांच्याकडे 'सखोल' तपासणीचा अहवाल त्याने पाठवला. त्यात व्हिएत-कॉँगच्या लष्करी हालचाली, त्यांचे डावपेच इ. विषयांवर तपशीलवार माहिती होती.

त्यातल्या एका परिच्छेदात म्हटलं होतं–

''क्वांग-अंगै इथल्या अमेरिकेच्या लष्करी तळापासून अंदाजे पंचवीस मैलांवर

असलेल्या नी-लाय् या खेड्यातून बरेचसे तरुण व्हिएत-काँगमध्ये दाखल होऊन सैनिकी प्रशिक्षण घेतात असा निष्कर्ष काढण्यास सबळ पुरावा मिळाला आहे. ज्या अर्थी त्या खेड्यातले तरुण व्हिएत-काँगच्या सैन्यात सामील झालेले आहेत, त्या अर्थी तिथल्या सर्व रहिवाशांची व्हिएत-काँगला सहानुभूती असण्याची दाट शक्यता आहे. अशा सहानुभूतीतून शत्रूच्या आक्रमक कारवायांना प्रत्यक्ष अथवा अप्रत्यक्ष मदत मिळू शकते. नी-लाय् आणि क्वांग-अंगै यांच्यातलं केवळ पंचवीस मैलांचं अंतर लक्षात घेता नी-लाय् इथं शत्रू गुप्तपणे आपला तळ स्थापून क्वांग-अंगै तळावर अचानक हल्ला करण्याची शक्यता नाकारता येत नाही. क्वांग-अंगै तळाचे सामरिक महत्त्व लक्षात घेता त्या तळाचे मुख्य अधिकारी या बाबतीत योग्य ती खबरदारी घेतीलच.''

क्वांग-अंगै इथलं चौकशीचं काम आटोपून कर्नल विल्सन अमेरिकेला परतले. आता या चौकशीचा निष्कर्ष काढून आपला अहवाल तयार करण्यासाठी आवश्यक ती जवळजवळ सर्व माहिती त्यांनी मिळवली होती. परंतु तत्पूर्वी त्यांना सी.आय.ए. चा अधिकारी ऑब्रे कॉनर याचा जबाब घ्यायचा होता. तीन महिन्यांपूर्वी ऑब्रेची बदली सी.आय.ए.च्या लँग्ले इथल्या मुख्य कार्यालयात झाली होती. कर्नल विल्सन यांनी सी.आय.ए.च्या संचालकांना पत्र पाठवून आपल्याला ऑब्रे कॉनर यांचा जबाब घ्यायचा आहे, असं कळवलं. त्याच्या संदर्भाचाही खुलासा त्यांनी केला. त्यांनतर आठ दिवसांनी कर्नल विल्सनना सी.आय.ए.चं उत्तर आलं.

त्यात म्हटलं होतं–

'आम्ही तुमच्या विनंतीचा विचार केला. आम्हाला या बाबतीत कळवताना खेद वाटतो की, अमेरिकेच्या राष्ट्रीय सुरक्षेच्या कारणास्तव, सी.आय.ए.चे वरिष्ठ अधिकारी ऑब्रे कॉनर यांचा जबाब घ्यायची परवानगी आम्ही तुम्हाला देऊ शकत नाही....'

हा संदेश वाचताच कर्नल विल्सन संतापले. नी-लाय् हे खेडं व्हिएत-काँगच्या सैनिकांचा लष्करी तळ आहे, तिथल्या रहिवाशांची त्यांना सहानुभूती आहे आणि तिथून ते क्वांग-अंगै तळावर हल्ला करण्याची शक्यता आहे, असा निष्कर्ष कोणत्या पुराव्याच्या आधारे काढला, याचा छडा लावणं आता शक्य नव्हतं. बहुधा सी.आय.ए.ला आपल्या चुका लक्षात आल्या असाव्यात आणि त्यावर पांघरूण घालण्यासाठी आता 'राष्ट्रीय सुरक्षे'च्या कुबडीचा आधार घेतला जात आहे, अशी शंका कर्नल विल्सन यांच्या मनात घर करून राहिली, पण सी.आय.ए.च्या या निर्णयाला आव्हान देणं त्यांना केवळ अशक्य होतं.

कर्नल विल्सन यांचं पत्र मिळाल्यानंतर सी.आय.ए.च्या संचालकांनी ऑब्रे कॉनरला आपल्या कार्यालयात बोलावून घेतलं.

"ऑब्रे, नी-लाय् हत्याकांडाची चौकशी सुरू झालीय."

"हो सर, माझ्या वाचनात आलं होतं दोन-तीन महिन्यांपूर्वी."

"चौकशी अधिकाऱ्याला तुझा जबाब घ्यायचा होता. मी त्याला नकार कळवला आहे. तुला एवढ्याचसाठी बोलावलं की, जरा सावध राहा. तसं आपल्याला घाबरण्याचं कारण नाही, पण आता तो कर्नल त्याच्या चौकशी अहवालात काय म्हणतो पाहायचं!"

"ठीक आहे, सर. तुम्ही मला वेळीच सावध केलंत, हे बरं झालं."

संचालकांचा निरोप घेऊन आपल्या कार्यालयाकडे जाताना ऑब्रेला वर्षभरापूर्वी त्याने व्हिएत-काँगच्या चार सैनिकांना त्याचं नेहमीचं 'तंत्र' वापरून कसं बोलतं केलं होतं, त्याची आठवण झाली....

कर्नल एडवर्ड बेकर यांनी त्या चार कैद्यांचा ताबा ऑब्रेकडे दिल्यावर त्याने त्या चौघांना पुढील चार-पाच दिवसांत कसला 'पाहुणचार' द्यायचा हे ठरवलं. यथावकाश त्या चारांपैकी तिघांची चौकशी पुरी झाली होती. शेवटचा होता पंचवीस वर्षांचा वांग-विन. बरीच प्रश्नोत्तरं झाली.

शेवटी ऑब्रेने त्याला विचारलं, "गेली किती वर्षं व्हिएत-काँगसाठी काम करतोस?"

"चार वर्षं झाली."

"आत्तापर्यंत कोणकोणत्या तळावर काम केलंस?"

"दांग-हॉय, सॉंग-बेन-हाय आणि दॉंग-हा इथं."

"हनोईच्या आसपास कुठंकुठं महत्त्वाचे तळ आहेत?"

"फक्त दोन ठिकाणी, उत्तरेला दियेन-बियेन-फुजवळ आणि दक्षिणेला थान-होआजवळ."

"शस्त्रास्त्रांचे मोठे साठे कोणत्या ठिकाणी आहेत?"

"तुऑंग-दुऑंग, हा-तिन्ह आणि व्हिएत-त्री इथं."

"तू मूळचा कोणत्या गावचा?"

"नी-लाय्चा."

"ठीक आहे, तुला जायला हरकत नाही."

कर्नल विल्सन यांनी आपला विस्तृत अहवाल १४ मार्च १९७० या दिवशी संरक्षण सचिवांना सादर केला. त्यात आपण जमा केलेला पुरावा, त्याचं विश्लेषण, त्यातली वस्तुनिष्ठता आणि सत्यासत्यता यांचा सखोल ऊहापोह केला होता.

आपले निष्कर्ष सादर केल्यानंतर अहवालात शेवटी त्यांनी म्हटलं होतं–

"सैन्यातील जबाबदार अधिकाऱ्यांनी आपल्या हाती आलेल्या माहितीचा

विपरीत अर्थ काढल्यामुळे, एकमेकांत आवश्यक तेवढा समन्वय नसल्यामुळे आणि हाताखालील अधिकाऱ्यांना योग्य सूचना न दिल्यामुळेच नी-लाय् हत्याकांड घडले आहे. वरिष्ठ अधिकाऱ्यांचे मार्गदर्शन सदोष होते, हा एक भाग झाला, पण त्याचबरोबर तिथं गेलेल्या अधिकाऱ्यांनी आणि जवानांनी जो अतिरेक केला, जी हिंसक वर्तणूक केली आणि निरपराध रहिवाशांच्या ज्या निर्घृण हत्या केल्या, त्या मुळीच समर्थनीय होऊ शकत नाहीत. वरिष्ठांचे गलथान लष्करी व्यवस्थापन आणि कनिष्ठांचे बेछूट वर्तन हे दोन्ही अमेरिकेच्या सैनिकी आचारसंहितेला आणि कायद्याला धरून नाही. त्याचबरोबर त्यांनी १९४९ मधील जिनिव्हाच्या चार मानवतावादी करारांना आणि युद्धादरम्यान लागू होणाऱ्या इतर नियमांना पायदळी तुडवल्याचे या चौकशी दरम्यान निःसंदिग्धरीत्या उघड झालं आहे. या सर्व कारणांस्तव कॅप्टन जॉर्ज हॅले, लेफ्टनंट फर्नांडो निकोल्सन आणि लेफ्टनंट चार्ल्स पार्कर यांच्यावर कायदेशीर कारवाई करण्यासाठी सकृतदर्शनी सबळ पुरावा आहे. मेजर नील मॅडिसन जर आज हयात असते तर त्यांच्यावरही कायदेशीर कारवाई करण्यास सबळ पुरावा होता. तसेच या संपूर्ण प्रकाराची केवळ औपचारिकतेखातर जुजबी अंतर्गत चौकशी करून 'नी-लाय्मध्ये कोणतेही गैरकृत्य केले गेले नाही,' असा निष्कर्ष काढणारे कर्नल जॅक हेंडरसन हेदेखील कायदेशीर कारवाईस पात्र ठरतात....''

कर्नल विल्सन यांनी कनिष्ठ अधिकाऱ्यांपैकी इतर काही आणि सार्जंट मॉंटीसारख्या जवानांवरदेखील कारवाईची शिफारस केली. त्यांनी अहवालात एक खंत व्यक्त केली होती. ती म्हणजे नी-लाय् हत्याकांडातून एकही व्हिएतनामी व्यक्ती वाचली नाही याची. काही लोक त्यातून वाचले असते तर त्यांचे जबाब चौकशीसाठी खूपच महत्त्वपूर्ण ठरले असते, असंही त्यांनी आपल्या अहवालात नमूद केलं.

कर्नल विल्सन यांच्या अहवालावर अध्यक्ष निक्सन, संरक्षण सचिव मेअर्ड, हेन्री किसिंजर, परराष्ट्र सचिव विल्यम रॉजर्स आणि ॲटर्नी जनरल रामसे क्लार्क यांची दीड तास चर्चा झाली. कर्नल जॅक् हेंडरसन, कॅप्टन हॅले, लेफ्टनंट निकोल्सन आणि लेफ्टनंट पार्कर यांच्याविरुद्ध अमेरिकेच्या संयुक्त लष्करी न्यायसंहितेच्या कलम ३२ अन्वये कोर्ट-मार्शलची कारवाई करण्याचा निर्णय सर्वानुमते घेतला गेला.

संरक्षणसचिवांच्या आग्रहाखातर मॉंटीसारख्या जवानांवर कारवाई करण्यात येऊ नये असं ठरलं. त्यांच्यामते अशी कारवाई केली तर सैन्यभरतीवर त्याचा विपरीत परिणाम होण्याची शक्यता होती. त्या आशयाचं प्रसिद्धिपत्रक प्रसारित करण्यात आले. वृत्तमाध्यमांनी त्याला मोठ्या प्रमाणावर प्रसिद्धी दिली.

फोर्ट मॅनिंग, एप्रिल १९७०

'कोर्ट-मार्शल' म्हणजे लष्करी सेवेतल्या व्यक्तींनी केलेले गुन्हे चालवण्याची खास न्याय प्रक्रिया. अशा व्यक्तींना सर्वसाधारण न्यायालयाचं अधिकारक्षेत्र लागू होत नाही. कोर्ट-मार्शलमध्ये न्यायाधीश, ज्युरीचे सदस्य, आरोपीचे आणि सरकारपक्षाचे वकील हे सारे सैन्याच्या सेवेतील अधिकारी असतात. ज्युरीचे सदस्य सोडले तर सर्व जण कायदेतज्ज्ञ असतात. हॅले, निकोल्सन आणि पार्कर यांचे गुन्हे एकाच घटनेशी निगडित असल्याने त्यांचे संयुक्त कोर्ट-मार्शल होणार होते. परंतु कर्नल हेंडरसन यांच्यावरचा आरोप वेगळ्या प्रकारचा असल्याने त्यांचं कोर्ट-मार्शल स्वतंत्रपणे होणार होतं.

लष्करी न्याय सेवेतल्या ब्रिगेडियर रॉजर फ्रिडमन यांची मुख्य न्यायाधीशपदी तर कर्नल आंद्रे ग्रीन आणि कर्नल जॉन डॅनियल यांची सहायक न्यायाधीशपदी नियुक्ती करण्यात आली. मेजर, लेफ्टनंट कर्नल आणि कर्नल पदावरच्या सहा अधिकाऱ्यांची ज्युरीच्या सदस्यपदी नियुक्ती करण्यात आली. मेजर मायकेल मेयर्स यांची आरोपींच्या वकीलपदी तर मेजर व्हिन्सेंट बर्नार्ड यांची सरकारी वकीलपदी नियुक्ती करण्यात आली. तीन आरोपींपैकी फक्त हॅले आता सैन्याच्या सेवेत होता. त्याचं कॅप्टनपद हिरावून घेऊन त्याला निलंबित करण्यात आलं होतं.

हॅले, निकोल्सन आणि पार्कर या त्रिकुटावर सदोष मनुष्यवध, शारीरिक छळवणूक, लैंगिक अत्याचार, हाताखालच्या सैनिकांना बेकायदेशीर आदेश देणे, त्यांना बेकायदेशीर कृत्यं करण्यास उद्युक्त करणे, खाजगी मालमत्तेचा नाश करणे आणि युद्धविषयक मानवतावादी कायद्यांच्या नियमांचे उल्लंघन करणे असे आरोप ठेवण्यात आले होते.

न्यू जर्सीमधल्या ब्रिजटन गावाजवळच्या लष्कराच्या फोर्ट मॅनिंग या तळावरच्या प्रशासकीय कार्यालयाच्या इमारतीत कोर्ट-मार्शल चालणार होतं.

२५ एप्रिल १९७० या दिवशी कोर्ट-मार्शलच्या कामकाजाला सुरुवात झाली. सुरुवातीस मुख्य न्यायाधीशांनी तिन्ही आरोपींना आरोपपत्र वाचून दाखवलं. ते तिघांनीही नाकबूल केलं. ते अपेक्षितच होतं. सरकारपक्षातर्फे बारा साक्षीदारांची यादी न्यायालयात सादर करण्यात आली. साक्षीपुराव्यांना सुरुवात झाली.

सर्वांत पहिली साक्ष झाली सायमन हडसन याची. आपली साक्ष चालू असतानाच सायमनने घेतलेले छत्तीस फोटो न्यायालयाला सादर केले. ते पुराव्यात दाखल करून घेण्यात आले. त्यानंतर साक्षी झाल्या हत्याकांडास विरोध करणारे सार्जंट ग्रेग रॅमसन, प्रायव्हेट लिओनील आणि हेलिकॉप्टर पायलट डेव्हिड थॉम्पसन यांच्या. अपेक्षेप्रमाणे त्यांनी आपले अनुभव न्यायालयासमोर आपल्या साक्षीच्या रूपात मांडले.

त्यानंतर साक्ष होती सार्जंट रॉब मॉंटी याची. सरकारी वकील मेजर व्हिन्सेन्ट बर्नार्ड यांनी मॉंटीच्या सरतपासास सुरुवात केली.

मेजर बर्नार्ड : मॉंटी, तू चार्ली कंपनीचा सदस्य होतास?

मॉंटी : हो.

मेजर बर्नार्ड : १६ मे १९६९ या दिवशी क्वांग अंगै तळावरून 'ऑपरेशन चिंकहिल' या मोहिमेवर तुला नी-लाय् या खेड्याकडे पाठवलं होतं?

मॉंटी : हो.

मेजर बर्नार्ड : नी-लाय्ला गेल्यानंतर तू कायकाय केलंस?

मॉंटी : माझ्या वरिष्ठांनी मला दिलेल्या आदेशांचं पालन केलं.

मेजर बर्नार्ड : त्यांच्या आदेशांचं पालन करताना तू आणि तुझ्या बरोबरच्या इतर सैनिकांनी नेमकं कायकाय केलं?

मॉंटी : मी या प्रश्नाचं उत्तर देऊ इच्छित नाही.

मॉंटी शांतपणे उत्तरला. दूरदर्शनवरच्या मुलाखतीदरम्यान काहीही न लपवता नी-लाय्मध्ये केलेल्या धुमाकुळाचं, अत्याचारांचं आणि हिंसाचाराचं सविस्तर वर्णन करणाऱ्या मॉंटीने न्यायालयात शपथेवर त्या गोष्टी सांगायला चक्क नकार दिला. दूरदर्शनवरच्या मुलाखती पुराव्यात ग्राह्य मानल्या जाणार नव्हत्या. न्यायालयात मॉंटीने त्या प्रश्नाला उत्तर द्यायचं टाळल्यामुळे खळबळ उडाली.

आरोपींचे वकील मेजर मायकेल मेयर्स उठून उभे राहिले आणि न्यायाधीशांना उद्देशून म्हणाले, "सन्माननीय न्यायमूर्ती, साक्षीदारास असा प्रश्न विचारण्यात आला आहे, की त्याने त्याचं उत्तर दिल्यास त्या उत्तराच्या आधारे त्याच्यावरच खटला दाखल करता येईल. अशा प्रकारच्या स्व-आरोपनीय प्रश्नांना उत्तरं नाकारण्याचा अधिकार प्रत्येक साक्षीदारास आपल्या राज्यघटनेच्या पाचव्या घटना दुरुस्तीने दिला आहे. सरकारी वकिलांनी आत्ताच विचारलेल्या प्रश्नास उत्तर देणं रॉब मॉंटीला बंधनकारक नाही."

सरकारी वकिलांनी पुढील कामकाज तहकूब करायची न्यायाधीशांना विनंती केली. ती मान्य झाल्यावर त्यांनी त्यांच्या कार्यालयात जाऊन ॲटर्नी जनरल क्लार्कना फोन केला आणि त्या दिवशीच्या कामकाजाचा वृतांत सांगितला.

"सर, मॉंटीप्रमाणे हिंसाचारात भाग घेतलेले इतर साक्षीदारही स्व-आरोपनीय प्रश्नांना उत्तरं नाकारणार, यात शंका नाही, पण त्या सर्वांच्या साक्षी आरोप शाबीत करायला महत्त्वाच्या ठरल्या असत्या."

"मेजर, तुम्ही म्हणता आहात ते खरं आहे, पण आता यातून कसा मार्ग काढायचा?"

"सर, मला वाटतं आपण त्या सर्वांना संघटित गुन्हे कायद्यांतर्गत खास माफी जाहीर करावी. नाहीतरी आपण त्यांच्यावर कारवाई करणार नव्हतोच. तशी खास

माफी जाहीर केल्यानंतर, आपण त्यांच्यावर कारवाई करू शकणार नाही याची खात्री झाली तर ते सर्व प्रश्नांची उत्तरं देतील.''

''मेजर, तुमचा तोडगा उत्तम आहे. मी आत्ताच तसे आदेश जारी करतो.''

आपल्यावर कसलीही कायदेशीर कारवाई होण्याची शक्यता नाही याची खात्री झाल्यावर मॉंटीबरोबरच इतरांनीही हिंसाचार आणि अत्याचाराची विस्तृत वर्णनं न्यायालयात शपथेवर केली, पण तसं करताना आपण आपल्या वरिष्ठांच्या आदेशांचं पालन करत होतो, याचा पुनरुच्चार केला. आरोपीच्या पिंजऱ्यात हॅले-निकोल्सन-पार्कर हे त्रिकूट मख्ख चेहऱ्याने त्यांचं कथन ऐकत होतं. त्यांच्या चेहऱ्यावर कसलेही भाव दिसत नव्हते.

सरकारपक्षाचे एक साक्षीदार होते सैन्यातले प्रशिक्षक मेजर विल्यम रॉडहॅम. सरकारी वकिलांनी सरतपासाला सुरुवात केली.

''मेजर, चार्ली कंपनीच्या नवीन सदस्यांना व्हिएतनामकडे पाठवण्यापूर्वी सैन्याच्या फोर्ट कॅसलरॉक इथल्या प्रशिक्षण तळावर पाठवलं, त्या वेळी तुम्ही तिथं प्रशिक्षक म्हणून काम पाहत होता?''

''हो, बरोबर आहे. मार्च १९६७ ते जून १९६९ पर्यंत मी तिथं प्रशिक्षक होतो.''

''तिथल्या प्रशिक्षणाचा आराखडा कसा होता?''

''त्यांना विविध प्रकारची शस्त्रास्त्रं वापरायचं शिक्षण, सैन्यातल्या शिस्तीचे नियम, कठीणसमयी जंगलात अन्नपाण्यावाचून राहायचा प्रसंग आल्यास कसं निभावायचं अशा प्रकारचं प्रशिक्षण दिलं जाई. तसंच चकमकीदरम्यान जिनिव्हा करारांसारख्या मानवतावादी कायद्यांचं पालन करण्याची आवश्यकता असते, असंही त्यांना सांगितलं होतं.''

''निरपराध स्त्रिया, मुलं, वृद्ध आणि शरण आलेले सैनिक अथवा नागरिक यांच्यावर गोळीबार करावा, असं प्रशिक्षण दिलं होतं?''

''मुळीच नाही. अर्थात काही चकमकींदरम्यान शत्रूच्या सैनिकांवर गोळ्या झाडताना असे काही लोक आडवे आले किंवा सैरावैरा धावू लागले आणि त्यामुळे ते चुकून जखमी झाले किंवा मारले गेले तर ते क्षम्य मानलं जातं, हेही त्यांना सांगितलं होतं.''

''पण जाणूनबुजून अशा लोकांना लक्ष्य केल्यास त्याचा काय परिणाम होऊ शकतो याची त्यांना कल्पना दिली होती?''

''हो. तो युद्धगुन्हा होऊ शकतो, याची जाणीव त्यांना करून दिली होती.''

''ठीक आहे!'' असं म्हणून मेजर बर्नार्ड खाली बसले. मेजर मेयर्स उलटतपासणीसाठी उठले.

“मेजर, प्रशिक्षणाचा कालावधी किती होता?”

“चार महिन्यांचा.”

“त्या चार महिन्यांदरम्यान एकूण किती तास प्रशिक्षण दिलं गेलं?”

“रोजचे आठ तास असं जवळजवळ आठशे ते साडेआठशे तास प्रशिक्षण दिलं असावं.”

“त्या वेळी युद्धादरम्यान पाळायच्या जिनिव्हा करारांसारख्या मानवतावादी कायद्यांच्या बाबतीत किती तास खुलासा केला गेला?”

“माझ्या अंदाजानुसार तीन-चार तास.”

“इतर वेळी कसल्या प्रशिक्षणावर भर दिला जायचा?”

“ठार मारायच्या पद्धती, त्यातलं नैपुण्य, सैन्याची व्यूहरचना, स्व-संरक्षणाच्या पद्धती अशा विषयांवर.”

“ठीक आहे, मेजर!”

कोर्ट-मार्शलचे आदेश निघाल्यावर तातडीने हॅले-निकोल्सन-पार्कर या त्रिकूटाला अटक करून फोर्ट मॅनिंगमध्ये बंदिवासात ठेवलं होतं. हॅले आणि पार्कर यांच्या चेहऱ्यावर बेफिकिरी दिसत होती, तर निग्रो निकोल्सन घाबरून गेला होता, हे त्याच्या चेहऱ्यावरून स्पष्ट दिसत होतं.

त्यांना देण्यात आलेले वकील मेजर मायकेल मेयर्स यांनी त्या तिघांशी सखोल चर्चा केली होती. आरोपींविरुद्ध भरभक्कम पुरावा असलेल्या त्या खटल्यात त्यांच्या बचावाचं काम करणं अतिशय कठीण होतं. तथापि ‘जज्ज-ॲडव्होकेट जनरल’ या लष्करी न्यायसेवेत असलेल्या मेजर मेयर्स यांना वरिष्ठांचे आदेश पाळणं क्रमप्राप्त होतं.

साक्षीपुरावे झाल्यानंतर मुख्य न्यायाधीश ब्रिगेडियर फ्रिडमन यांनी तिन्ही आरोपींना विचारलं, “तुम्हाला काही सांगायचं असल्यास सांगण्याची मुभा आहे.”

हॅले उठून उभा राहिला आणि म्हणाला, “सन्माननीय न्यायमूर्ती आणि ज्युरीचे सदस्य, नी-लाय्‌मध्ये १६ मे १९६९ या दिवशी मी जे जे केलं, ते ते माझे वरिष्ठ अधिकारी मेजर नील मॅडिसन यांच्या आदेशावरूनच केलं. त्यांचे आदेश पाळण्यास मी कटिबद्ध होतो. धन्यवाद.”

निकोल्सन आणि पार्कर यांनीदेखील त्याच आशयाचं निवेदन केलं.

कोर्ट-मार्शल सुरू झाल्यापासून वृत्तसंस्था आणि प्रसारमाध्यमे यांचे वार्ताहर आणि छायाचित्रकार यांची फोर्ट मॅनिंगला गर्दी झाली होती. न्यायालयाचं कामकाज आम जनतेला खुलं नव्हतं. तथापि रोजच्या रोज त्यात्या दिवसाच्या कामकाजाचा गोषवारा न्यायालयाच्या वतीने एक लष्करी अधिकारी वार्ताहर परिषदेमध्ये सांगत असे.

अमेरिकेतली सर्व प्रमुख वृत्तपत्रं आणि दूरदर्शन वाहिन्या खटल्याच्या कामकाजाच्या बातम्या ठळकपणे प्रसारित करत. आरोपी आणि साक्षीदारांना न्यायालयात घेऊन जातायेता त्यांचे फोटो काढण्यासाठी छायाचित्रकारांची तारांबळ उडे. आज खटल्याच्या कामकाजाचा अठ्ठाविसावा दिवस होता. सारे कामकाज कोणताही खंड न पडता सलग चालू होतं. आता खटला शेवटच्या टप्प्यात आला होता. आज वार्ताहरांची अधिकच गर्दी होती. कारण आज दोन्ही पक्षांचे वकील आपापला युक्तिवाद सादर करणार होते.

न्यायालयीन कामकाजाला सुरुवात झाली.

"मेजर व्हिन्सेंट बर्नार्ड, तुम्ही तुमचा युक्तिवाद सादर करावा." मुख्य न्यायमूर्ती ब्रिगेडियर फ्रिडमन म्हणाले.

मेजर बर्नार्ड उठून उभे राहिले. आपल्या हातातल्या टिपणांकडे एक नजर टाकून त्यांनी बोलायला सुरुवात केली.

"सन्माननीय न्यायमूर्ती आणि ज्युरीचे सदस्य, आतापर्यंत या खटल्यात सादर करण्यात आलेल्या पुराव्याचा सारांश असा आहे की...."

पुढील जवळजवळ दीड तास त्यांनी सर्व साक्षीपुराव्यांचा आढावा घेऊन त्याचा सारांश न्यायालयात सादर केला आणि तिन्ही आरोपींवरचे सर्वच्या सर्व आरोप सरकारपक्षाने सिद्ध केले आहेत, असा दावा केला.

सर्वांत शवटी ते म्हणाले, "हॅले-निकोल्सन-पार्कर या त्रिकूटाने १६ मे १९६९ या दिवशी नी-लाय् इथल्या निरपराध जनतेवर जे अत्याचार केले ते अक्षम्य आणि निंदनीय आहेत. हाताखालील सैनिकांच्या वर्तणुकीवर नियंत्रण ठेवण्याची तसंच त्यांना वेळोवेळी मार्गदर्शन करण्याची जबाबदारी त्या तिघांवर होती. ती पार न पाडता उलट त्या सैनिकांना बेकायदेशीर हिंसक कृत्यं करण्यास त्यांनी उद्युक्त केलं. निरपराध, निष्पाप आणि निरागस रहिवाशांची निर्दयपणे केलेली हत्या आणि तत्पूर्वी केलेला छळ आणि लैंगिक अत्याचार यांचं समर्थन कोणत्याही सबबीवर करता येणार नाही. त्या रहिवाशांची व्हिएत-काँगला मदत होत होती, याचा कोणताही ठोस पुरावा न्यायालयासमोर आलेला नाही. केवळ शंकेच्या आधारे शत्रूशी हातमिळवणी केल्याचा आरोप त्यांच्यावर ठेवण्यात आला होता. नी-लाय्मध्ये व्हिएत-काँगचा एकही सैनिक चार्ली कंपनीच्या सदस्यांना मिळाला नाही. शस्त्रास्त्रांचा साठा तर दूरच, साधी एक बंदूकसुद्धा तिथं त्यांना मिळाली नाही. अशा परिस्थितीत तिथल्या रहिवाशांनी प्रतिकार करण्याचा प्रश्नच उद्‌भवत नव्हता."

"सर्वसामान्य नागरिक, स्त्रिया, मुलं, वयोवृद्ध लोक, शरण आलेले व जखमी लोक यांची हत्या कोणत्याही परिस्थितीत करू नये, असं १९४९ साली संमत केलेले आणि अमेरिकेने स्वीकारलेले चार जिनिव्हा मानवतावादी करार सांगतात.

कायद्याच्या या तरतुदींची माहिती आरोपींना त्यांच्या प्रशिक्षणादरम्यान देण्यात आली होती. तसेच अमेरिकन सैनिकांना लागू होणारे नियम आणि आचारसंहिता या सर्वांना पायदळी तुडवून आरोपींनी केवळ पाशवी वृत्तीचं दर्शन नी-लाय्मध्ये घडवलं. याची पुनरावृत्ती होऊ नये यासाठी तिन्ही आरोपींनी केलेल्या गंभीर गुन्ह्यांबद्दल जास्तीत जास्त शिक्षा त्यांना देण्यात यावी. अन्यथा इतर सैनिक बेडर होऊन अशीच अमानुष कृत्यं करतील, यात शंका नाही.''

आपल्या हातातल्या घड्याळाकडे पाहत बिगेडियर फ्रिडमन म्हणाले, ''आरोपींच्या वतीने युक्तिवाद दुपारच्या जेवणानंतर बरोबर दोन वाजता सादर करण्यात यावा.'' आणि त्यांनी न्यायालयाचं कामकाज तहकूब केलं. दोन वाजता कामकाज सुरू झाल्यावर मुख्य न्यायमूर्तींनी आरोपींच्या वकिलांना युक्तिवाद सादर करण्याची विनंती केली. मेजर मायकेल मेयर्स उभे राहिले.

''सन्माननीय न्यायमूर्ती आणि ज्युरीचे सदस्य, ज्या घटनेसंदर्भात प्रस्तुतचा खटला सुरू आहे, ती एक दुर्दैवी घटना होती हे कोणीही नाकारू शकत नाही. परंतु त्या घटनेसाठी केवळ तीन अधिकाऱ्यांवर दोषारोप ठेवून त्यांना जबाबदार धरणे म्हणजे त्यांना बळीचा बकरा करण्यासारखं आहे. आरोपींनी सांगितल्याप्रमाणे आपल्या वरिष्ठांचे आदेश पाळणं हे आपलं आद्य कर्तव्य आहे, या भावनेने ते तिथं वागले. आज हे वरिष्ठ कुठं आहेत? मेजर मॅडिसन आज हयात नाहीत, पण त्यांनी नी-लाय् इथे व्हिएत-काँगचा तळ आहे, हा निष्कर्ष कसा काढला, याची सखोल चौकशी करण्यातच आली नाही. आपल्यासमोरचे हे तीन तरुण सैन्याच्या प्रचंड यंत्रणेचा एक लहानसा भाग आहेत. यंत्रणेच्या सदोष कार्यपद्धतीस केवळ त्यांनाच जबाबदार धरणं, हे न्यायदानाच्या मूलतत्त्वास धरून नाही.

''अमेरिकेचं सरकार व्हिएतनाम युद्धामध्ये सहभागी झाल्यापासून तरुण सैनिकांची चणचण भासू लागली. त्यामुळे सक्तीची सैन्यभरती आणि अशी भरती केलेल्यांना घाईघाईचं अपुरं प्रशिक्षण देऊन कधी एकदा त्यांना प्राणघातक शस्त्रास्त्रे देऊन व्हिएतनामला पाठवू यासाठी सरकारी यंत्रणा उतावीळ झालेली आहे. या तरुण सैनिकांना प्रशिक्षण कशाचं दिलं? केवळ वेगवेगळ्या पद्धतींनी धोकादायक शस्त्रास्त्रं वापरून लोकांना ठार कसं मारायचं याचं! युद्धादरम्यान पाळायच्या मानवतावादी नियमांचा जुजबी उल्लेख त्यांच्या प्रशिक्षणात केला जायचा, हे बचावपक्षाने सिद्ध केलं आहे. यात चूक कोणाची आहे? केवळ संरक्षण यंत्रणेची आणि ती राबवणाऱ्या उच्च अधिकाऱ्यांची आणि राज्यकर्त्यांची! आणि आज या सर्व अक्षम्य चुकांचं खापर तीन तरुण अधिकाऱ्यांवर फोडलं जात आहे. ज्या तीन अधिकाऱ्यांनी आपल्या वरिष्ठांच्या आदेशांचं पालन केलं त्या अधिकाऱ्यांवर!

''चार्ली कंपनीच्या काही सदस्यांना नी-लायूची दुर्घटना व्हायच्या काही दिवस

आधी व्हिएत-काँगने ठार मारल्याच्या घटना घडल्या होत्या. आपल्या जिवलग मित्रांच्या मृत्यूने व्याकूळ आणि व्यथित झालेल्या या तरुणांना जर कुणी सांगितलं की, 'तो पहा, तुमच्या मित्रांना मारणारा तो शत्रू,' तर ते काय करतील? नक्कीच त्या शत्रूची हत्या!

"प्रचंड मानसिक तणावाखाली असलेल्या, बळीचे बकरे केलेल्या या तीन तरुणांना सरकारच्या धोरणातल्या आणि सरकारी यंत्रणेतल्या चुकांसाठी दोषी न धरता त्यांची निर्दोष मुक्तता करावी, अशी मी आपल्याला विनंती करतो. धन्यवाद."

मुख्य न्यायाधीशांनी ज्युरीच्या सदस्यांना आपला निर्णय ठरवू देण्यासाठी कामकाज तहकूब केलं.

ज्युरीच्या सर्व सदस्यांची राहायची सोय फोर्ट मॅनिंग इथल्या अतिथिगृहात केली होती. त्या अतिथिगृहाभोवती लष्करी पोलिसांची कडक सुरक्षा व्यवस्था होती. कोणीही त्यांच्याशी संपर्क साधून त्यांच्या निर्णयप्रक्रियेत ढवळाढवळ करू नये, हा त्यामागचा हेतू होता. त्या दिवशीचं कामकाज संपल्यानंतर न्यायमूर्तींनी ज्युरीच्या सदस्यांना कायद्याच्या तरतुदी समजावून कोणत्या आरोपांना कोणती शिक्षा पुरस्कृत केली आहे, हे सांगितलं. त्यांच्या काही शंकांचं निरसनही केलं.

सर्वसामान्य व्यवहारज्ञान असलेल्या व्यक्तीचं, आरोपीने गुन्हा केला आहे किंवा नाही, याबद्दल साक्षीपुरावे पाहून काय मत होतं हे अजमावून त्या घटनेसंबंधीच्या प्रश्नांची त्याआधारे उत्तरं मिळवायची या कायद्याच्या तत्त्वावर 'ज्युरी' पद्धत आधारित आहे. फक्त कायद्याचे प्रश्न कायदेतज्ज्ञ न्यायाधीशांनी हाताळायचे असा प्रघात त्या पद्धतीत असतो.

बऱ्याच देशात ज्युरी पद्धतीचा वापर न करता घटनेसंबंधीचे आणि कायद्याचे प्रश्न केवळ कायदेतज्ज्ञ न्यायमूर्तीच हाताळतात. ज्युरी पद्धतीमध्ये ज्युरीच्या सदस्यांचा आरोपींशी दुरूनही संबंध असता कामा नये, तसेच आरोपींच्या बाबतीत त्यांचं मत पूर्वग्रहदूषित नसावं याचं कोटेकोरपणे पालन केलं जातं. या खटल्यातल्या ज्युरीच्या सदस्यांच्या निवडीआधी 'चार्ली कंपनी'तल्या एकाही सदस्याने त्यांच्या हाताखाली काम केलं नव्हतं, याची दक्षता घेण्यात आली होती.

ज्युरींचा आणि न्यायाधीशांचा निर्णय जाणून घेण्यासाठी साऱ्या अमेरिकेतून प्रसारमाध्यमांचे आणि वृत्तसंस्थांचे प्रतिनिधी फोर्ट मॅनिंगमध्ये पोहचले होते. फोर्ट मॅनिंग ब्रिजटनपासून दहा मैलांवर होतं. ब्रिजटनमधली आणि आजूबाजूची सर्व हॉटेलं आणि मोटेलं भरून गेली होती. साऱ्या अमेरिकेचं लक्ष त्या खटल्याच्या निकालाकडे लागून राहिलं होतं. आरोपींना शिक्षा झाली असती तर कॉलिन बर्टन यांच्या आंदोलकांचं नैतिक धैर्य वाढणार होतं आणि त्यांचं आंदोलन बळकट होणार होतं.

न्यायालयाचं कामकाज जूनच्या वीस तारखेला संपलं. एकवीस तारखेला संध्याकाळपर्यंत ज्युरीच्या सदस्यांची चर्चा संपली नव्हता, असा निरोप मुख्य न्यायमूर्तींना मिळाला. बावीस तारखेला चर्चा पुढे चालू राहिली. सखोल चर्चेनंतरच निर्णय घ्यायची प्रथा असल्याने ज्युरीच्या सदस्यांवर पटकन निर्णय घेण्यासाठी दबाव टाकता येत नाही. त्या प्रक्रियेत मुख्य न्यायमूर्तीदेखील ढवळाढवळ करू शकत नाहीत. बावीस तारखेला संध्याकाळी जेव्हा 'अजून चर्चा अपुरी आहे आणि आमचा निर्णय एकमताने होणं अशक्य आहे,' असा निरोप ज्युरीच्या सदस्यांच्या प्रमुखांकडून आला आणि तो जेव्हा प्रसिद्ध करण्यात आला, तेव्हा जनतेमधली हुरहूर अधिकच वाढली. चर्चा तेवीस तारखेला पुढे चालू राहणार होती. त्या दिवशी दुपारी चार वाजता ज्युरींचे सदस्य न्यायालयात येणार, असं जेव्हा जाहीर करण्यात आलं, तेव्हा तिथं जमलेल्या लोकांची उत्सुकता शिगेला पोहचली.

ज्युरीचे सदस्य सैन्याच्या जीपमधून न्यायालयात पोहचले. गंभीर चेहऱ्याने ते न्यायालयात गेले. त्या वेळी त्यांचे फोटो घेण्यासाठी छायाचित्रकारांची एकच धांदल उडाली. न्यायालयात ते स्थानापन्न झाले. तिन्ही न्यायमूर्ती, दोन्ही पक्षांचे वकील आणि तिन्ही आरोपी न्यायालयात आले.

मुख्य न्यायाधीश म्हणाले, ''तुमचा निर्णय झाला असल्यास तो आमच्याकडे एका कागदावर लिहून द्यावा.''

ज्युरींच्या प्रमुखांनी आधीच लिहून आणलेला कागद मुख्य न्यायाधीशांना दिला. त्यांनी तो वाचला आणि हलक्या आवाजात आपल्या दोन्ही सहकाऱ्यांशी दोन मिनिटं चर्चा केली. हॅले-निकोल्सन-पार्कर या तिघांचे चेहरे पडले होते. आत्तापर्यंत स्थितप्रज्ञासारखे बसलेले हॅले आणि पार्करदेखील चिंताग्रस्त दिसत होते. दोन्ही पक्षांचे वकील मुख्य न्यायाधीश ज्युरींच्या निर्णयाला अनुसरून निकाल काय जाहीर करतात, हे ऐकण्यासाठी कान टवकारून बसले होते.

मुख्य न्यायाधीशांनी निकालपत्र वाचण्यास सुरुवात केली.

''जॉर्ज हॅले, फर्नांडो निकोल्सन, आणि चार्ल्स पार्कर या अमेरिकेच्या सैन्यात असलेल्या तीन अधिकाऱ्यांवर १६ मे १९६९ या दिवशी व्हिएतनाममधल्या नी-लाय् या खेड्यात केलेल्या वर्तणुकीबद्दल जे आरोप या न्यायालयात ठेवले होते, ते सर्व शाबीत झाले असून त्या तिघांना फाशीची शिक्षा सुनावण्यात येत आहे!''

बिंताय, मार्च १९७०

वियेनला सुआनचा खूप लळा लागला होता. ती त्यांच्याकडे राहायला येऊन जवळजवळ दहा महिने झाले होते. घरात वावरणारं मूल पाहून त्याला मनोमनी समाधान वाटायचं. पूर्वी मूलबाळ नसल्यामुळे तो बराच खिन्न असे. इतरांची मुलंबाळं पाहिली की, त्याला वाटायचं 'देवाने आपल्यावर का बरं अवकृपा केली असावी? निदान एखादं मूल झालं असतं तर आपल्या आयुष्यात आनंदाचा किती बहर आला असता!' त्याने आणि किमने सुआनला आपली मानण्याच्या निर्णयावर जेव्हा उय-बान-हान-मिन्हने शिक्कामोर्तब केलं तेव्हा त्याच्या आनंदाला पारावार राहिला नव्हता. जिवापाड माया करणाऱ्या वियेनमुळे तिच्या वडिलांची पोकळी थोडीशी तरी भरून निघाली. सुआनलादेखील आधार आणि दिलासा मिळाला होता. किमसुद्धा तिची काळजी घ्यायची, पण ती वियेनइतकी मायाळू नव्हती.

वियेन सुआनसाठी रानातून फळं घेऊन यायचा. तिला रांबूतान आवडतं म्हणून रांबूतानच्या मोसमात तासन्तास जंगलात भटकायचा. तिच्यासाठी मध आणून ठेवायचा. बिंतायपासून मैलावर एक छोटा तलाव होता. तिथले मासे पकडणारा कोळी फाम त्याचा मित्र होता. त्याच्या होडीतून वियेन सुआनला फिरायला घेऊन जायचा. सुआनला ते फार आवडे. बिंतायला येईपर्यंत तिला होडी म्हणजे काय असतं, हेही माहीत नव्हतं. फामच्या जाळ्यात सापडलेले छोटेमोठे मासे पाहून ती अचंबित व्हायची.

एके दिवशी सकाळी वियेन चहा पितापिता किमला म्हणाला, ''किम, आज जरा जंगलाकडे जाऊन यावं म्हणतो. तान आणि त्याचे दोन मित्रपण बरोबर येणार आहेत. तान म्हणत होता की, उगवतीच्या जंगलात दुरियन खूप लागलेत. त्याला ठाऊक आहे झाडं कुठं आहेत ते. आता रांबूतानचा मोसमही नुकताच सुरू झाला

आहे. काल भाताच्या वाफ्यात पाणी सोडलंय. फारसं कामही नाही शेतात. कांजी पिऊन निघतो. जरा भात बांधून देतेस? संध्याकाळपर्यंत येऊ आम्ही!''

''ठीक आहे, जरा जपूनच जा आणि फार वेळ करू नका. सूर्य मावळतीकडे झुकायच्या आधीच घरी ये.''

त्यांचं बोलणं ऐकत असलेली सुआन म्हणाली,

''बाबा, मीपण येऊ तुझ्याबरोबर जंगलात? मला तू कधीच घेऊन जात नाहीस तिकडं.''

''नाही बाळा, अजून जरा मोठी हो, मग तुला नक्की जंगलात घेऊन जाईन. तुला ठाऊक आहे, त्या डोंगराच्या माथ्यावर एक मोकळं कुरण आहे. एकदा आकाशातून मोठ्ठी वीज पडून तिथं एक मोठा खड्डा झाला आणि काय सांगू, जमिनीखालून पाणी आलं त्या खड्ड्यात नि त्याचा छोटा झरा तयार झाला. त्याच्या अवतीभोवती रंगीत रानटी फुलांची रोपंही वाढलीत आणि तुला माहितेय, तिथून उंचावरून पूर्वेचा मोठा समुद्रही दिसतो! त्या कुरणाच्या एका बाजूला खूप खोल दरी आहे. तिकडं तोंड करून मी जोरात सुआऽऽऽऽन म्हटलं नं, की माझाच आवाज मला तीन-चार वेळा पुन्हा ऐकायला येतो! तुला तिथं एकदा घेऊन जातो. नाहीतर असं करू, आपण तिघंही तिकडं एकदा जेवण घेऊन जाऊया! त्या झऱ्याला 'चमक झरा' म्हणतात. कारण आभाळातून चमकणारी वीज पडून तो तयार झाला आहे, ना? तुला नक्कीच आवडेल ती जागा!''

''बघ हं, नक्की घेऊन जायचं आम्हाला! नाहीतर मी तुझ्याशी गट्टी फू करेन!'' सुआन लटक्या रागाने म्हणाली.

''नाही रे बाळा, अबोला नको नं धरूस!'' सुआन आपल्याशी अबोला धरेल या भीतीने वियेन घाबरला. त्याने तिला जवळ घेतलं.

तिच्या पाठीवरून हात फिरवत तो म्हणाला, ''मी नक्की तुला घेऊन जाईन, पण आता पावसानं सगळीकडे चिखल झालाय आणि तुला सांगू, सुआन, उन्हाळ्यात दमूनभागून चमक झऱ्याकडे जाऊन त्याचं पाणी प्यालं की, इतकं समाधान होतं... अगं, अगदी मध घातलेल्या पाण्यासारखं गोड लागतं ते! आणि त्या वेळी झऱ्याभोवती रंगीत रानटी फुलंही फुललेली असतात. आणि सांगू? तिथं रांबूतानची झाडंही आहेत! आपण तिकडं गेलो की, तुला खूप रांबूतान खाऊ घालेन. मग आता माझ्याशी अबोला नाही ना धरणार?''

सुआन आपल्यावर रुसून खरोखरच अबोला धरेल या भीतीपोटी वियेनचे डोळे ओलावले होते. ते पाहून सुआनला वाईट वाटलं.

ती त्याच्या गळ्याभोवती हात टाकत म्हणाली, ''बाबा, मी तुझी गंमत केली! तू रडू नकोस नं!''

आपले डोळे पुसत वियेन म्हणाला, ''अगं, तूच तर माझ्या आयुष्यात मधासारखा गोडवा आणला आहेस. पण तूच माझ्यावर रुसलीस तर मी किती दुःखी होईन!''

तेवढ्यात किम आतून आली. तिने केळीच्या पानात बांधलेलं एक पुडकं वियेनकडे दिलं.

ती म्हणाली, ''भात, काकडी, सुक्या मासळीची चटणी आणि दोन उकडलेली अंडी यात बांधलीत. नीट जेवून घे आणि हो अंधार पडायच्या आत परता हं!''

''अगं, सूर्य मावळायच्या आतच येईन मी. तू काळजी करू नकोस. चला, निघतो हं मी!''

असं म्हणून वियेन उठला. त्या दोघींचा निरोप घेऊन तो तानच्या घराकडे गेला. सुआन अंगणातच बसून गजग्याच्या बियांशी एकटीच खेळत होती.

किम तिला म्हणाली, ''जरा बदकांना बाहेर काढ गं, खुराड्यातून. रात्रीतून काही अंडी घातलीत का बघ आणि मग शेळ्यांना चरायला नेशील?''

''हो, नेते हं, आई. आधी अंडी आहेत का पाहते.'' असं म्हणून सुआन परसातल्या खुराड्याकडे गेली.

वियेनने आठ बदकं नि दोन शेळ्या पाळल्या होत्या.

''आई, ही घे तीन अंडी मिळाली, ठेवून दे. मी शेळ्यांना घेऊन जाते, हं.'' परसातल्या आवळ्याच्या झाडाला बांधलेल्या दोन्ही शेळ्यांच्या दोऱ्या सोडल्या नि त्यांना घेऊन ती कुरणाकडे गेली. शेळ्या 'मँऽऽऽऽ मँऽऽऽऽ' करत तिच्या मागून जात होत्या. बदकं परसातच क्वॅक् क्वॅक् करत किडे नि अळ्या शोधू लागली होती.

सूर्य मावळला तरी वियेनचा पत्ता नव्हता. अंधार पडू लागला तशी किमला चिंता वाटू लागली. तिने सुआनला तानच्या घरी चौकशी करायला पाठवलं. थोड्या वेळाने ती सांगत आली की, तानही अजून परतलेला नाही, तशी किम जास्तच काळजीत पडली. दोघी चिंताग्रस्त चेहऱ्याने अंगणातच वियेनची वाट पाहत बसल्या होत्या. इतक्यात अंधारात कोणीतरी येताना त्यांना दिसलं. तो तान होता. त्याच्या चेहऱ्याकडे पाहिल्यावर किमच्या काळजात चर्रऽऽऽ झालं.

''तान, काय झालंय? वियेन कुठं आहे?''

''किम, मन घट्ट कर. खूप वाईट बातमी आहे.'' तान मान खाली घालून म्हणाला.

''तान, काय झालंय सांग एकदाचं. वियेन ठीक आहे ना?''

''नाही, किम. वियेन गेला. यायच्या वाटेवर एका भूसुरुंगावर त्याचा चुकून पाय पडला... जागच्या जागी गेला....''

हे ऐकून किम नि सुआननी टाहो फोडला. शेजारीपाजारी जमले. किमच्या

मित्रांनी उचलून आणलेला वियेनचा मृतदेह अंगणात चटईवर ठेवला. गावातले लोक जमा झाले. वियेनच्या प्रेमळ, मनमिळावू स्वभावामुळे त्याचे गावकऱ्यांशी खूप सलोख्याचे संबंध होते. सारा गाव हळहळत होता. किम आणि सुआनची समजूत काढायला कोणाजवळही शब्द नव्हते. त्या दोघींच्या आक्रोशाला पारावार नव्हता.

सुआनवर जिवापाड माया करणारा, पित्याची पोकळी भरून काढणारा वियेन तिला सोडून गेला होता. एका प्रचंड आघातातून ती सावरते न सावरते तोच हा दुसरा मोठा आघात तिला सहन करावा लागत होता. पुन्हा एकदा तिचं आयुष्य उद्ध्वस्त झालं होतं!

''खरं तर आम्ही सुखरूप घरी पोहचतच होतो, पण....'' तान बोलताबोलता थांबला.

''पण काय झालं तान?'' जरा सावरलेल्या किमने विचारलं.

''आम्ही नेहमीच्या पायवाटेनेच घरी यायला निघालो, पण वाटेत मँगोस्तिनने लगडलेलं एक झाड लागलं. आम्ही एकेक मँगोस्तिन चाखलं. ते फारच गोड होतं. मग वियेन म्हणाला, 'सुआन आणि किमसाठी थोडे घेतो.' त्यात थोडा वेळ गेला. अंधार पडू लागला होता. म्हणून वियेन आम्हाला म्हणाला की, मला दुसरी पायवाट ठाऊक आहे, तिने आपण लौकर पोहचू. मग आम्ही निघालो त्या पायवाटेने. जंगलातून बाहेर पडल्यावर वियेन म्हणाला की, या समोरच्या टेकडीपलीकडे थोडं चालत गेलं की, बिंतायचं शिवार लागतं. आम्ही भरभर चालत होतो, पण आम्हाला तो रस्ता नवखा होता. ती टेकडी ओलांडतानाच वियेनचा पाय....''

त्या दोघींना रसाळ आणि मधूर मँगोस्तिन खायला मिळावेत, या उत्साहापायी वियेन आपल्या जिवाला मुकला होता!

वियेन जाऊन चार महिने उलटले. सुआन त्या धक्क्यातून अजून सावरली नव्हती. तिचं कोवळं मन आघात सहन करणार तरी किती? ती नि किम कसेबसे दिवस ढकलत होत्या. दोघी रोज त्यांच्या अर्ध्या एकर भातशेतीत काम करायच्या.

सकाळची वेळ होती. गावकरी शेतात कामाला जाण्याच्या तयारीत होते. तेवढ्यात सात-आठ सैनिक असलेली एक जीप धुरळा उडवत गावात पोहचली. तिच्यातून उतरलेले बंदूकधारी सैनिक पाहून गावकऱ्यांची तारांबळ उडाली. सैनिकांनी गावकऱ्यांना एकत्र जमायचे आदेश दिले. कोणीतरी पळत जाऊन थिन-क्वापना बोलावून आणलं. गावात सैनिक आले आहेत, हे समजल्यावर तेही गोंधळून गेले. ते लगबगीने काठी टेकत सैनिक उभे होते तिकडं गेले. जवळजवळ पन्नास-साठ गावकरी जमले होते. सैनिकांच्या हातातल्या बंदुका पाहून लहान मुलं घरात चिडीचूप बसली होती. सुआनने दुरुनच सैनिकांना पाहिलं नि तिला पुन्हा नी-लायची आठवण

झाली. पण या वेळी त्यांच्याबरोबर गोरे, उंच सैनिक नव्हतं, हे पाहून तिला जरा हायसं वाटलं.

"मंडळी, कसल्या मोहिमेवर आला आहात तुम्ही?" थिन-क्वापनी धीर करून त्या सैनिकांच्या म्होरक्याला विचारलं.

"सांगतो." असं म्हणून तो एका दगडाच्या कट्ट्यावर चढला आणि पुढे म्हणाला, "बिंतायच्या रहिवाशांनो, लक्ष देऊन ऐका! आम्ही दक्षिणेकडच्या व्हिएत-मिन्ह सरकारचे सैनिक आहोत. आम्हाला अशी माहिती मिळाली आहे, की उत्तरेकडच्या व्हिएत-कॉंगचे बंडखोर सैनिक या भागात घुसखोरी करायच्या तयारीत आहेत. आम्ही आणि आम्हाला मदत करणारे, अमेरिका या दूरच्या देशातून आलेले सैनिक त्यांच्या हालचालींवर बारकाईने लक्ष ठेवून आहोत. त्यांच्या घुसखोरीला आम्ही चोख उत्तर देणार आहोत. बिंतायच्या परिसरात मोठ्या चकमकी होण्याची दाट शक्यता आहे, म्हणून काही दिवसांसाठी तुम्हाला सुरक्षित ठिकाणी हलवण्याचा निर्णय आम्ही घेतला आहे. तुमच्या सुरक्षिततेच्या दृष्टीने ते आवश्यक आहे. उद्या सकाळी याच वेळी दहा ट्रकांमधून तुम्हा सर्वांना दा-नांग इथल्या निर्वासित छावणीत जायचं आहे. तुम्ही सर्व तयार रहा. सोबत फक्त तुमचे कपडे घ्या. तुम्हाला अंथरूणं-पांघरूणं पुरवली जातील. छावणीत तुमच्या जेवणाची सोय केली आहे. आता तुम्ही इथून निघायच्या तयारीला लागा."

गाव सोडून जावं लागणार, या कल्पनेने गावकरी चिंतातूर झाले, पण सैन्याच्या आदेशापुढे त्यांचं काहीच चालणार नव्हतं.

थिन-क्वाप पुढे सरसावले आणि म्हणाले, "आम्ही तुमच्या आज्ञेबाहेर नाही, पण एकच विनंती आहे की, इथल्या चकमकी थंडावल्यानंतर आम्हाला पुन्हा इकडं आणून सोडा. सारं आयुष्य या मातीत गेलंय माझं! त्या छावणीमध्ये रोज सकाळ-संध्याकाळच्या जेवणासाठी वाडगा पुढं करण्यापेक्षा इथं स्वाभिमानाची चार शितं गोड लागतील आम्हासारख्यांना. मग त्यासाठी आमचा जीव धोक्यात आला तरी चालेल!"

"अर्थात चकमकी संपल्यानंतर तुम्हाला पुन्हा इकडं आणलं जाईल, पण त्यासाठी किती वेळ लागेल याची आम्ही खात्री देऊ शकत नाही. आमच्या अंदाजानुसार आता शत्रूचा पाडाव करायला केवळ तीन-चार आठवडे लागतील. तोपर्यंत तुम्हाला हा त्रास सहन करावा लागेल." सैनिकांचा प्रमुख म्हणाला.

किमने दोघींच्या कपड्यांचं गाठोडं बांधलं. साऱ्या गावकऱ्यांप्रमाणेच किमदेखील पुढच्या अनिश्चितीमुळे खूपच गोंधळून गेली होती. दुसऱ्या दिवशी लौकर उठून तिने कांजी केली नि सोबत नेण्यासाठी भात शिजत ठेवला. चार अंडीही उकडली.

"पोटभर कांजी पिऊन घे. आता जेवायला कधी मिळेल माहीत नाही. कांजी पिऊन झाल्यावर बदकांना मोकळं सोडून दे नि शेळ्यांना कुरणाकडे सोडून ये. आता

त्यांचं पुढं काय व्हायचं ते होऊ दे. कशाकशाची काळजी करायची?'' हताशपणे किम म्हणत होती.

कांजी पिऊन झाल्यावर सुआनने घरातला पसारा आवरायला सुरुवात केली. सुआनने बरोबर घेऊन न जाण्याचे कपडे, खेळायच्या वस्तू सारं जागच्या जागी ठेवलं. खरकटी भांडी घासून जागच्या जागी ठेवली.

''त्यात कशाला वेळ घालवतेस? परत इकडं केव्हा येऊ कोण जाणे?'' किम हताशपणे म्हणाली.

''पण मला असा पसारा सोडून जायला आवडत नाही, हे तुला ठाऊक आहे ना? हे आवरून झालं की, जाते जनावरांना सोडायला.'' सुआन म्हणाली.

घर आवरून सुआन परसात गेली. तिनं बदकांच्या खुराड्याचं दार उघडलं, शेळ्यांच्या दोऱ्या सोडल्या नि त्यांना घेऊन ती कुरणाकडे गेली. गावकरी ट्रक यायची वाट पाहत होते. ठरल्या वेळेला दहा ट्रकांचा ताफा गावात आला. जीपमधून आलेले सैनिक गावकऱ्यांना पटापट ट्रकांमध्ये चढायला लावत होते. किमने आतूनच सुआनला हाक मारली, पण एक नाही नि दोन नाही. तिने अंगणात जाऊन पाहिलं, पण सुआन तिथं नव्हती, परसातही नाही मग तिने इकडंतिकडं शोधाशोध सुरू केली. आता ते सैनिक इकडं येतील या विचाराने ती काळजीत पडली. कुठं गेली असेल ही पोर नेमकं जायच्या वेळी? आता सैनिक आले तर त्यांना काय सांगायचं 'मुलगी सापडत नाही?' किम खूपच काळजीत पडली नि गावाबाहेरच्या कुरणाकडे गेली. जाताजाता तिचं लक्ष स्मशानाकडे गेलं. तिथं तिला कोणीतरी दिसलं म्हणून जवळ जाऊन पाहते तर सुआन! वियेनच्या कबरीसमोर ती गुडघे टेकून डोळे मिटून बसलेली.

''सुआन, अगं, चल पटपट. इकडं कशाला आलीस? ते सैनिक आपल्याला रागावतील ना?'' किमने विचारलं.

''बाबाचा निरोप घ्यायला आले. आता परत इकडं यायला मिळेल की नाही कुणास ठाऊक.'' भरल्या डोळ्यांनी सुआनने म्हटलं.

''अगं, परत यायचंच आहे इकडं. चल निघू.'' किम म्हणाली.

सुआन किमचा हात धरून निघाली.

दा-नांगच्या एका सरकारी शाळेचं रूपांतर निर्वासित छावणीमध्ये केलं होतं. बिंतायच्या रहिवाशांना छावणीत आणल्याला दोन आठवडे झाले होते. इतर काही खेड्यांतूनही रहिवाशांना छावणीमध्ये आणण्यात आलं होतं. सकाळी भाताची पातळ पेज, दुपारच्या नि संध्याकाळच्या जेवणासाठी लगद्यासारखा चिकट भात, त्यावर कशाचे तरी पातळ कालवण असं अतिशय बेचव जेवण त्यांना देत होते. दोन

आठवड्यातच सुआन हडकली. बिंतायला भात, मासे नि अंडी खाऊन ती छान गुटगुटीत झाली होती. शिवाय वियेन रानफळं नि मधही तिच्यासाठी घेऊन येई, सकाळ-संध्याकाळ तिला शेळीचं दूधही मिळे. छावणीमध्ये किम तिला बळंबळं थोडातरी भात खायला लावायची. तिथं पाण्याचीही चणचण होती. आठवड्यातून एक वेळा कसंबसं अंघोळीला पाणी मिळायचं. पाण्याअभावी शाळेचे संडास तुंबले होते. शाळेच्या इमारतीच्या मागच्या कुंपणापलीकडे उघड्यावरच प्रातर्विधी करावे लागत होते. संपूर्ण परिसरात दुर्गंधी नि अस्वच्छता यांचं थैमान होतं. रात्री डास झोपू देत नसत. तिथं गेल्यागेल्याच सर्वांना रेडक्रॉसच्या एका नर्सने साथीच्या रोगांविरुद्धच्या लशी टोचल्या होत्या.

बिंतायच्या रहिवाशांचा छावणीतला तो पाचवा आठवडा होता. गेले आठ दिवस थिन-क्वाप तापाने फणफणले होते. रेडक्रॉसची नर्स त्यांना औषधं देत होती. डॉक्टरांचा पत्ताच नव्हता. नवव्या दिवशी सकाळी त्यांचं निधन झालं. शेवटी आपल्या मातीपासून दूर निराधार अवस्थेतच त्यांची प्राणज्योत मालवली. बिंतायच्या लोकांना आता पोरकं वाटू लागलं.

तीन महिने उलटून गेले तरी त्यांना पुन्हा बिंतायला घेऊन जायची चिन्हं नव्हती.

एक सुरक्षा कर्मचारी एकदा तानला म्हणाला, ‘‘आता तुम्ही बिंतायला जायचा विचार डोक्यातून काढून टाका. तिकडं चकमकी वगैरे काही होणार नव्हत्याच. सैन्याची छावणी आणि दारूगोळ्याचा गुप्त साठा करायला तुमची घरं सैन्याला हवी होती, म्हणून तुम्हाला फसवून इकडं आणलं आहे.’’

हे समजताच बिंतायचे लोक संतापले, पण तोंडातून ‘ब्र’ काढायची सोय नव्हती.

पहाटे चारची वेळ असावी. छावणीतले लोक दचकून जागे झाले. छावणीच्या आसपास गोळीबार होत होता. घाबरून लोक खोलीच्या एका कोपऱ्यात बसले. जवळजवळ दोन तास सलग गोळीबार चालू होता. बाहेर अंधुकसा उजेड दिसू लागला, तेव्हा काही जणांनी खिडकीतून बाहेरचा कानोसा घेतला. बंदूकधारी सैनिक गस्त घालत होते, पण त्यांचा गणवेश वेगळाच दिसत होता. छावणीतले रहिवासी गोंधळून गेले. एव्हाना तिथले कर्मचारी गायब झाले होते. स्वयंपाकघराला टाळं ठोकलं होतं. आता पुढे काय या संभ्रमावस्थेत ते सारे बसले असताना काही अधिकारी आणि सैनिक छावणीत आले. त्यांनी सर्व निर्वासितांना छावणीच्या प्रांगणात जमायला सांगितलं.

सर्व जण जमल्यावर एक अधिकारी त्यांना उद्देशून म्हणाला, ‘‘आम्ही उत्तरेकडून आलेले व्हिएत-काँगचे स्वातंत्र्यसैनिक आहोत. आम्ही विघटनवादी व्हिएत-मिन्ह आणि त्यांना मदत करणाऱ्या अमेरिकेच्या सैनिकांना या भागातून हुसकून लावलं आहे. दा-नांग आणि आजूबाजूचा परिसर त्यांच्या दुष्ट विळख्यातून मुक्त झाला

आहे, इथं आता आमचा ताबा आहे. दक्षिणेकडे आगेकूच करून आम्ही लौकरच सायगाव ताब्यात घेऊ. आपला देश शत्रूच्या विळख्यातून सोडवून आपण संपूर्ण देशात आपलं स्वत:चं साम्यवादी सरकार लौकरच स्थापणार आहोत. तुम्हाला भयंकर हालअपेष्टांना तोंड द्यावं लागत आहे, याची आम्हाला जाणीव आहे, पण त्याला केवळ दुष्ट व्हिएत-मिन्ह आणि कपटी, संधीसाधू अमेरिका जबाबदार आहे. चार-पाच दिवसांतच आम्ही ही छावणी बंद करणार असून तुमची रवानगी आमच्या ताब्यातल्या उत्तरेकडच्या शांतता असलेल्या शहरांकडे करणार आहोत. युद्धविराम झाल्यानंतर तुम्हाला पुन्हा तुमच्या गावांकडे घेऊन जायची आम्ही सोय करू. तोपर्यंत तुम्ही सोशिकपणे या कठीण परिस्थितीला तोंड द्याल, अशी आम्हाला खात्री आहे.''

अजूनही त्या निर्वासितांची ससेहोलपट संपण्याची काही चिन्हं दिसत नव्हती. त्यांच्या सोशिकतेची परिसीमा झाली होती.

त्या संध्याकाळी तान किमला म्हणाला, ''मला कळलंय की, इथून जवळपासच्या मोठ्या शहरात कारखान्यांमध्ये मजुरीची कामं मिळतात. आज इथं तर उद्या तिथं अशी वणवण किती दिवस करायची? त्यापेक्षा लढाई संपत नाही तोपर्यंत एखाद्या कारखान्यात काम पाहायचं असं मी ठरवलं आहे. हांग आणि मुलं इथंच राहतील. तिलाही चल म्हटलं, पण ती यायला तयार नाही. गुपचूप पळून जायची तिला भीती वाटतेय. मला समजलं आहे की, जवळच्या कोंतुम गावात कामं मिळतात. तुला यायचं आहे का आमच्याबरोबर?''

किमची मन:स्थिती द्विधा झाली. छावणीमध्ये पोटभर खायला मिळायची मारामार, शिवाय भरीसभर रोगराई, दुर्गंधी आणि अस्वच्छता, पण सुआनला घेऊन कसं पळून जायचं?

'आज एकटीच असते तर सहज तानबरोबर कामाच्या शोधात कोंतुमला गेले असते.' तिच्या मनात आलं.

दयाळूपणाने सुआनची जबाबदारी अंगावर घेणारा वियेनही कायमचा निघून गेला होता.

'सुआनला छावणीतच सोडून गुपचूप तानबरोबर पळून गेले तर तिच्या लक्षातही येणार नाही.'

खरंतर, सुआनचे हाल व्हावेत किंवा तिला वाऱ्यावर सोडावं, असं किमला कधीच वाटलं नाही, पण युद्धासारख्या कठीण समयी तिला काही व्यावहारिक निर्णय घेण्याची गरज भासत होती.

दुसऱ्या दिवशी ती तानला म्हणाली, ''तान, मी तुझ्याबरोबर यायला तयार आहे, पण सोबत सुआनलाही घ्यावं लागेल.''

“तिला कशाला घेतेस? तुझं एकटीचं कसंतरी निभावून जाईल. तिला राहू दे छावणीतच. बाकीची मुलंही आहेत. सगळे एकत्रच राहतील.”

“नाही तान, या नाहीतर दुसऱ्या छावणीतून परत गावाकडे गेल्यावर ती कुठं राहील? नको, लहान आहे पोर, आधीच खूप सोसलंय तिने. तिला मी बरोबर घेईन.”

“ठीक आहे, जशी तुझी इच्छा.”

दुसऱ्या दिवशी पहाटे चारच्या सुमारास पहारेकऱ्यांचा डोळा चुकवून तान, त्याचा एक मित्र, किम आणि सुआन छावणीतून गायब झाले. तानने बरीच माहिती गोळा करून ठेवली होती. एका धान्याच्या ट्रकमधून ते कोंतूमला संध्याकाळी पोहचले. ट्रक ड्रायव्हरने त्यांना गावातल्या एका चौकाजवळ उतरवलं. गोंधळलेल्या अवस्थेत एका उपाहारगृहासमोर ते उभे होते.

त्यांनी त्या छोट्या उपाहारगृहाच्या गल्ल्यावर बसलेल्या चाळिशीच्या गृहस्थाला काही खायला मिळेल का, असं विचारलं.

“कोण आहात तुम्ही? इकडं कुठून आलात?” त्या गृहस्थाने जरा दरडावूनच विचारलं.

तानने थोडक्यात खुलासा केला. मग किम म्हणाली, “काही काम असलं तर मला कामावर घ्याल का?”

तिच्याकडे पाहत तो गृहस्थ म्हणाला, “काम? कसली कामं येतात तुला?”

“कसलंही करेन. साफसफाई, भांडी घासणे, असली. मी विधवा आहे. ही माझी मुलगीसुद्धा कामाला हातभार लावेल. हा माझ्या नवऱ्याचा मित्र दुसरीकडे काम शोधेल. तुम्ही काम दिलंत तर गरिबावर खूप कृपा होईल.” किम डोळ्यांत पाणी आणून अजिजीने म्हणाली.

जरा विचार करून तो गृहस्थ म्हणाला, “ठीक आहे. भांडी घासायला कोणीतरी हवंच होतं. तू नि तुझी मुलगी थांबा इथंच.”

तानला आणि त्याच्या मित्राला उद्देशून तो म्हणाला, “तुम्ही दोघं पहा दुसरीकडं काम मिळतं का. इथून डाव्या हाताच्या रस्त्याने अर्धा मैल गेल्यावर एक कापडाचा कारखाना आहे. तिथं पहा काम मिळतं का.”

उपाहारगृहातल्या एका पोऱ्याला त्याने त्या चौघांसाठी चहा आणि पाव आणायला सांगितला. सुआन प्रथमच पाव खात होती. मऊ लुसलुशीत पावाची चव तिला आवडली. खाऊन झाल्यावर तान आणि त्याचा मित्र दोघींचा निरोप घेऊन गेले. कसं का असेना, काहीतरी आधार मिळाल्यानं किमला समाधान वाटलं. उपाहारगृहात निदान दोन-तीन वेळचं पोटभर खायला तरी मिळेल या विचाराने ती सुखावली. तिला नि सुआनला आसरा देणारा तो गृहस्थ दयाळू असावा, असं तिला वाटलं.

उपाहारगृहात दोन आचारी खाद्यपदार्थ बनवायचे. १३-१४ वर्षांचे तीन मुलगे गिऱ्हाइकांना पदार्थ द्यायचे; रिकामे ग्लास, कप-प्लेट्स गोळा करून आत न्यायचे आणि टेबलांची साफसफाईही करायचे. दोघं आचारी सकाळी सातपासून रात्री दहापर्यंत काम करत आणि मग आपल्या घरी निघून जात. ती तीन मुलं जवळपासच्या खेड्यातून आलेली, ती उपाहारगृहातच राहत. उपाहारगृह तसं अगदी साधंच होतं. गरीब कामगारच तिथं चहापाण्यासाठी जात.

गिऱ्हाइकांना बसण्यासाठी लाकडी टेबलं आणि पत्र्याच्या खुर्च्या होत्या. त्या खोलीला लागूनच स्वयंपाकघर होतं. स्वयंपाकघराच्या मागे भांडी घासायची मोरी, तिच्या पलीकडे अंघोळीची खोली आणि तिला लागून एक संडास होता. वरच्या मजल्यावर एक खोली होती. गल्ल्यावर बसणारा व्यवस्थापक चिंग एकटाच तिथं राहायचा. उपाहारगृह बंद झाल्यावर मुलं टेबलखुर्च्या एका बाजूला करत आणि तिथंच आपल्या वळकट्या पसरत. चिंगने किमला नि सुआनला स्वयंपाकघराच्या एका कोपऱ्यात अंथरूणं टाकायला सांगितलं होतं.

तिथल्या पहिल्या रात्रीच अंगावरून एक गलेलठ्ठ उंदीर गेल्यामुळे सुआन किंचाळून जागी झाली.

किम तिला म्हणाली, ''तिकडं लक्ष देऊ नकोस. डोक्यावर पांघरूण घेऊन झोप. उंदीर कधी माणसांना चावत नाहीत.''

स्वयंपाकघराला हवेसाठी एकच छोटी खिडकी होती. हवा गरमच असायची. त्यात डोक्यावरून पांघरूण घेतल्याने घामाने चिंब झालेली सुआन उंदरांच्या भीतीने झोपूच शकत नसे, पण किमने तिला सांगितलं की, आपल्याला या शिवाय दुसरा पर्यायच नाही. तेव्हा सुआनचा नाईलाज झाला.

किम नि सुआनला तिथं येऊन दोन आठवडे झाले असावेत.

त्या रात्री उपाहारगृह बंद केल्यावर चिंगने किमला बाजूला बोलावलं आणि म्हणाला,

''तू वरती झोपायला चल.'' चिंगच्या तोंडाला दारूचा वास येत होता.

''वरती जागा आहे, आमच्या दोघींसाठी झोपायला?'' किमने विचारलं.

''दोघींसाठी नाही, तुझ्या एकटीसाठी आहे.''

''सुआनला सोडून मी एकटी कशी झोपू वरती...?''

''कशी म्हणजे? तुला आलंच पाहिजे वरती! तुला काय वाटलं मी फक्त भांडी घासायच्या कामाला घेतलं आहे तुला? इथं राहायचं तर सगळ्याची तयारी हवी. नाहीतर उद्या सकाळी दुसरं काम शोधायला जा. चल, आटप लौकर.''

चिंगचा हेतू लक्षात आल्यावर किम गोंधळून गेली.

'काय करावं?'

चिंग आपला असा गैरफायदा घेईल, अशी पुसटशीही शंका तिला आली नव्हती.

'सोडून जावं झालं हे काम' तिच्या मनात आलं.

दाढीचे खुंट वाढलेल्या, पिवळ्या-किडक्या दातांच्या चिंगबरोबर शय्यासोबत करावी लागणार या कल्पनेनेच तिच्या अंगावर शहारे आले.

'तानकडे जावे की काय? पण त्याचा तरी शोध कसा घ्यायचा? त्यात बरोबर सुआनचं लोढणं....'

दुसऱ्या दिवशी सकाळी सुआनने किमला विचारलं, "आई, रात्री तू कुठं होतीस?"

"होते जरा कामात. जास्त बडबड करू नकोस. वरती जरा काम होतं."

"मलापण वरती घेऊन जायचं ना! इथं उंदीर किती त्रास देतात!"

"वरती जागा नाही झोपायला."

"का बरं? परवा वरती झाडायला गेले, तेव्हा पाहिलं की, खोली चांगली मोठी आहे. मी अगदी आरामात झोपू शकेन...."

"गप गं, उगीच वटवट करू नकोस."

आता वारंवार किम वरती झोपायला जायची. सुआन सारखी 'मला वरती घेऊन जा' असा हट्ट करायची. शेवटी एके रात्री किमने तो विषय चिंगजवळ काढला. हल्ली राजरोसपणे ती वरती झोपायची. उपाहारगृहातल्या सर्व कर्मचाऱ्यांच्याही ते लक्षात आलं होतं.

"साली तुझ्या या पोरीची कटकटच आहे!"

"माझी कुठली? माझी नाही ती. आईवडील गेले म्हणून माझ्या नवऱ्याने सांभाळायला आणली. थोड्या दिवसांनी तोही गेला."

"काय सांगतेस? मूर्खच आहेस मग तू! कशाला ही धोंड गळ्यात घेतलीस? आधी तुला स्वत:लाच थारा नाही आणि त्यात ही कटकट. छावणीतच सोडून यायला पाहिजे होतंस."

"असू दे. अनाथ आहे बिचारी. कोणीच नाही तिला. तिनं मला आई मानलं आहे." किम म्हणाली.

"अगं, आता युद्ध चालू आहे. या अनिश्चित काळात असली जबाबदारी कोणी शहाणा माणूस घेईल का? तुला एक सुचवू? तिला अनाथाश्रमात ठेव."

"नको रे, मी सांभाळेन तिला कशीतरी."

किमची मन:स्थिती द्विधा झाली होती. एका बाजूला चिंग म्हणतो त्याप्रमाणे सुआनला अनाथाश्रमात ठेवून मोकळं व्हावं, असं वाटायचं तर दुसऱ्या बाजूला तिच्याबद्दल दया वाटायची.

"तू एकटी इथं राहिलीस तर वरच ये राहायला. तिच्यासाठी तुला खाली

झोपावं लागतं. इथं तुला रोज ऐसपैस झोपायला मिळेल. शिवाय तू इकडं वर असतेस तेव्हा ते खालचे कार्टे... काय करतील सांगता येत नाही.''

चिंगच्या बोलण्याचा मथितार्थ ओळखून किम घाबरून म्हणाली,

''नको रे, सुआनच्या बाबतीत तसं काही व्हायला. तू जरा त्या मुलांना दम भरून ठेव.''

''मी सांगेन त्यांना, पण हा प्रश्न कायमचाच मिटवायची संधी का गमावतेस? कोंतुममध्ये एक गोरी बाई अनाथाश्रम चालवते. उद्या माहिती काढून आणतो, तू 'हो' म्हणत असशील तर?''

किमला काय उत्तर द्यावे कळेना. ती नकळत बोलून गेली,

''माहिती तरी काढून आण. बघू नंतर, काय करायचं ते.''

दुसऱ्या दिवशी चिंगने किमला बोलावून घेतलं.

''आज अनाथाश्रमात जाऊन आलो. युद्धात आईवडील वारलेल्या किंवा त्यांच्यापासून ताटातूट झालेल्या चाळीस लहान मुलामुलींना त्या बाई सांभाळतात. त्यांना परदेशातून पैसे येतात. मुलांना लिहायला-वाचायला शिकवतात, चांगले स्वच्छ कपडे घालायला देतात, दिवसातून चार वेळा पोटभर खायला देतात. मुलांना खेळण्यासाठी तिथं मोठं पटांगण आहे. किम, अशी संधी पुन्हा मिळणार नाही. त्यांनी मुलीला घेऊन यायला सांगितलं आहे.''

किम थोडा वेळ विचार करून म्हणाली, ''हे पहा चिंग, मी सुआनला अनाथाश्रमात ठेवायला तयार आहे, पण एका अटीवर. युद्ध संपल्यावर मी बिंतायला जाईन तेव्हा ते पुन्हा देतील ना तिला माझ्याकडे?''

''नक्कीच! त्यांना काय हौस आलीय मुलं सांभाळायची? मुलांना कोणी सांभाळायला घेऊन जात असेल तर ते पाठवून देतात. हे पहा किम, आता तू जास्त विचार करू नकोस. सगळ्यांच्याच दृष्टीने तिला अनाथाश्रमात ठेवणं सोयीचं आहे.''

''ठीक आहे. उद्या संध्याकाळी घेऊन जाऊ तिला तिकडं.'' किमने मन घट्ट केलं.

दुसऱ्या दिवशी संध्याकाळी चिंग आणि किम आपल्याला कुठं घेऊन चाललेत हे सुआनला कळेना.

अनाथाश्रमाजवळ आल्यावर किम सुआनला म्हणाली, ''सुआन, तुला थोडे दिवस इथं राहायचं आहे. इथं तुझ्यासारखी बरीच मुलंमुली आहेत. जेवणही चांगलं असतं इथलं. मी तुला भेटायला अधूनमधून येत जाईन आणि हो, सांगायचं म्हणजे इथं उंदीर नाहीत! तू अगदी निर्धास्तपणे झोपू शकशील.''

किमला सोडून परक्या ठिकाणी राहावं लागणार, या कल्पनेने सुआनला रडू

आलं, पण तिथं उंदीर नाहीत आणि थोड्या दिवसांनी युद्ध संपल्यावर आपल्याला आई पुन्हा बिंतायला घेऊन जाणार, या आश्वासनामुळे तिला थोडासा दिलासा मिळाला.

'कॉम्पासियाँ-साँ-फ्राँतिए' ही फ्रेंच सेवाभावी संस्था तो अनाथाश्रम चालवत होती. मिसेस व्हॅलेरी देमिएर या साठीच्या प्रेमळ स्वभावाच्या फ्रेंच बाई त्याच्या संचालिका होत्या. त्या उत्कृष्ट व्हिएतनामी भाषा बोलायच्या. ते तिघं त्यांच्या कार्यालयात गेल्यावर मिसेस देमिएरनी त्यांचं स्वागत केलं आणि त्यांना खुर्च्यांवर बसायला सांगितलं.

"मुली, नाव काय तुझं?"

"सुआन." बावरलेली सुआन म्हणाली.

"सुआन, थोडा वेळ तू बाहेर मुलांमध्ये खेळत बैस. मी जरा या दोघांशी बोलते."

मिसेस देमिएरनी सुआनला बाहेर मुलांकडे घेऊन जायला आपल्या साहाय्यिकेला सांगितलं.

ती गेल्यावर त्या म्हणाल्या, "आम्ही मुलांना ते अनाथ कसे झाले किंवा त्यांची आईवडिलांपासून फारकत कशी झाली, हे विचारत नाही. कारण बहुतेक सर्वांच्या बाबतीत त्या हिंसक आणि क्लेशकारक घटना आठवून मानसिक त्रास होतो, म्हणून आम्ही तो विषय पुढेही कधी काढत नाही. त्यांची कोणी चौकशी करत आलं तर त्यांनाही त्याबद्दल प्रश्न विचारण्याची मनाई करतो. आता तुम्ही हा फॉर्म भरा नि मुलीला सोडून जा."

असं म्हणून त्यांनी कपाटातून एक फॉर्म काढला नि चिंगकडे दिला.

"मला लिहिता-वाचता येत नाही." किम म्हणाली.

"तू मला माहिती सांग, मी फॉर्ममध्ये लिहितो." चिंग म्हणाला.

मुलाचं नाव, त्याला आत्तापर्यंत सांभाळलेल्या व्यक्तीचं नाव, पत्ता आणि ते मूल अनाथ कसं झालं किंवा आई वडिलांपासून ताटातूट कशी झाली, हा सारा तपशील त्या फॉर्ममध्ये लिहायचा होता. किमने आपलं नाव आणि पत्ता म्हणजे फक्त गावाचं नाव सांगितलं. तिला आठवलं सुआन नी-लायहून आपल्या गावात आश्रयाला आली आहे, हे बिंतायच्या रहिवाशांनी लपवून ठेवायचं ठरवलं होतं. किमने सुआनच्या आईवडिलांचा मृत्यू बिंतायजवळच्या जंगलात भूसुरुंगाच्या स्फोटात झाला, असं लिहायला चिंगला सांगितलं.

तो फॉर्म वाचून मिसेस देमिएर म्हणाल्या, "ठीक आहे, आम्ही मुलीची चांगली देखभाल करू. तुम्ही कोणत्याही शनिवारी सकाळी नऊ ते अकराच्या दरम्यान मुलीला भेटायला येऊ शकता."

चिंग आणि किम उठले. त्यांनी मिसेस देमिएर यांचे आभार मानून त्यांचा निरोप घेतला. त्यांची सहायिका सुआनला घेऊन आली. ती त्यांना निरोप द्यायला अनाथाश्रमाच्या फाटकापर्यंत गेली. किम तिथून निघायच्या आधी सुआनने तिला मिठी मारली. तिच्या डोळ्यांतून घळाघळा अश्रू वाहत होते. किमचेही डोळे पाणावले होते. खूप जिव्हाळा नसला तरी तिच्यात नि सुआनमध्ये प्रेमाचा नाजूक धागा गुंफला गेला होता, पण तो खूप पक्का नव्हता. तसा असता तर आजचा प्रसंग आला नसता. तो नाजूक धागा तोडायचं किमच्या जिवावर आलं होतं, पण व्यावहारिकतेच्या धारदार सुरीचा हलकासा स्पर्शही तो धागा तोडायला पुरेसा ठरला. किमला वाटत होतं की, युद्ध संपल्यावर सुआनला घेऊन आपण बिंतायला जाऊ शकू, पण युद्धामुळे आलेली अनिश्चितता आणि गोंधळ यांमुळे आता ती त्या बाबतीत साशंकच झाली होती.

मधूनमधून भेटायला यायचं आश्वासन देऊन गेलेल्या किमच्या दूरवर लहान होत चाललेल्या आकृतीकडे पाहताना सुआनला अंधुकशी शंका आली की, आपला बिंताय आणि नी-लाय्शी असलेल्या संबंधाचा धागा आज तुटला आहे!

मेक्सिकोची खाडी, जून १९७०

व्हेराक्रूझ या मेक्सिकोतल्या शहराच्या ईशान्येला समुद्रकिनाऱ्यापासून चाळीस समुद्री मैलांवर कीथ अँडरसनची 'एक्सटसी' ही चाळीस लाख डॉलर्सची विहारनौका संथ पाण्यावर डोलत होती. संध्याकाळचे साडेसहा वाजले होते. नुकताच सूर्यास्त झाला होता. आकाशात लाल, नारंगी आणि जांभळ्या रंगांची उधळण झालेली. त्यांचं प्रतिबिंब संथ लाटांवर पडलेलं. निसर्गाचा तो मंत्रमुग्ध करणारा चमत्कार पाहण्यात पॉला स्वतःला विसरून गेली होती. डेकवर दोन खुर्च्या मांडल्या होत्या. पॉला आणि कीथ त्या नयनमनोहर दृश्याचा आनंद घेत होते. कीथच्या नौकेवर नौकेचा कप्तान फ्रेड, त्याचा एक सहायक, एक आचारी आणि त्याचा सहायक (जो वेटरचंही काम करे) असे फक्त चार कर्मचारी होते.

डेकवर कीथ नि पॉला बसले होते तिथं वेटर एक भलामोठा ट्रे घेऊन आला. त्यांच्या जवळच्या छोट्या टेबलवर त्याने कीथसाठी मेक्सिकन तकिलापासून बनवलेली 'मार्गारिटा', पॉलासाठी बर्फाच्या भांड्यात थंड करत ठेवलेली शँपेन, कंगोरे असलेला एक नक्षीदार ग्लास आणि त्या पेयांसोबत खाण्यासाठी 'बेलुगा' या कॅव्हियरचा जाड थर दिलेले पातळ आणि कुरकुरीत टोस्टचे छोटे तुकडे असलेली प्लेट ठेवली.

त्या दिवशी दुपारी कीथच्या गळाला जवळजवळ दहा किलो वजनाचा भला मोठा हॅडॉक मासा लागला होता. आचाऱ्याने त्याचे तुकडे नुकतेच तळायला घेतले होते. त्यांचा खमंग वास डेकवर पॉला आणि कीथ बसले होते तिथपर्यंत पोहचून पॉलाची भूक चाळवत होता.

कीथ अँडरसन हे अमेरिकेत फौजदारी कायद्याच्या क्षेत्रातलं एक सुप्रसिद्ध आणि यशस्वी व्यक्तिमत्त्व. बावन्नाव्या वर्षीदेखील कीथने 'जिम'मध्ये रोज पाऊण तास

व्यायाम करून आपली प्रकृती उत्तम ठेवली होती. अंगावर जादा चरबीचा कणही दिसत नव्हता. जवळजवळ सहा फूट उंची, तीक्ष्ण डोळे, कानाजवळ किंचित करडे होत चाललेले दाट केस आणि निमुळती हनुवटी. नवख्या व्यक्तीवर कीथची छाप पडायला वेळ लागत नसे.

फौजदारी कायद्याच्या क्षेत्रात कीथच्या नावाचा एवढा दबदबा होता की, एखाद्या खटल्यात त्याने वकीलपत्र घेतलं आहे, हे कळल्यावर न्यायाधीशसुद्धा अतिसावध होत. कीथ मूळचा मिसिसिपीचा, पण जसजसा वकिलीत जम बसू लागला, तसतसा त्याच्या नावाचा दबदबा सगळीकडे वाढत गेला. १९५० साली त्याने न्यूयॉर्कला स्थलांतर केलं होतं. कोलंबिया विद्यापीठातून १९४३ साली उत्तम मार्कांनी कायद्याची परीक्षा उत्तीर्ण झाल्यानंतर लगेचच त्याने वकिली व्यवसायासाठी आवश्यक अशी अमेरिकन बार असोसिएशनची परीक्षा दिली होती आणि व्यवसायाला सुरुवात केली होती.

कीथचं चारित्र्य वादग्रस्त होतं. अमेरिकेतल्या इटालियन माफियाचा एक कुप्रसिद्ध सूत्रधार आल्बर्टो कोस्तांतिनो याच्याशी कीथचे घनिष्ट संबंध असल्याची वदंता होती. कीथने मोठ्या कसोशीने आल्बर्टोच्या दोन मुलांना खुनाच्या आरोपातून सहीसलामत सोडवलं होतं. आल्बर्टोशी स्पर्धा करणाऱ्या एर्नेस्तो फिओरेला याच्या गँगमधल्या तीन जणांची मायामीच्या एका गजबजलेल्या उपाहारगृहात कित्येक लोकांच्या देखत भरदिवसा हत्या झाली होती. त्या वेळी पोलिसांनी आल्बर्टोच्या दोन मुलांना त्या उपाहारगृहातच 'रंगेहाथ' पकडलं होतं. ती घटना जवळून पाहिलेल्या सहा जणांचे जबाब पोलिसांनी नोंदवले होते. सरकारपक्षाने भरभक्कम पुरावा गोळा केला होता नि ते सहा साक्षीदार न्यायालयात शपथेवर सरकारपक्षाच्या वतीने साक्ष द्यायला तयार झाले होते. कित्येक वर्षं आल्बर्टोला कायद्याच्या कचाट्यात पकडायला टपलेल्या पोलिसांना खात्री होती की, त्याच्या दोन्ही मुलांना या खटल्यात शिक्षा होणार आणि त्यामुळे आल्बर्टोचं नीतिधैर्य खचणार, पण कीथने एकेका साक्षीदाराला उलटतपासादरम्यान इतकं गोंधळून टाकलं की, त्यांच्या साक्षींमध्ये विसंगती दिसू लागली. त्यांवर बोट ठेवून कीथने युक्तिवाद केला की, पोलिसांनी काहीही करून आल्बर्टोला अडचणीत आणायचा चंग बांधला होता आणि त्यासाठीच त्याच्या मुलांवर खुनाचा आरोप ठेवला होता. त्या तिघांचे खून पैशावरून त्यांच्या-त्यांच्यातल्या भांडणातूनच झाले असावेत, असाही युक्तिवाद त्याने केला. सहा साक्षीदारांच्या साक्षींतल्या विसंगतीकडे बोट दाखवून न्यायालयाने दोन्ही आरोपींची निर्दोष मुक्तता केली होती. गेली काही वर्षं मादक वस्तूंची अमेरिकेत चोरटी आयात करणाऱ्या मेक्सिकन तस्कर मिग्वेल कास्तिलोशी कीथची घनिष्ठ मैत्री झाली होती. मिग्वेलच्या कित्येक साथीदारांना कीथने त्यांच्यावरच्या तस्करीच्या खटल्यांतून सोडवलं तर

होतंच, पण बऱ्याच वेळा त्या दोघांची मिग्वेलच्या महत्त्वाच्या 'कामगिरी'पूर्वी गुप्त खलबतं होतात, असंही संघटित गुन्हेगारांच्या भूमिगत टोळ्यांच्या वर्तुळात बोललं जायचं.

नीतिमत्तेची बंधनं झुगारलेल्या कीथला पैसा आणि यश यांची नशा चढली होती. त्यासाठी तो कोणत्याही पातळीवर जायला कचरत नसे. त्याला आणखी एका गोष्टीची नशा होती– सुंदर तरुणींचा सहवास! नव्याने वकिली व्यवसायात शिरलेल्यांमध्ये कीथच्या हाताखाली काम करण्याची संधी मिळवण्यासाठी चढाओढ लागलेली असायची. काही हुशार तरुणांना आपल्या कामात मदत म्हणून तो निवडायचाही, पण जेव्हा तरुणींना तो आपल्या हाताखाली काम करायला निवडायचा, ते मात्र कायद्याच्या ज्ञानाच्या निकषावर नव्हे तर त्यांचं सौंदर्य किती मादक आहे, या निकषावर! अशा तरुणीदेखील केवळ कीथच्या हाताखाली काम करायची संधी मिळावी म्हणून काहीही करायला तयार असत!

अलीकडेच वकिली व्यवसायात पदार्पण केलेली पॉला कार्डोझा ही स्पॅनिश मूलवंशाची 'हिस्पॅनिक' अमेरिकन होती. सत्तावीस वर्षांच्या काळे दाट कुरळे केस, अपरे नाक, भरगच्च ओठ आणि पिंगट डोळे असलेल्या पॉलाची लयबद्ध शरीरयष्टी आणि उन्नत उरोज यांनी कीथला भुरळ पाडली नसती तरच नवल! कीथची बायको स्टेफी हिला कीथच्या छंदाची कल्पना होती. ऐषारामात राहण्यास चटावलेली स्टेफी कीथच्या छंदाकडे कानाडोळा करत होती. त्यांची वीस वर्षांची मुलगी आणि बावीस वर्षांचा मुलगा विद्यापीठात शिकत होते.

कोर्ट-मार्शलचा निकाल जाहीर केल्यानंतर लगेचच मुख्य न्यायाधीश ब्रिगेडियर फ्रिडमन वार्ताहर परिषदेत एक उद्घोषणा करून न्यायालयाचा निर्णय वार्ताहरांना सांगणार होते. वार्ताहर परिषद फोर्ट मॅनिंगच्या आवारातल्या हॉलमध्ये होणार होती. हॉल खचाखच भरला होता. फक्त अधिकृत ओळखपत्रं असलेल्या वार्ताहरांनाच फोर्ट मॅनिंगच्या आवारात प्रवेश दिला गेला होता.

आवाराच्या प्रवेशद्वाराजवळ बरेच उत्सुक लोक आणि युद्धविरोधी आंदोलक यांनी दाटी केली होती. त्यांतच एक होती तेवीस वर्षांची सॅली. तीदेखील उत्सुकतेने निकालाची वाट पाहत होती. वार्ताहर परिषद संपल्यासंपल्या सर्व वार्ताहर प्रवेशद्वाराबाहेरच्या गाड्या लावण्याच्या जागेकडे लगबगीने निघाले. कधी एकदा बातमी तयार करून त्यांच्या वृत्तपत्राच्या कार्यालयात पाठवतो, असं त्यांना झालं होतं.

त्यांच्यापैकी एका तरुणीला अडवून सॅलीने विचारलं, "काय निर्णय दिला न्यायालयाने?"

सॅलीला दूर करत ती तरुणी जाताजाता म्हणाली, ''तिघांनाही फाशी!''

सॅलीला रडूच कोसळलं. रडतरडत जवळजवळ धावतच ती गाडीत बसलेल्या आपल्या वडिलांकडे गेली.

त्यांना मिठी मारून जोरजोरात रडत म्हणाली, ''डॅडीऽऽऽ! जॉर्जला फाशीची शिक्षा झाली!''

तिच्या पाठीवरून हात फिरवत मि. जोजफ स्टार्स्की म्हणाले, ''सॅली, बेटा शांत हो!''

पण सॅलीच्या दुःखाला आवर कसा घालायचा, हे त्यांना कळेना.

''चल, बेटा आपण हॉटेलवर जाऊन पुढे काय करायचं याचा विचार करू.''

त्यांनी ड्रायव्हरला गाडी ब्रिजटनमधल्या ब्रॉड स्ट्रीटवरच्या कोहान्सी हॉटेलकडे घ्यायला सांगितलं. हॉटेलवर पोहचेपर्यंत सॅलीच्या दुःखाचा आवेग थोडा कमी झाला होता.

''डॅडी, काही झालं तरी जॉर्ज सुटला पाहिजे. निदान त्याची फाशी तरी टळली पाहिजे. काहीतरी करा तुम्ही डॅडी!'' सॅलीने गळ घातली .

''सॅली बेटा, जरा कठीण दिसतंय हे प्रकरण. मी तुला केव्हाचा सल्ला देत होतो की, त्या जॉर्जबरोबरचे संबंध कमी कर, पण तू तर ऐकायलाच तयार नाहीस.''

''डॅडी, आम्ही गेली सहा वर्षं ऐकमेकांना चांगले ओळखतोय. आमचं एकमेकांवर खूप प्रेम आहे. जॉर्ज तसा दयाळू आहे. त्याच्या हातून तसलं अघोरी कृत्य झालं असेल, यावर माझा विश्वासच बसत नाही. आता युद्ध म्हटल्यावर काही लोकांना प्राण गमवावेच लागणार. म्हणून काय त्याबद्दल सैनिकांना शिक्षा द्यायची? हा कसला न्याय? मला नक्की माहितेय डॅडी, की जॉर्जचे वरिष्ठ आपल्या चुकांचं खापर त्याच्या माथ्यावर फोडत आहेत. डॅडी, प्लीज तुम्ही एखादा चांगला वकील शोधा ना!''

सॅली हे जोजफ स्टार्स्कींचं एकुलतं अपत्य. पत्नीच्या अकाली निधनानंतर त्यांनी बारा वर्षांच्या सॅलीचा फुलासारखा सांभाळ केला होता, तिला वाढवलं होतं. त्यांनी पुनर्विवाह केला नाही. सावत्र आई सॅलीला प्रेमाने सांभाळणार नाही, अशी भीती त्यांना वाटायची. त्यासाठी त्यांनी एकाकी जीवन जगण्याचं ठरवलं. त्यांचं सर्व लक्ष सॅलीवर केंद्रित झालं होतं. मिनेसोटा राज्यातल्या सेंट पॉल या शहरातून मि. स्टार्स्की जडजवाहिरांची आयात आणि त्यांचं अमेरिकेत वितरण करण्याचा व्यवसाय करत. सेंट पॉलमध्ये त्यांचं जडजवाहिराचं एक भव्य शोरूमवजा दुकानही होतं. त्या दुकानाचा आणि आपल्या व्यवसायाचा कारभार ते स्वतः पाहत. त्यांच्या मदतीला एक हिशेबनीस, एक सचिव आणि दुकानात काम करणारे सहा विक्रेते होते. त्यांच्या गेल्या तीस वर्षांच्या या व्यवसायात त्यांनी भरपूर यश आणि पैसा मिळवला होता.

सेंट पॉलच्या नैऋत्येकडच्या दीडशे मैलांवरच्या मार्शल या गावाजवळच्या मार्शल स्टेट युनिव्हर्सिटीमध्ये १९६४ साली सॅलीने बी.ए.साठी प्रवेश घेतला. ती तीन वर्षं वसतिगृहात राहणार होती. स्टार्स्कींना ते पसंत नव्हतं, पण सतरा वर्षांच्या सॅलीला सतत वडिलांच्या छायेखाली राहायला आवडत नव्हतं. इतर मित्रमैत्रिणींप्रमाणे तिला स्वातंत्र्य आणि मोकळीक मिळत नव्हती, म्हणून तिने मुद्दाम घरापासून थोडं दूर मार्शल विद्यापीठात प्रवेश घेतला. तिथं राहायला गेल्यावर तिची वीस वर्षांच्या जॉर्जशी ओळख झाली. ओळखीचं रूपांतर मैत्रीत आणि कालांतराने प्रेमात व्हायला फारसा वेळ लागला नाही.

जॉर्ज मार्शलजवळच्या कॅनबी या गावचा. त्यावेळी बी.कॉम.च्या दुसऱ्या वर्षाला होता. तो सॅलीपेक्षा तीन वर्षांनी मोठा होता. जॉर्जला अभ्यासात गोडी नव्हती. तो वारंवार परीक्षा अनुत्तीर्ण व्हायचा म्हणून घरी आईवडील त्याला सतत उपदेशाचे डोस पाजत. त्याला कंटाळून वयाच्या बाविसाव्या वर्षी १९६६ साली तो सैन्यात शिरला, लेफ्टनंट झाला. त्याची नेमणूक सुरुवातीला मिनेसोटातल्या सेंट पॉलजवळच्याच बर्नस्व्हील इथल्या लष्करी तळावर झाली. त्यामुळे त्याची आणि सॅलीची वारंवार भेट होई.

लष्करी गणवेशातला उंचापुरा जॉर्ज रुबाबदार दिसायचा. सुटीच्या दिवशी ती दोघं एकत्र वेळ घालवत. दिवसेंदिवस सॅली जॉर्जमध्ये अधिकच गुंतत चालली होती. सैन्यात दाखल व्हायच्या त्याच्या निर्णयाला सॅलीने पाठिंबा दिला होता.

१९६८ सालच्या एप्रिल महिन्यात जॉर्जची व्हिएतनाममध्ये नेमणूक होणार, हे कळल्यावर सॅली काळजीत पडली.

"जॉर्ज, मला तुझी चिंता वाटते." सॅली त्याला बिलगत म्हणाली.

"सॅली डार्लिंग, तू चिंता करू नकोस. माझी तिथली नेमणूक फक्त वर्ष-सव्वावर्षासाठीच आहे, पण सॅली, तू माझ्यासाठी थांबशील ना?"

"जॉर्ज, हे काय विचारणं झालं? आता मी तुझ्याशिवाय दुसऱ्या कोणाचा विचारच करू शकत नाही. मला कितीही थांबावं लागलं तरी माझी तयारी आहे. शिवाय तू देशसेवेसाठी महत्त्वाच्या मोहिमेवर निघाला आहेस, मला तुझा खूप अभिमान वाटतोय."

कोर्ट-मार्शलचा निकाल ऐकल्यापासून मि. स्टार्स्की देखील चिंताग्रस्त झाले होते. असा निर्णय दिला जाईल अशी शंका त्यांच्या मनात पूर्वीच डोकावली होती. तसं झालं तर काय करायचं, याची त्यांनी थोडीफार पूर्वतयारीदेखील करून ठेवली होती. सेंट पॉल इथल्या त्यांच्या व्यवसायाच्या संदर्भात कायद्याचा सल्ला देणारे ॲटर्नी इगल्टन यांच्याकडून त्यांनी फौजदारी कायद्याच्या क्षेत्रातल्या प्रथितयश वकिलांची माहिती घेऊन ठेवली होती. हॉटेलमध्ये पोहचल्यावर त्यांनी ॲटर्नी कीथ

अँडरसन यांच्या कार्यालयात फोन केला.

कीथ आणि पॉला आपापल्या पेयांचा आणि धुंद, मंत्रमुग्ध वातावरणाचा आस्वाद घेत डेकवरच बसले होते. हळूहळू अंधार पडायला सुरुवात झाली, तशा स्वच्छ आकाशात चांदण्या लुकलुकू लागल्या. पौर्णिमेनंतर दोनच दिवस झाले होते. पूर्वेला जवळजवळ गोलाकार चंद्र बराच वर आला होता. हळूहळू वाढणारा चंद्रप्रकाश दिवस संपून रात्रीची सुरुवात होत आहे, याची जाणीव करून देत होता. आता लाटादेखील चंदेरी दिसू लागल्या होत्या. पॉला उठून डेकजवळच्या कठड्याकडे गेली. कीथही उठून तिच्या शेजारी उभा राहिला.

इतक्यात कप्तानचा सहायक तिथं आला आणि म्हणाला, ''सर, आपल्याला कप्तानांचा निरोप आहे.''

जरा त्रासिक चेहऱ्याने कीथने विचारलं, ''काय?''

''आपल्या सचिव मिस जेनिफर यांचा रेडिओ संदेश आला आहे. त्यांना आपल्याशी बोलायचं आहे. काही महत्त्वाचं काम आहे, असं त्या म्हणाल्या.''

''जेनीचा संदेश? आत्ता या वेळी? ठीक आहे चल, मी आलोच.'' वळतावळता कीथ पॉलाला म्हणाला, ''पॉला डार्लिंग, आलोच हं जेनी काय म्हणते ते पाहून.''

कीथ जगात कुठंही असला तरी त्याचा त्याच्या कार्यालयाशी सतत संपर्क असायचा. तो त्याच्या नौकेवर असताना संपर्क साधण्यासाठी त्याने अतिशय महागाची पण कार्यक्षम अशी रेडिओ संदेश यंत्रणा बसवून घेतली होती.

''जेनी काय म्हणतेस? ओव्हर.''

''सर नी-लाय् खटल्यातल्या तिन्ही आरोपींना कोर्ट-मार्शल न्यायालयाने फाशीची शिक्षा ठोठावली आहे. त्यांच्यापैकी जॉर्ज हॅलेच्या वतीने मि. जोजफ स्टार्स्की यांचा मघाशी फोन आला होता. त्यांना त्याची फाशी टाळण्यासाठी काही कारवाई करता येईल का, हे आजमावण्यासाठी आपला सल्ला घ्यायची इच्छा आहे. मी त्यांना आपल्या सल्ल्यासाठी असलेला तासाचा दर सांगितला. ते त्याच्या दुप्पट पैसे द्यायला तयार आहेत. ते म्हणतात की, कोणत्याही परिस्थितीत त्यांना उद्या तुम्हाला भेटायचं आहे. मी त्यांचा फोन नंबर घेऊन ठेवला आहे. त्यांना काय सांगायचं? ओव्हर.''

फक्त पंधरा-वीस सेकंद विचार करून कीथ म्हणाला, ''जेनी, उद्या दुपारी दोनची वेळ त्यांना दे. सकाळी जेट व्हेराक्रुझच्या कारातेरा विमानतळावर पाठव. मी व्हेराक्रुझपासून फार दूर नाही. रात्री बारा-एकपर्यंत पोहचू तिथं. ओव्हर.''

''ठीक आहे, सर. मी सर्व व्यवस्था करते. रॉजर ओव्हर अँड आऊट.''

कीथ पुन्हा डेकवर परतला. कॅव्हियर टोस्टचा एक तुकडा तोंडात टाकून त्याने पॉलाला जेनीबरोबर झालेल्या संभाषणाची कल्पना दिली.

तो म्हणाला, ‘‘कीथ अँडरसनला प्रसिद्धी झोतात यायची आणखी एक संधी चालून आलेली आहे!’’

‘‘पण सर, नी-लाय् हत्याकांडास साक्षी असलेल्या कित्येकांनी शपथेवर न्यायालयात जबाब दिले आहेत आणि त्या खटल्यात सरकारपक्षाने भरभक्कम पुरावा सादर केला आहे, असं अलीकडेच मी ‘न्यूयॉर्क टाईम्स’मध्ये वाचलं. प्रकरण तसं कठीणच दिसतय मला.’’

‘‘म्हणून तर हे आव्हान स्वीकारायचं मी ठरवलं आहे,’’ असं म्हणून तिचं एक दीर्घ चुंबन घेऊन कीथ म्हणाला, ‘‘अगं, वेडे, तू अजून कीथ अँडरसनला ओळखलंच नाहीस!’’

मि. स्टार्स्की आणि सॅली कीथबरोबर त्याच्या कार्यालयात पुढे काय करायचं, याची चर्चा करत होते.

‘‘मला आता फक्त दोन मार्ग दिसतात. दोन्ही खूपच अवघड आहेत. एक, कोर्ट-मार्शल न्यायालयाच्या निर्णयास सर्वोच्च न्यायालयात आव्हान द्यायचे. अर्थात रीतसर अपील करावं लागेल. सर्वसाधारणपणे पूर्वीच्या उदाहरणांवरून एक स्पष्ट होतं की, सर्वोच्च न्यायालय कोर्ट-मार्शलच्या निर्णयांमध्ये ढवळाढवळ करत नाही. अपील यशस्वी होईल की नाही याची मी खात्री देऊ शकत नाही, पण प्रयत्न करण्यास हरकत नाही, असं मला वाटतं. दुसरा मार्ग म्हणजे शिक्षा फाशीवरून जन्मठेपेवर आणावी यासाठी राष्ट्राध्यक्षांना दयेचा अर्ज करायचा. कोणाचीही कोणतीही शिक्षा केवळ कमीच काय, संपूर्णत: माफ करायचाही अधिकार राष्ट्राध्यक्षांना आहे. त्यात न्यायव्यवस्था ढवळाढवळ करू शकत नाही, पण अध्यक्ष आपला घटनात्मक अधिकार वापरतील की नाही हे राजकीय निकषांवर अवलंबून आहे. हा अधिकार वापरल्यास आपल्या राजकीय विरोधकांना आपल्याविरुद्ध आवाज उठवायला आणखी एक कारण मिळेल या भीतीने तो वापरण्यास ते नकार देण्याचीच शक्यता आहे, पण माझ्यामते आपण अपीलाचा निर्णय काय होतो, ते पाहू आणि मगच दयेच्या अर्जाचा विचार करू.’’

‘‘आम्ही तुमच्या सल्ल्यानेच पुढची पावलं उचलू!’’ मि. स्टार्स्की म्हणाले.

कॅपिटॉल, जुलै १९७०

१७ जुलै १९७० या दिवशी सकाळी दहाच्या सुमारास वॉशिंग्टन डी. सी. मधल्या ‘कॅपिटॉल’ टेकडीवरच्या अमेरिकेच्या सर्वोच्च न्यायालयाच्या आवारात

कडक पोलीस बंदोबस्त होता. जॉर्ज हॅले विरुद्ध संरक्षण सचिव या प्रकरणात अर्जदार जॉर्ज हॅलेच्या वतीने त्याचे वकील सुप्रसिद्ध कायदेतज्ज्ञ ॲटर्नी कीथ ॲंडरसन यांचा आज युक्तिवाद होणार होता. तो ऐकायला वार्ताहर, युद्धविरोधी आंदोलक आणि कित्येक वकिलांनी न्यायालयाच्या आवारात एकच गर्दी केली होती. दूरदर्शनच्या कर्मचाऱ्यांची धांदल उडाली होती. त्यांना न्यायालयाचं कामकाज प्रक्षेपित करता येणार नव्हतं, पण त्या प्रकरणाच्या अनुषंगाने तिथं येणाऱ्या महत्त्वाच्या व्यक्तींच्या प्रतिक्रिया विचारून त्या बातम्यांमध्ये सामील करायच्या होत्या. विशेषत: जॉर्ज हॅले न्यायालयात येताना सोबत त्याची मैत्रीण सॅली स्टार्स्की असण्याची शक्यता होती. त्या दोघांचे फोटो घेण्यासाठी आणि त्यांचं चित्रण करण्यासाठी एकच धावपळ उडाली होती. इतक्यात एका दूरदर्शन वाहिनीच्या वृत्तनिवेदिकेने कॉलिन बर्टन यांना गाडीतून उतरताना पाहिलं. ती आपला माईक घेऊन त्यांच्याकडे धावली. कॅमेरामनदेखील आपल्या लवाजम्यासह तिकडं गेला.

निवेदिकेने कॉलिनना विचारलं, "मिस्टर बर्टन, न्यायालयाचा निकाल कोणाच्या बाजूने लागेल, असं तुम्हाला वाटतं?"

"निकालाला अजून खूप वेळ आहे. आज या प्रकरणातला एक महत्त्वाचा टप्पा आहे. जॉर्ज हॅलेच्या वतीने कोणता युक्तिवाद सादर केला जाणार आहे, हे ऐकायला मी आलो आहे. प्रकरण न्यायप्रविष्ट असल्याने मी माझं मत प्रदर्शित करू इच्छित नाही."

"पण मिस्टर बर्टन, आज ॲटर्नी ॲंडरसन यांचा युक्तिवाद ऐकल्यावर न्यायालयास जॉर्ज हॅलेला दोषमुक्त करावं, असं वाटलं तर त्यावर तुमची प्रतिक्रिया कशी असेल?"

"हा 'जर-तर'चा प्रश्न आहे. न्यायालय जो निर्णय देईल तो सर्वांनी स्वीकारायलाच पाहिजे!"

"हॅलेला अगदी दोषमुक्त केलं तरी?"

"अर्थातच! पण आत्तापर्यंत न्यायपालिकेसमोर आलेल्या पुराव्यांच्या आधारे मी असं म्हणेन की, हॅले दोषमुक्त ठरला तर तो चमत्कारच म्हणावा लागेल!"

"धन्यवाद, मिस्टर बर्टन!"

मुख्य न्यायाधीश मि. हंफ्रे रीव्हज् आणि त्यांचे दोन सहकारी न्यायाधीश एडवर्ड हार्पर आणि जोनाथन ब्राऊन आपल्या खुर्च्यांवर स्थानापन्न झाल्यानंतर न्यायाधीश रीव्हज् यांनी आपल्या टेबलावरची छोटी लाकडी हातोडी आपटून न्यायालयाचं कामकाज सुरू होत असल्याचं जाहीर केलं. न्यायासनाच्या समोर उजव्या बाजूला ॲटर्नी जनरल रामसे क्लार्क आणि त्यांच्या मागे त्यांचे तीन सहायक बसले होते. डाव्या बाजूला ॲटर्नी कीथ ॲंडरसन आणि त्यांच्या मागे त्यांचे दोन सहायक बसले

होते. त्यांच्या टेबलावर कायद्याचे जाडेजुडे संदर्भग्रंथ होते. त्यांत काही ठिकाणी खुणांसाठी कागद लावले होते.

''या अपिलाचे अर्जदार जॉर्ज हॅले यांचे वकील ॲटर्नी कीथ ॲंडरसन यांनी अर्जदाराच्या वतीने आपला युक्तिवाद सादर करावा.'' मुख्य न्यायाधीश म्हणाले.

कीथ आपल्या जागेवरून उठला. त्याने आपल्या नेव्ही ब्ल्यू कोटाचं बटन बंद केलं. टेबलावरच्या ग्लासातल्या पाण्याचा एक घोट घेतला आणि आपल्या धारदार खड्या आवाजात युक्तिवाद सादर करायला सुरुवात केली.

''न्यायमूर्ती महोदय, आज आपण जॉर्ज हॅले विरुद्ध संरक्षण सचिव या अपिलाच्या सुनावणीसाठी अर्जदार आणि सरकारपक्ष यांना आपले युक्तिवाद सादर करायला पाचारण केलं आहे. परंतु मला आपल्या निदर्शनास ही गोष्ट आणून द्यायची आहे की, माझा अशील जॉर्ज हॅले याच्या खटल्याचा निकाल केव्हाच लागला असून त्यात माझ्या अशिलाला दोषी धरून त्याला जास्तीत जास्त शिक्षा देण्यात यावी, असा निवाडाही देण्यात आला आहे! हा निवाडा कोर्ट-मार्शलच्या न्यायाधीशांनी आपलं निकालपत्र जाहीर करण्यापूर्वीच दिला गेला होता....''

कीथच्या युक्तिवादाच्या या प्रास्ताविकाने गोंधळलेल्या मुख्य न्यायाधीशांनी कीथला थांबण्याचा इशारा केला आणि ते म्हणाले, ''ॲटर्नी ॲंडरसन, तुम्हाला जे सांगायचं आहे, ते सरळसरळ सांगा, कोड्याची भाषा वापरू नका. या प्रकरणाचा निवाडा कुणी दिला आहे, असं तुम्हाला सूचित करायचं आहे?''

''न्यायमूर्ती महोदय, मी कोड्याची भाषा मुळीच करत नाही. मी आपल्या निदर्शनास एवढंच आणू इच्छितो की, जनता-जनार्दनाच्या न्यायपीठाने जॉर्ज हॅलेला केव्हाच दोषी ठरवलं आहे! त्या खटल्याच्या सुनावणीस सुरुवात झाली ९ नोव्हेंबर १९६९ या दिवशी! सेमूर किर्श याचा लेख 'वॉशिंग्टन पोस्ट'मध्ये प्रसिद्ध झाला त्याच दिवशी. त्यानंतरही ती सुनावणी पुढे चालू राहिली, दूरदर्शनवरच्या मुलाखती, वर्तमानपत्रातले इतर लेख आणि अन्य प्रसारमाध्यमांनी 'नी-लाय्' या प्रकरणाला दिलेल्या अथक प्रसिद्धीद्वारे. त्या सुनावणीनंतर जनतेच्या न्यायपीठाने काय निवाडा दिला? जॉर्ज हॅलेला जबरदस्त शासन व्हायला हवे हा!''

मुख्य न्यायाधीशांच्या चेहऱ्यावरची नापसंती उपस्थितांच्या चटकन लक्षात येण्यासारखी होती. ॲटर्नी जनरल क्लार्क कीथचं हे पोरकट प्रास्ताविक ऐकून गालातल्या गालात हसत होते. मुख्य न्यायाधीशांनी कीथला पुन्हा एकदा थांबवले. कीथच्या वक्तव्याने ते आता प्रक्षोभित झाले होते.

''ॲटर्नी ॲंडरसन, मी नाईलाजाने पुन्हा एकदा तुमच्या निदर्शनास आणू इच्छितो की, आम्हाला केवळ कायद्याच्या मुद्द्यांवर या अपिलाची सुनावणी करायची आहे. कृपा करून तुम्ही तुमचा अप्रस्तुत युक्तिवाद थांबवून कायद्याच्या मुद्द्यांना

धरून आपले म्हणणे मांडावे, अन्यथा मला या सुनावणीचं कामकाज थांबवावं लागेल!''

सारे उपस्थितही कीथच्या प्रास्ताविकाने गोंधळून गेले होते. कीथकडून त्यांना ही अपेक्षा नव्हती.

कीथ पुढे म्हणाला, ''न्यायमूर्ती महोदय, मी आता कायद्याच्या मुद्द्यांना हात घालणार होतोच. पण तत्पूर्वी मला माझ्या युक्तिवादाची पूर्वपीठिका सादर करायची होती. न्यायमूर्ती महोदय, माझा अशील जॉर्ज हॅले याच्या हातून १६ मे १९६९ या दिवशी नी-लाय् या खेड्यात बेकायदेशीर वर्तणूक झाली किंवा नाही या मुद्द्याला मी हात घालू इच्छित नाही. मला आपलं लक्ष वेधायचं आहे, ते या संपूर्ण प्रकरणाला प्रसारमाध्यमांनी अवास्तव प्रसिद्धी दिली या गोष्टीकडे! अर्थात मला हे मान्य आहे की, राज्यघटनेच्या पहिल्या घटनादुरुस्तीने प्रसारमाध्यमांना माहिती प्रसारणाचं मूलभूत स्वातंत्र्य बहाल केले आहे. माझा त्याबद्दल मुळीच आक्षेप नाही, पण मी आपल्या निदर्शनास हे आणू इच्छितो की, आपल्या राज्यघटनेच्या सहाव्या घटनादुरुस्तीने अमेरिकेतल्या कोणत्याही न्यायालयासमोर येणाऱ्या प्रत्येक आरोपीस न्याय्य सुनावणीचा मूलभूत हक्कदेखील बहाल केला आहे, पण एका बाजूस माहिती प्रसारणाचा हक्क आणि दुसऱ्या बाजूस न्याय्य सुनावणीचा हक्क हे परस्परांना छेद देऊ शकतात, त्यांच्यात मेळ बसत नाही. जेव्हा असे होते तेव्हा ज्याच्या हक्कावर गदा आली तो न्यायालयाचं दार ठोठावू शकतो. अशा प्रसंगी केवळ न्यायालयच कोणता हक्क त्या विशिष्ट संदर्भात जास्त महत्त्वाचा आहे, याबाबत निवाडा देऊ शकते. अशा निवाड्याने दोन्हीपैकी एका हक्कास दुय्यम स्वरूप प्राप्त होऊ शकते.

''आता जॉर्ज हॅलेच्या प्रकरणाचेच पहा. प्रसारमाध्यमांनी आपला माहिती प्रसारणाचा हक्क वापरला, आपल्या स्वातंत्र्याचा उपभोग घेतला. ठीक आहे, घेऊ देत उपभोग. त्यांचा हेतू सनसनाटी बातम्या प्रसारित करून आपल्या वर्तमानपत्रांचा खप वाढवायचा आणि आर्थिक फायदा मिळवायचा असो किंवा जनतेसमोर महत्त्वाच्या घटना मांडायचा असो, ते या ठिकाणी अप्रस्तुत आहे, पण तसं करताना आपलं स्वातंत्र्य अमर्यादपणे वापरून त्यांनी माझ्या अशिलाचा न्याय्य सुनावणीचा मूलभूत हक्क हिरावून घेतला, त्याचं काय?''

''त्याचा हा हक्क कसा हिरावून घेतला गेला याचा खुलासा कराल तुम्ही, ॲटर्नी ॲंडरसन?''

कीथच्या युक्तिवादाची दिशा आता मुख्य न्यायाधीशांच्या हळूहळू लक्षात येऊ लागली होती.

''मी तिकडंच वळणार होतो, न्यायमूर्ती महोदय. एखाद्या खटल्यातल्या आरोपींची प्रतिमा डागाळणाऱ्या बातम्या त्याच्यावर दोषारोपपत्र दाखल करण्यापूर्वी

अथवा नंतर खूप मोठ्या प्रमाणावर प्रसृत केल्याने ज्युरीच्या सदस्यांचं मत कलुषित होऊ शकते. अर्थात दोषारोपपत्र दाखल करण्यापूर्वी आणि खटल्याचं कामकाज सुरू होण्यापूर्वी ज्युरीचे सदस्य समाजाचा केवळ एक सामान्य घटकच असतात. सर्वसाधारण व्यक्तींप्रमाणे तेही या बातम्या वाचतात, ऐकतात आणि पाहतात. एका मर्यादेपर्यंत हे ठीक आहे, पण जर प्रसारमाध्यमांनी एखाद्या गुन्ह्याच्या प्रकरणाला सातत्याने अवास्तव प्रसिद्धी देऊन त्याला आरोपी दोषी आहे, त्याला जबरदस्त शासन व्हायला हवं, असं जनतेच्या मनावर बिंबवायचा चंग बांधला आणि न्यायालयाचा निवाडा येण्यापूर्वी त्यांनीच त्या खटल्याचा निवाडा देऊन टाकला तर संभाव्य ज्युरीच्या सदस्यांची मते कलुषित होणार आणि त्या आरोपीच्या न्याय्य सुनावणीच्या हक्कावर गदा येणार याबाबत संदेह असायचं कारण नाही.

"न्यायमूर्ती महोदय, मी आपल्यासमोर कायद्याचे जे विश्लेषण करत आहे, त्याला न्यायिक शिरस्ता आहे. आयर्विन विरुद्ध डौड या प्रकरणात १९६१ साली आणि त्यानंतर शेप्पार्ड विरुद्ध मॅक्सवेल या प्रकरणात १९६६ साली प्रस्तुतच्या न्यायालयाने दिलेल्या निकालपत्रात नेमका याच मुद्द्याचा सविस्तर ऊहापोह केला आहे. न्यायमूर्ती महोदय, या दोन्ही प्रकरणात इथं आज उपस्थित झालेल्या प्रश्नांबाबत न्यायालयाने जी मते तेव्हा मांडली आहेत त्यांचा सारांश मी आपल्यासमोर मांडू इच्छितो."

"आयर्विन विरुद्ध डौड मध्ये आरोपी लेस्ली आयर्विन याने इंडियाना प्रांतातल्या ग्रामीण भागात सहा खून केल्याचा त्याच्यावर आरोप ठेवला आणि तो शाबीतही झाला. त्याने केलेल्या गुन्ह्यांना प्रसारमाध्यमांनी अवास्तव प्रसिद्धी दिली. त्याच्या वतीने न्यायालयात करण्यात आलेल्या अपिलाच्या सुनावणी दरम्यान त्याच्या वकिलांनी असं सिद्ध केले की, त्याच्या खटल्यातल्या ज्युरीच्या बारापैकी आठ सदस्य खटला सुरू होण्यापूर्वीच लेस्लीने ते खून केले आहेत या निष्कर्षाप्रत आले होते! ज्युरीचे सदस्य नि:पक्षपाती नसल्याने आरोपीचा न्याय्य सुनावणीचा हक्क हिरावून घेतला गेला, या कारणास्तव न्यायालयाने लेस्लीची बिनशर्त मुक्तता करण्याचे आदेश दिले. हा प्रताप होता अवास्तव प्रसिद्धीचा! शेप्पार्ड विरुद्ध मॅक्सवेल या प्रकरणातही असेच झाले. क्लिव्हलँडमध्ये डॉ. सॅम्युएल शेप्पार्ड याने एका व्यक्तीचा निर्घृण खून केल्याचा आरोप त्याच्यावर ठेवण्यात आला होता. आरोपी एक सुप्रसिद्ध वैद्यकीय व्यावसायिक असल्याने लोकांचं लक्ष त्या प्रकरणाकडे लागून राहिलं होतं. १९५४ साली त्याच्या खटल्याची सुनावणी झाली आणि त्याला आजन्म कारावासाची शिक्षा ठोठावण्यात आली. त्याच्यावर खटला दाखल करण्यापूर्वी आणि दाखल केल्यानंतर, सुनावणी पुरी व्हायच्या आधी, वर्तमानपत्रात त्या प्रकरणाबाबत रकानेच्या रकाने भरून माहिती छापली गेली होती. त्या खटल्यातल्या ज्युरीचे सदस्य आपल्या निर्णयाप्रत येण्यापूर्वी त्यांची मते कलुषित होणे शक्य होतं. ही शक्यता लक्षात घेता आरोपीच्या न्याय्य सुनावणीच्या हक्कात बाधा

आली असल्याचा निष्कर्ष न्यायालयाने काढला. दहा वर्षं तुरुंगात काढलेल्या डॉ. शेप्पार्डची मुक्तता करण्यात आली. विशेष म्हणजे या प्रकरणात ज्युरींच्या सदस्यांची मते खरोखरच कलुषित झाली होती की नाही हे सिद्ध करायची गरज नाही असे न्यायालयाने म्हटले. अवास्तव प्रसिद्धी सर्वसाधारण व्यक्तीचे मत कलुषित करते असे गृहीत धरायला वाव आहे, असेच न्यायालयाने सूचित केलं.

''न्यायमूर्ती महोदय, प्रस्तुत प्रकरणातदेखील नेमके हेच झाले आहे. जॉर्ज हॅलेचे कोर्ट-मार्शल व्हायच्या आधी वर्तमानपत्रे आणि नियतकालिकांमध्ये प्रसिद्ध झालेल्या बातम्या, लेख, अग्रलेख तसेच वेगवेगळ्या दूरदर्शन वाहिन्यांनी प्रक्षेपित केलेल्या मुलाखती यांची ही यादी मी आपल्या अवलोकनार्थ तयार केली आहे, कृपया तिचा स्वीकार करावा.''

असं म्हणून कीथने यादी न्यायमूर्तींकडे देण्यासाठी शिरस्तेदाराकडे दिली. तिची एक प्रत ॲटर्नी जनरल यांनाही दिली. कीथच्या अनपेक्षित युक्तिवादाने ते गोंधळून गेले होते. त्याचा युक्तिवाद कसा खोडून काढायचा, हा यक्षप्रश्न आता त्यांच्यापुढे उभा होता.

''न्यायमूर्ती महोदय,'' कीथ पुढे म्हणाला, ''अर्जदारावरचा खटला कोर्ट-मार्शल न्यायालयाने निकालात काढण्यापूर्वी अवास्तव प्रसिद्धीच्या कारणास्तव ज्युरीच्या सदस्यांचं मत कलुषित होण्याची दाट शक्यता होती आणि त्यामुळे अर्जदाराच्या न्याय्य सुनावणीच्या घटनात्मक हक्कावर बाधा आली, या कारणास्तव कोर्ट-मार्शलचा निर्णय घटनाबाह्य घोषित करून अर्जदार जॉर्ज हॅलेची विनाशर्त मुक्तता करावी, अशी मी आपल्याला विनंती करतो. मी उल्लेख केलेली दोन्ही निकालपत्रे आपल्या अवलोकनार्थ न्यायालयात सादर करू इच्छितो. अर्जदाराच्या वतीने मला याउप्पर काहीही सादर करायचं नाही. धन्यवाद.'' असं म्हणून कीथने ती निकालपत्रं असलेले जाडे संदर्भग्रंथ न्यायाधीशांना देण्यासाठी शिरस्तेदाराकडे सोपवले आणि तो खाली बसला.

कीथच्या या अनोख्या आणि अनपेक्षित युक्तिवादाने ॲटर्नी जनरल क्लार्क यांच्यासहित उपस्थित श्रोते आणि वार्ताहर अचंबित झाले होते.

मुख्य न्यायाधीश रीव्हज् ॲटर्नी जनरलना उद्देशून म्हणाले, ''ॲटर्नी जनरल क्लार्क, कृपया सरकारपक्षाचा युक्तिवाद सादर करावा.''

कीथचा युक्तिवाद आणि त्याने केलेले दावे कसे खोडून काढायचे याचा विचार करत असलेले ॲटर्नी जनरल म्हणाले,

''न्यायमूर्ती महोदय, सरकारपक्षास आपला युक्तिवाद सादर करण्यासाठी काही तयारी करावी लागेल. या कारणास्तव या अपिलाच्या सुनावणीचं कामकाज पुढे ढकलावे, अशी मी विनंती करतो.''

ॲटर्नी जनरलनी जॉर्ज हॅले कसा दोषी आहे, हे न्यायालयाला पटवून देण्याची

जय्यत तयारी केली होती, पण तो मुद्दा कीथने उपस्थित केलाच नव्हता. कीथच्या अनोख्या युक्तिवादाला उत्तर देणं आणि तो खोडून काढणं आवश्यक होतं, पण त्यासाठी कायद्याचे संदर्भ शोधून तयारी करण्याची आवश्यकता होती.

ॲटर्नी जनरल क्लार्क यांची विनंती ऐकताच मुख्य न्यायाधीश म्हणाले, "ॲटर्नी जनरल, हे अपील दाखल केल्यापासून जवळजवळ तीन आठवड्यांनंतर ही सुनावणी होत आहे. या कालावधीत सरकारपक्षाला आपली तयारी करायला पुरेसा वेळ होता. अर्जदाराच्या वतीने कोणत्या मुद्द्यांवर युक्तिवाद केला जाईल, याचा सरकारपक्षाने अंदाज करून त्यास योग्य उत्तर देण्याची तयारी करणे अपेक्षित होतं. अर्जदाराच्या ॲटर्नींनी केवळ पंचवीस मिनिटांत आपला युक्तिवाद सादर केला आहे. या न्यायालयाने आजचा संपूर्ण दिवस या अपिलाच्या सुनावणीसाठी राखून ठेवलेला आहे. आम्हा न्यायाधीशांची सुनावणी पुढे ढकलण्याची इच्छा नाही. तथापि तुमच्या विनंतीचा सहानुभूतीपूर्वक विचार करता, ही सुनावणी आज दुपारी दोन वाजेपर्यंत आम्ही पुढे ढकलत आहोत."

मुख्य न्यायाधीशांनी लाकडी हातोडा आपटून कामकाज स्थगित केलं. सर्व उपस्थित उठून उभे राहिले. न्यायाधीश आपापल्या कार्यालयांकडे निघून गेले. सर्व उपस्थितांमध्ये कीथच्या अनोख्या युक्तिवादावर चर्चा सुरू झाली. ॲटर्नी जनरल आणि त्यांचे तीन सहायक न्यायालयाच्या ग्रंथालयाकडे लगबगीने निघाले.

बरोबर दोन वाजता पुन्हा कामकाजाला सुरुवात झाली. दरम्यान ॲटर्नी जनरलनी कीथचा युक्तिवाद खोडून काढणारे काही संदर्भ मिळतात का हे पाहण्यासाठी कायद्याचे अनेक ग्रंथ चाळले, पण ते पुरते चक्रावून गेले होते.

"ॲटर्नी जनरल क्लार्क, तुम्ही सरकारपक्षाचा युक्तिवाद सादर करावा."

"न्यायमूर्ती महोदय, अर्जदाराच्या वतीने पूर्वप्रसिद्धीचा जो मुद्दा या प्रकरणात उपस्थित केला आहे आणि त्या बाबतीत जे न्यायिक शिरस्ते न्यायासनासमोर मांडले आहेत ते सर्वसाधारण न्यायालयांतल्या खटल्यांना लागू होतात. आत्तापर्यंत कोर्ट-मार्शलच्या एकाही प्रकरणात ते लागू केलेले नाहीत. त्याचं कारण न्यायपालिका लष्करी न्यायप्रक्रियेत सहसा ढवळाढवळ करत नाही...."

हा मुद्दा प्रभावीपणे मांडण्यासाठी त्यांनी बरेच दाखले न्यायालयाला सादर केले. त्यांत जेव्हा जेव्हा कोर्ट-मार्शलच्या निकालाविरुद्ध सर्वोच्च न्यायालयात अथवा अन्य न्यायालयात अपील केले गेले तेव्हा तेव्हा वरच्या न्यायालयाने कोर्ट-मार्शलच्या निर्णयावर शिक्कामोर्तब केले, याची आकडेवारी दिली होती, पण त्यांच्या युक्तिवादाला पुष्टी देण्यासाठी त्यांच्याजवळ एकही न्यायिक शिरस्ता नव्हता. अन्य काही जुजबी कारणे पुढे करून त्यांनी कीथने उल्लेख केलेले शिरस्ते प्रस्तुत अपिलास लागू होत नाहीत, हे दाखवून द्यायचा प्रयत्न केला. त्यांचं वक्तव्य

मुळीच प्रभावी नव्हतं. त्याला कायद्याचा ठोस आधार नव्हता. कीथच्या मुद्देसूद, तर्कसंगत आणि प्रभावी युक्तिवादापुढे सरकारपक्षाची भंबेरी उडाली होती.

"न्यायमूर्ती महोदय, जॉर्ज हॅलेसारख्या युद्धगुन्हेगारास गंभीर शासन होणे आवश्यक आहे. तसं केले नाही तर जनतेचा न्यायपालिकेवरचा विश्वास उडेल. त्याने केलेल्या दुष्कृत्यांबद्दल कोर्ट-मार्शलमध्ये ठोठावलेली शिक्षा योग्य आहे. तिच्यावर आपण शिक्कामोर्तब करावे, अशी मी सरकारपक्षाच्या वतीने विनंती करतो. धन्यवाद."

ॲटर्नी जनरल क्लार्क यांचा चेहरा पडला होता. आपण कीथचे म्हणणे समर्थपणे खोडू शकलो नाही, याची त्यांना खंत वाटली.

अपिलाचा निकाल २ ऑगस्टला सकाळी दहा वाजता दिला जाईल, असं जाहीर करून मुख्य न्यायाधीशांनी कामकाज तहकूब केले.

३ ऑगस्टच्या सर्व प्रमुख वर्तमानपत्रांत पहिल्या पानावर ठळक बातमी होती– 'नी-लाय् हत्याकांडास जबाबदार असलेल्या सर्व आरोपींची विनाशर्त मुक्तता, कोर्ट-मार्शल घटनाबाह्य!'

सर्वोच्च न्यायालयाने ॲटर्नी कीथ अँडरसन यांचा युक्तिवाद ग्राह्य मानून कोर्ट-मार्शल कोणत्या मुद्द्यांवर घटनाबाह्य ठरवलं, याची कारणमीमांसा त्या बातम्यांमध्ये केली होती. कोर्ट-मार्शलची प्रक्रियाच घटनाबाह्य घोषित केल्यामुळे ओघाओघाने फर्नांडो निकोल्सन आणि चार्ल्स पार्कर यांचीही मुक्तता करण्यात आली.

अमानुष अत्याचार आणि हिंसाचार यांना जबाबदार असणाऱ्या त्या त्रिकुटास केवळ तांत्रिक मुद्द्यास्तव कसलीही शिक्षा भोगावी लागणार नाही, यावर लोकांचा विश्वासच बसेना, पण संरक्षण सचिव मेअर्डना मात्र आपल्या सैनिकांची शिक्षा रद्दबातल ठरल्यामुळे आनंदाच्या उकळ्या फुटत होत्या.

सर्वसामान्य जनता कायद्यातल्या पळवाटा पाहून आणि ढळढळीत अन्याय आणि अत्याचार करणाऱ्यांना कसलीही शिक्षा दिली जाणार नाही, या कल्पनेने व्यथित झाली. युद्धविरोधी आंदोलक अस्वस्थ झाले, पण कॉलिन बर्टन मात्र या आघातामुळे गडबडून गेले नाहीत. आपलं आंदोलन अधिकच तीव्र करण्याचा दृढनिश्चय त्यांनी केला!

हनोई, ऑगस्ट २००५

हो-ची-मिन्ह राष्ट्रीय राज्यशास्त्र संस्थेच्या आवारात पाय टाकल्यावर प्रथम लक्ष वेधले जाते ते हो-ची-मिन्ह यांच्या, जवळजवळ वीस फूट उंच, पांढऱ्या शुभ्र संगमरवरी पुतळ्याकडे. त्याच्या मागं गडद विटकरी रंगाची प्रशासकीय इमारत आणि आजूबाजूला फ्रेंच वास्तुशिल्पकलेची छाप असलेल्या पिवळ्या रंगाच्या सात-आठ दुमजली इमारती दिसत होत्या. संपूर्ण परिसरात फुलांचे वाफे, हिरवळ आणि उंच हिरवे वृक्ष दिसत होते, बसायला बाकं होती.

आधी ठरल्याप्रमाणे सकाळी नऊ वाजायच्या सुमारास मी संस्थेच्या प्रशासकीय कार्यालयात पोहचलो होतो. स्वागतिकेने संचालकांच्या कार्यालयाकडे जाण्याचा मार्ग मला दाखवला.

'डॉ. तुआँग दुय किएन, संचालक, हो-ची-मिन्ह राष्ट्रीय राज्यशास्त्र संस्था' ही दारावरची पाटी वाचून मी आत गेलो.

"मी उमेश कदम, आंतरराष्ट्रीय रेड क्रॉसचा विभागीय कायदा सल्लागार," अशी माझी ओळख करून देताच डॉ. तुआँग आपल्या जागेवरून उठले आणि हस्तांदोलन करण्यासाठी पुढे आले.

"या प्रा. कदम, मी तुमचीच वाट पाहत होतो. कधी पोहचलात हनोईला?"

"काल संध्याकाळी पोहचलो. फान-दिन्ह-फुंग स्ट्रीटवरच्या गॅलेक्सी हॉटेलमध्ये उतरलो आहे."

"असं! बरं, संस्था शोधायला फार वेळ लागला नाही ना?"

"छे, छे, टॅक्सी ड्रायव्हरला पत्ता माहीत होता."

आमचा चहा झाला. उद्यापासून सुरू होणाऱ्या 'आंतरराष्ट्रीय मानवतावादी

कायदा– नव्या घडामोडी, नवी आव्हाने’ या विषयावरच्या दोन दिवसांच्या चर्चासत्राची पूर्वतयारी करण्यासाठी मी डॉ.तुआँग यांच्या कार्यालयात आलो होतो. चर्चासत्र आंतरराष्ट्रीय रेड क्रॉस आणि हो-ची-मिन्ह राष्ट्रीय राज्यशास्त्र संस्था यांच्या संयुक्त विद्यमाने होणार होतं. चर्चासत्र ज्या कक्षात होणार होतं, तिथं जाऊन आम्ही पाहणी केली. गोलाकार रचना केलेल्या टेबलांभोवती तीस जणांची बसायची सोय केली होती. एका बाजूला पडदा, त्याच्यासमोर प्रोजेक्टर, त्याला जोडलेला संगणक, व्याख्यात्यांसाठी बोलायचं स्टँड, ध्वनिक्षेपक अशा सर्व सुविधा तिथं उपलब्ध होत्या. त्या पाहून आम्ही पुन्हा डॉ.तुआँग यांच्या कार्यालयात परतलो.

“तुम्हाला काही कागदपत्रं, टिपणं चर्चासत्रात सहभागी होणाऱ्या अधिकाऱ्यांना वाटायची असतील तर माझ्याकडे द्या. त्यांच्या प्रती काढायची मी व्यवस्था करतो.”

“मी बरंच छापील साहित्य आणलंच आहे. फक्त माझ्या एका ‘केस-स्टडी’च्या संदर्भात मी एक प्रश्नावली केली आहे, त्याच्या तीस प्रती काढल्या तर बरं होईल.”

“हो, हो, नक्कीच. द्या माझ्याकडे ती प्रश्नावली. कोणती केस निवडली आहे तुम्ही, प्रा. कदम?”

“नी-लाय् हत्याकांड आणि त्या संदर्भात झालेल्या न्यायालयीन कारवाईची.” मी म्हणालो.

“अरे वा, चांगली केस निवडली आहे तुम्ही. मला वाटतं तिच्यावरची चर्चा सहभागी अधिकाऱ्यांना खूपच प्रसंगोचित वाटेल.”

मग चर्चासत्राच्या अनुषंगाने इतर काही गोष्टींबाबत आम्ही चर्चा केली. त्यानंतर डॉ. तुआँग यांचा निरोप घेऊन मी तिथून निघालो. व्हिएतनामच्या विदेश मंत्रालयातल्या मुख्य कायदा सल्लागारांबरोबर मुलाखत ठरली होती. ती झाल्यानंतर मी हॉटेलवर परतलो. दुपारी चर्चासत्रात होणाऱ्या माझ्या तीन व्याख्यानांची उजळणी केली. चर्चासत्रात मी वापरणार होतो त्या ‘केस स्टडी’वर पुन्हा एकदा नजर टाकली. नी-लाय् हत्याकांड होऊन जवळजवळ छत्तीस वर्षं उलटली होती, पण आजही ते प्रकरण युद्धांदरम्यान मानवतावादी कायद्यांचे नियम न पाळल्यास किती अमानुष आणि हिंसक परिणाम होऊ शकतात, हे प्रभावीपणे सिद्ध करण्यास उपयुक्त ठरत होतं. नी-लाय् प्रकरणाशी माझी तोंडओळख सात वर्षांपूर्वी झाली होती....

नवी दिल्ली, जानेवारी १९९८

आंतरराष्ट्रीय रेड क्रॉसच्या नवी दिल्लीच्या विभागीय कार्यालयात दक्षिण आशिया विभागाचा कायदा सल्लागार या पदावर माझी जानेवारी १९९८ मध्ये नियुक्ती

झाली. १ फेब्रुवारीला मी या नव्या जबाबदारीची सूत्रं स्वीकारली. तत्पूर्वी मी बंगळूरू इथल्या नॅशनल लॉ स्कूल ऑफ इंडिया इथं आंतरराष्ट्रीय कायद्याचं अध्यापन करत होतो. युद्धविषयक मानवतावादी आंतरराष्ट्रीय कायद्याचा माझा विशेष अभ्यास होता. आता माझं काम या कायद्याच्या प्रसाराचं आणि त्याच्या अंमलबजावणीच्या प्रक्रियेला चालना देण्याचं होतं. माझ्या कामाला सुरुवात करून मला दोन आठवडे झाले होते.

आमच्या कार्यालयाचा प्रशासक हाईन्झ वायलर हा स्विस सहकारी माझ्या खोलीत आला आणि त्याने मला विचारलं, "उमेश, तुझं ठीक चाललं आहे ना?"

"हो हाईन्झ, गेले काही दिवस कामाचं स्वरूप समजावून घेण्यात आणि इतर सहकाऱ्यांच्या ओळखी होण्यात गेले. आता हळूहळू प्रत्यक्ष कामाला सुरुवात करतोय." मी उत्तरलो.

"उमेश, आपलं कार्यालय येत्या वीस तारखेपासून आठ दिवसांचं प्रशिक्षण शिबिर आयोजित करत आहे. आंतरराष्ट्रीय रेड क्रॉसमध्ये कामाची नव्यानेच सुरुवात केलेल्या कर्मचाऱ्यांना आपल्या संस्थेची उद्दिष्टं, कार्यप्रणाली आणि संरचना यांची माहिती देणं, हा त्याचा उद्देश आहे. आपलं काम युद्धाची झळ पोहचलेल्या सर्वांना निष्पक्षपातीपणाने मानवतावादी दृष्टिकोनातून मदत करण्याचं आहे, हे तुला ठाऊक आहेच. आपल्या या कामातले बारकावे नव्या कर्मचाऱ्यांना समजले की, त्यांना आपल्या वेगवेगळ्या जबाबदाऱ्या पार पाडण्यात आणि त्यामुळे कामाची परिणामकारकता वाढण्यास मदत होईल. या शिबिराच्या संचलनासाठी जिनिव्हा इथल्या आपल्या मुख्य कार्यालयातून चार प्रशिक्षक येणार आहेत. आशिया-प्रशांत विभागात काम करणाऱ्या तीस कर्मचाऱ्यांची या शिबिराचे प्रशिक्षणार्थी म्हणून निवड केली आहे. तुला आपल्या संस्थेची पूर्वीपासून माहिती आहेच, पण थोडीशी उजळणी करून घ्यायची असेल तर तूदेखील त्या शिबिरात सहभागी होऊ शकतोस." हाईन्झ जरा साशंकतेनेच म्हणाला.

"हो, चांगली कल्पना आहे. माझी तयारी आहे. कुठं होणार आहे हे शिबिर?" मी विचारलं.

"इथून जवळजवळ दीडशे किलोमीटर अंतरावरच्या राजस्थानमधल्या केसरोली नावाच्या एका खेड्यात ते होणार आहे. तिथं एका जुन्या गढीमध्ये एक प्रशस्त हॉटेल आहे. ते आम्ही आरक्षित केलं आहे. अल्वरपासून दहा-बारा किलोमीटरवर असेल ते."

"ठीक आहे, मी तयारी करतो जायची. पण हाईन्झ, इथं दिल्लीत एवढी हॉटेल्स असताना इतक्या आडजागी का बरं हे शिबिर आयोजित केलंय?"

"अरे, त्याला एका खास कारण आहे. शिबिरार्थींना मोठ्या शहरातल्या बार, सिनेमा किंवा डिस्को यासारख्या गोष्टींपासून दूर ठेवल्याने ते एकमेकांबरोबर जास्त

वेळ राहतात. त्यांच्यात संवाद होतो. इतरांच्या कामाचं स्वरूप समजतं. हा त्याचा फायदा आहे.'' हाईन्झने हसतहसत खुलासा केला.

२९ फेब्रुवारीला आमच्या कार्यालयातला एक ड्रायव्हर हरमोहन सिंग मला केसरोलीला घेऊन गेला. एका छोट्या टेकडीवरच्या त्या गढीच्या चारी बाजूंना दगडी बुरूज होते. गढी खूप जुनी दिसत होती. आजूबाजूला शेतकऱ्यांची घरं नि गुरांचे गोठे होते. पांढरट मातीचा धुरळा उडत होता. गाई, म्हशी, शेळ्या नि कोंबड्या रस्त्यावरून फिरत होत्या. लहान मुलं मातीत खेळत होती. भडक रंगांच्या साड्या नेसलेल्या बायका तोंडावर घुंघट घेऊन वावरत होत्या.

मी गढीच्या पायऱ्या चढून गेलो. तिथला भलामोठा उंच लाकडी दरवाजा ढकलून आत गेलो, तेव्हा चटकन विरोधाभास जाणवला. आत अत्याधुनिक सोयी आणि सुविधा असलेलं हॉटेल होतं. प्रशस्त उपाहारगृह, कार्यक्रमासाठी सभागृह, कार्यालय वगैरे दिसत होतं. एका बुरुजावरून मी आजूबाजूला नजर टाकली. दूरवर उत्तरेला तोरावती टेकड्यांची रांग दिसत होती. गढीच्या आसपास मंद वाऱ्यावर डोलणारी हिरव्या-पोपटी रंगाची गव्हाची शेती मोहवून टाकत होती. तिच्यातून तितराचा आवाज ऐकू येत होता.

जिनिव्हावरून आलेल्या प्रशिक्षकांना भेटलो. इतर प्रशिक्षणार्थींचीही ओळख झाली. दुसऱ्या दिवशी सकाळी शिबिर सुरू झालं. त्या दिवशी संध्याकाळच्या सत्राचा समारोप करताना शिबिराची संचालिका मिसेस डॉमिनिक बॉमगार्टनर आम्हाला म्हणाली,

''आज रात्रीचं जेवण झाल्यावर बरोबर साडेआठ वाजता पंचेचाळीस मिनिटांचा एक माहितीपट आपण पाहणार आहोत. त्याचं नाव आहे– 'नी-लाय्मधील तीन तास' व्हिएतनाम युद्धादरम्यान घडलेल्या एका सत्य घटनेवर तो आधारित आहे. युद्धांदरम्यान होणारे अत्याचार आणि हिंसा यांचं त्यात यथार्थ चित्रण केलं आहे. ती दुर्घटना जशी घडली तशीच होतकरू कलाकारांच्या मदतीने पुन्हा रचून, घटना प्रत्यक्ष जिथं घडली त्या नी-लाय् खेड्यातच चित्रपटाचं चित्रीकरण केलेलं आहे.''

साडेआठ वाजता आम्ही सभागृहात जमलो. व्हिडिओ कॅसेट सुरू केली गेली. सभागृहातले दिवे मंद केले गेले आणि माहितीपट सुरू झाला. तो आम्हाला जवळजवळ तीस वर्षांपूर्वीच्या व्हिएतनाममधल्या नी-लाय् या खेड्यात घेऊन गेला. पुढचा पाऊण तास, १६ मे १९६९च्या सकाळी तीन तासांत नी-लाय्मध्ये घडलेले अत्याचार आणि हिंसाचार यांचं भेदक चित्रण मी अवाक होऊन पाहत होतो. त्या रात्री अंथरूणावर पडल्यानंतर डोळ्यांसमोर नी-लाय्च्या निष्पाप आणि निरपराध रहिवाशांचे चेहरे वारंवार येत होते; भयभीत झालेले, दयेची याचना करणारे नि जीव वाचवायचा निकराचा प्रयत्न करणारे!

दुसऱ्या दिवशी सकाळच्या सत्रात अनेक प्रश्न उपस्थित केले गेले. 'नी-लाय् इथलं हत्याकांड टाळता आलं असतं का?', 'हत्याकांडास खरे जबाबदार कोण?', 'तांत्रिक कारणास्तव गंभीर स्वरूपाचे युद्धगुन्हे केलेल्यांना दोषमुक्त करणे योग्य की अयोग्य?', 'तरुण सैनिकांच्या प्रशिक्षणादरम्यान कोणती खबरदारी घ्यायला हवी?' अशा कित्येक प्रश्नांवर चर्चा झाली.

नी-लाय्‌ने माझ्या मनावर खोल ठसा उमटवला होता....

त्या शिबिरानंतर 'युद्धविषयक मानतावादी तत्त्वे आणि नियम' या विषयासंदर्भात मी अनेक चर्चासत्रं, अभ्यास-शिबिरं, कार्यशाळा आणि प्रशिक्षणाचे कार्यक्रम आयोजित करू लागलो. अशा बऱ्याच कार्यक्रमांदरम्यान 'केस स्टडी' हे एखाद्या घडलेल्या घटनेचा सखोल ऊहापोह करण्याचं सत्र असे! अशा सत्रांसाठी मी नेहमी 'नी-लाय्' प्रकरणावर तयार केलेली 'केस स्टडी' वापरायचो. त्या संपूर्ण प्रकरणावरचे काही लेख वाचून मी त्या घटनेचा चार पानी सारांश तयार केला होता आणि एक प्रश्नावलीही तयार केली होती.

फेब्रुवारी २००४ मध्ये माझी बदली आमच्या संस्थेच्या मलेशियातल्या कुआला लंपूर इथल्या विभागीय कार्यालयात झाली. आता माझं काम दक्षिण-पूर्व आणि पूर्व आशिया आणि प्रशांत विभागातल्या देशांत चालणार होतं. माझ्या कार्यक्षेत्रात व्हिएतनामचा समावेश होता.

हनोईमधल्या चर्चासत्राला सुरुवात झाली. त्यात सहभागी होण्यासाठी थायलंड, लाओस, कंबोडिया, मलेशिया, सिंगापूर, इंडोनेशिया, फिलीपीन्स आणि खुद्द व्हिएतनाम या देशांच्या संरक्षण आणि परराष्ट्र मंत्रालयांचे वरिष्ठ अधिकारी आणि काही लष्करी अधिकारी उपस्थित होते. त्या कार्यक्रमातली विविध सत्रं माझ्याव्यतिरिक्त आमच्या बँकॉक इथल्या कार्यालयातले दोन सहकारी आणि दोन व्हिएतनामी आंतरराष्ट्रीय कायदेतज्ज्ञ करणार होते. चर्चासत्राच्या उद्‌घाटनपर भाषणासाठी व्हिएतनामचे परराष्ट्रमंत्री अर्ध्या तासासाठी संस्थेत येऊन भाषण करून गेले.

पहिल्या सत्रात युद्धविषयक मानवतावादी कायद्यांची मी उपस्थितांना तोंडओळख करून दिली आणि त्यांची मूलतत्त्वं समजावून सांगितली. त्यानंतरच्या सत्राचं संचलन करणार होते हनोई विद्यापीठातल्या आंतरराष्ट्रीय कायद्याचे प्राध्यापक डॉ. ला-कान्ह तुंग. त्यांची आणि माझी गेल्या दीड-दोन वर्षांची चांगलीच ओळख होती. जवळजवळ माझ्याच वयाचे डॉ. तुंग यांचं उच्च शिक्षण पॅरिसच्या सुप्रसिद्ध सोरबॉन विद्यापीठात झालेलं. व्हिएतनाममध्ये आंतरराष्ट्रीय कायद्याच्या क्षेत्रात त्यांचा खूप दबदबा होता. त्यांचा त्या विषयाचा अभ्यासही दांडगा होता. उंचेले, गोल चेहऱ्याचे आणि बऱ्यापैकी टक्कल पडलेले डॉ. तुंग यांचा स्वभाव मनमिळावू होता. त्यांनी

आपल्या क्षेत्रात उल्लेखनीय कामगिरी केल्याबद्दल त्यांना अनेक सन्मान आणि कीर्ती मिळाली असली तरी त्यांच्या मनात गर्वाचा लवलेशही नव्हता.

मार्च २००४ मध्ये हो-ची-मिन्ह शहर– पूर्वीचं सायगाव या दक्षिण व्हिएतनाममधल्या ऐतिहासिक शहरात झालेल्या एका विभागीय परिषदेमध्ये आम्ही दोघं भेटलो होतो. त्या वेळी आम्ही मनमोकळेपणाने खूप गप्पा मारल्या होत्या. एके संध्याकाळी आम्ही दोघं जेवायला एका व्हिएतनामी उपाहारगृहात गेलो होतो.

डॉ. तुंग यांचं सत्र 'अंतर्गत युद्धे आणि मानवतावादी कायद्यांचे नियम' या विषयावर होतं. मी त्यांचं अभ्यासपूर्ण विवेचन ऐकत बसलो होतो. सत्र संपल्यानंतर भोजन झालं. डॉ. तुंग आणि मी जवळजवळच बसलो होतो.

"तुमचं विवेचन खूपच सखोल नि वस्तुनिष्ठ होतं. तुम्ही त्या क्लिष्ट विषयाला इतकं सोपं केलं की, सहभागी अधिकाऱ्यांना प्रश्नोत्तरांसाठी राखून ठेवलेल्या वेळेत फारशा शंका उपस्थित कराव्या लागल्या नाहीत."

डॉ. तुंग नम्रपणे म्हणाले, "बावीस वर्षं आंतरराष्ट्रीय कायद्याचं अध्यापन केलेल्याला ते जमलं नसतं तर त्याची शिक्षणक्षेत्रात यायची पात्रता नव्हती, असं म्हणावं लागेल. मी काही विशेष केलेलं नाही. तुमच्या-माझ्या सारख्यांचं हे तर नेहमीचंच काम आहे."

भोजनानंतरच्या सत्रांचं संचलन मी करणार होतो. विषय होता 'युद्धांदरम्यान स्त्रिया, मुलं आणि वृद्धांना द्यायचं विशेष संरक्षण!' या बाबतीत लागू होणाऱ्या जिनिव्हा करारांच्या तरतुदींचा परामर्श घेतल्यानंतर प्रश्नोत्तरं झाली.

त्यानंतर मी म्हणालो, "या सत्राच्या अनुषंगाने आपण 'केस स्टडी' या सत्रात एका सत्य घटनेचं विश्लेषण करणार आहोत. ती घटना आपल्या या सत्राच्या विषयाशी निगडित आहे. तुम्हा सर्वांना त्या घटनेच्या संदर्भात पूर्वीपासून काही माहिती असेलच, पण तुमच्या सोयीसाठी मी त्या घटनेचा सारांश तयार केला आहे. तसेच एक प्रश्नावलीही तयार केली आहे. पुढच्या पाऊण तासात तुम्ही सहा गटांमध्ये विभागून तो सारांश वाचून आणि चर्चा करून प्रश्नावलीतल्या प्रश्नांची उत्तरं शोधायची आहेत. प्रत्येक गटाच्या वतीने एक प्रतिनिधी तुमच्या प्रतिक्रिया सर्वांसमोर थोडक्यात सादर करेल. शेवटी मी माझं मत आणि तज्ज्ञांच्या प्रतिक्रिया तुम्हाला सांगेन."

त्या सारांशाच्या आणि प्रश्नावलीच्या प्रती सर्वांना वाटल्यानंतर जवळजवळ पुढचा पाऊण तास मला काहीच काम नव्हतं. डॉ. तुंग माझ्या सत्राला हजर राहिले होते.

ते मला म्हणाले, "डॉ. कदम, थोडा वेळ बाहेर बागेत बसूया गप्पा मारत?"

"हो, छान कल्पना आहे. हवाही बरी दिसतेय!"

आम्ही हो-ची-मिन्ह यांच्या पुतळ्याच्या उजव्या बाजूला असलेल्या एका उंच झाडाच्या गर्द सावलीतल्या बाकावर बसलो.

"डॉ. कदम, तुम्ही नी-लाय् हत्याकांड या सत्रासाठी निवडलंत हे छान केलंत." डॉ. तुंग म्हणाले.

"हो, जवळजवळ सात-आठ वर्षांपूर्वी 'नी-लाय्मधील तीन तास' हा माहितीपट पाहण्याचा योग आला. तेव्हापासून त्या प्रकरणाचा माझ्यावर खूप प्रभाव पडला आहे. जेव्हा संधी मिळेल आणि जिथं संयुक्तिक असेल तिथं मी तिचा उल्लेख करतो, चर्चेसाठी वापरतो. तो माहितीपट पाहिल्यानंतर मी नी-लाय्वरचे काही लेखही शोधून वाचले. खरंच, व्हिएतनामच्या निरपराध जनतेने तीस-चाळीस वर्षांपूर्वी किती अत्याचार सोसले आहेत, किती निष्पाप लोक हिंसाचाराला बळी पडले आहेत, हे प्रभावीपणे दाखवून द्यायला तिच्याशिवाय अन्य घटना नाही. खरं म्हणजे नी-लाय्ला भेट देण्याची माझी खूप इच्छा आहे. पाहूया कधी योग येतो. एकंदरीत त्या प्रकरणाबद्दल मला खूप जिज्ञासा आहे!" मी म्हणालो.

"असं? मी नी-लाय्ला तीन वेळा भेट दिली आहे. तिथं बळी पडलेल्या रहिवाशांच्या स्मृती तेवत ठेवण्यासाठी आता तिथं एक स्मारक उभं केलं आहे. तुमच्याप्रमाणेच मलाही त्या प्रकरणाने खूप झपाटलं होतं. मी पॅरिसहून आंतरराष्ट्रीय कायद्याचा पदव्युत्तर अभ्यासक्रम संपवून हनोईला परतल्यानंतर पीएच.डी.साठी संशोधन करायचं ठरवलं. माझ्या प्रबंधासाठी मी 'नी-लाय् - मानवतावादी नियमांचं उल्लंघन, युद्ध गुन्हेगारी आणि न्यायव्यवस्थेची असमर्थता' हा विषय निवडला होता."

"खरंच की काय? मला तुमच्याबरोबर त्या विषयावर चर्चा करायला आणि अधिक बारकावे जाणून घ्यायला नक्कीच आवडेल." मी उत्तेजित होऊन म्हणालो.

"ठीक आहे, आपण बोलत बसू त्या विषयावर. तुम्ही संध्याकाळी मोकळे आहात?"

"हो, आजचा चर्चासत्राचा कार्यक्रम संपल्यावर मी मोकळाच आहे."

"छान, आपण असं करू, दोघं मिळून तुमच्या हॉटेलवर जाऊ. नंतर तिथून जवळच्या एखाद्या उपाहारगृहात गप्पा मारत जेवू. तुम्ही इथं अजून पाच-सहा दिवस आहात ना? तुम्ही मोकळे असाल तेव्हा आपण भेटत जाऊ!" डॉ. तुंग उत्साहाने म्हणाले.

संध्याकाळी आम्ही डॉ. तुंग यांच्या मोटरसायकलवरून आधी हॉटेलवर नि तिथून लगेचच जवळच्या हांग-मा रस्त्यावरच्या 'थांग-लाँग' या व्हिएतनामी उपाहारगृहात गेलो. मी आमच्यासाठी हा-नॉय बिअर मागवली. आमच्या गप्पा सुरू झाल्या.

"डॉ. तुंग, अमेरिकेच्या सर्वोच्च न्यायालयाने हॅले-निकोल्सन-पार्कर या त्रिकुटाची निर्दोष मुक्तता केल्यानंतर पुढच्या घडामोडी कशा झाल्या?"

"२ ऑगस्ट १९७० या दिवशी त्या तिघांची मुक्तता करण्यात आली. त्या वेळी व्हिएतनाम युद्धाला विरोध वाढत होता. आंदोलकांचे नेते कॉलिन बर्टन यांनी आपलं आंदोलन परिणामकारक होण्यासाठी नवनवीन उपाय योजायला सुरुवात केली होती. निषेध मोर्चे तर रोजचेच झाले होते. काही दिवस विद्यार्थ्यांनी शाळा, महाविद्यालयं आणि विद्यापीठांचं कामकाज बंद पाडलं. १९७१ च्या एप्रिल आणि मे महिन्यात अमेरिकन काँग्रेसमध्ये युद्धविरोधी प्रस्तावाच्या बावीस सुनावण्या झाल्या. ऑगस्ट १९७१ मध्ये न्यू जर्सी प्रांतातल्या कॅमडेन इथल्या सैन्यभरती केंद्रावर हल्ला करण्यात आला. २४ डिसेंबर १९७२ या दिवशी अमेरिकन विमानांनी हनोईवर बॉंबहल्ले सुरू केले. त्यावर कित्येक युरोपियन राष्ट्रप्रमुखांनी आपली तीव्र नापसंती प्रदर्शित केली. स्वीडनचे पंतप्रधान ओलॉफ पाल्मे यांनी अमेरिकेची तुलना नाझी जर्मनीशी केली नि अमेरिकेबरोबरचे राजनैतिक संबंध गोठवले."

"अध्यक्षपदाच्या दुसऱ्या मुदतीसाठीची निवडणूक जिंकून जानेवारी १९७३ मध्ये रिचर्ड निक्सन पुन्हा अध्यक्ष झाले. आता मात्र त्यांच्यावर अमेरिकन जनतेचा आणि आंतरराष्ट्रीय समुदायाचा दबाव वाढला होता. १५ जानेवारीला त्यांनी उत्तर व्हिएतनामवरचे हवाई हल्ले स्थगित केले. त्याच महिन्यात पॅरिस इथं, व्हिएतनाममध्ये शांतता प्रस्थापित करण्याच्या उद्देशाने, एक आंतरराष्ट्रीय परिषद आयोजित केली गेली होती. तिच्यात भाग घेऊन अमेरिकेने शांतता करारावर सही केली आणि अधिकृतरीत्या अमेरिकेचा व्हिएतनाम युद्धामधला सहभाग संपुष्टात आणला. व्हिएतनामच्या भूमीवरून अमेरिकन सैनिकांना मायदेशी परत जाण्यासाठी दोन महिन्यांची मुदत देण्यात आली होती. दक्षिण व्हिएतनामचं सरकार या घडामोडींमुळे नाखूष होतं. युद्धविराम घडवून आणण्यात हेन्री किसिंजर आणि उत्तर व्हिएतनामचे परराष्ट्रमंत्री ले-दुक-थो यांनी पुढाकार घेतला होता. त्या वर्षीचा नोबेल शांतता पुरस्कार त्या दोघांना संयुक्तरीत्या देण्याचं घोषित करण्यात आलं."

"वॉटरगेट प्रकरणामुळे रिचर्ड निक्सन यांनी ९ ऑगस्ट १९७४ ला अध्यक्षपदाचा राजीनामा दिला. त्यांच्या जागी जेराल्ड फोर्ड अध्यक्ष झाले. दरम्यान उत्तर आणि दक्षिण व्हिएतनाममध्ये लढाई चालूच होती. अमेरिका दक्षिण व्हिएतनामच्या सरकारला अप्रत्यक्षरीत्या मदत करतच होती. तरीदेखील उत्तर व्हिएतनामचे सैनिक दक्षिणेकडे आगेकूच करत होते. त्यांना साम्यवादी राष्ट्रांचा भरभक्कम पाठिंबा होता. शेवटी ३० एप्रिल १९७५ या दिवशी सायगाववर व्हिएत-काँगचा झेंडा फडकला. व्हिएतनाममधल्या युद्ध संपण्याच्या प्रक्रियेत नी-लाय् हत्याकांडाचा अप्रत्यक्षरीत्या हातभार लागला. केवळ त्याच्यामुळेच अमेरिकेतल्या जनमताचा प्रवाह बदलला आणि सरकारवरचा दबाव वाढला. यथावकाश अमेरिकेला आपलं सैन्य मायदेशी बोलवावं लागलं."

"खरंच, त्या हत्याकांडाचा किती दूरगामी परिणाम झाला!" मी म्हणालो.

“तिथं ज्या एकशेचाळीस जणांनी प्राणाहुती दिली त्यामुळे पुढची संभाव्य प्राणहानी हळूहळू कमी झाली, यथावकाश शांतता प्रस्थापित करायला चालना मिळाली, असं माझं मत आहे.” डॉ. तुंग म्हणाले.

“त्यात दुमत असण्याचं कारण नाही. व्हिएतनाम युद्धात भाग घेतल्यामुळे त्या वेळी अमेरिकेची नाचक्की झाली, हे मात्र खरं!” मी म्हणालो.

“हो. बरं, डॉ. कदम, अलीकडेच प्रकाशित झालेलं कॅथरिन बर्टन यांचं ‘उद्‌ध्वस्त नी-लाय्’ हे पुस्तक तुम्ही वाचलं आहे?”

“नाही. तुम्ही वाचलं आहे ते?”

“हो, परवाच वाचलं. त्यांनी सखोल संशोधन करून ते पुस्तक लिहिलं आहे, हे पदोपदी जाणवतं.”

“मी नक्कीच वाचेन. हनोईमध्ये एखाद्या पुस्तकाच्या दुकानात मिळू शकेल? तसं असेल तर मी इथून जाण्यापूर्वी विकत घेईन.” मी म्हणालो.

“नक्की शक्य होईल. इथल्या फो-मिन्ह पुस्तकालयात व्हिएतनाम युद्धासंबंधी पुस्तकांचा एक खास विभाग आहे. तिथं ते तुम्हाला नक्की मिळेल. मी तिथूनच विकत घेतलं. हवं तर तुम्ही इथून जाण्यापूर्वी मी तुम्हाला तिकडं घेऊन जाईन.”

“फारच छान. पण या कॅथरिन बर्टन कोण?” मी विचारलं.

“व्हिएतनाम-युद्धविरोधी आंदोलनाचे नेते कॉलिन बर्टन यांच्या कन्या. आपल्या वडिलांच्या पश्चात त्यांचं अपुरं राहिलेलं कार्य त्यांनी पुढे चालवलं.” डॉ. तुंग म्हणाले.

“कॉलिन बर्टन यांचं निधन केव्हा झालं?”

“ऑक्टोबर १९९८ मध्ये. त्या वेळी त्यांचं वय ७४ किंवा ७५ असावं. हृदयविकाराच्या झटक्याने त्यांचं निधन झालं. शेवटपर्यंत ते व्हिएतनामी जनतेच्या भल्यासाठी काम करत राहिले.”

“असं? युद्धसमाप्तीनंतर कोणतं काम त्यांनी हाती घेतलं होतं?”

“युद्धाने होरपळलेल्या जनतेच्या पुनर्वसनासाठी त्यांनी विविध उपक्रम हाती घेतले. अमेरिकेने आपल्या सैन्याला व्हिएतनाममधून परत बोलावल्या-बोलावल्या त्यांनी असे उपक्रम हाती घेतले. त्यासाठी पूर्णपणे युद्धविराम व्हायची वाट त्यांनी पाहिली नाही. युद्धविराम झाल्यानंतरदेखील कित्येक वर्षं लोकांना त्याची झळ बसू शकते. उदाहरणार्थ, भूसुरुंगांचा धोका तसे सुरुंग जमिनीत पेरल्यापासून पुढे ५०-६० वर्षं राहतो. आजही काही ठिकाणी असे स्फोट होतात. १९७० नंतरच्या दशकामध्ये कित्येक नागरिकांनी आपले हातपाय भूसुरुंगांच्या स्फोटात गमावले. अशा सर्वांसाठी कृत्रिम अवयव बनवायचं एक अद्ययावत केंद्र कॉलिन बर्टन यांनी हनोईमध्ये सुरू केलं. सध्या ते एका सेवाभावी संस्थेमार्फत चालवलं जातं. कॉलिन

बर्टन अशा संस्थांना अमेरिकेतून अर्थसहाय्य मिळवून द्यायचे. त्यासाठी त्यांनी अमेरिकी व्यावसायिक, उद्योगधंदे, ट्रस्ट आणि धर्मार्थ संस्था यांच्याकडून देणग्या जमा करून 'व्हिएतनाम मदत निधी' उभा केला होता.''

''खरंच, त्यांचं काम खूपच वाखाणण्यासारखं आहे. अशी सेवाभावी आणि समर्पित वृत्ती क्वचितच पाहायला मिळते.'' मी म्हणालो.

''व्हिएतनाम-युद्ध समाप्तीच्या प्रक्रियेस चालना देण्यासाठी हेन्री किसिंजर आणि उत्तर व्हिएतनामचे परराष्ट्रमंत्री ले-दुक-थो यांनी बरेच प्रयत्न केले हे खरं, पण त्याबद्दल त्या दोघांना नोबेल शांतता पुरस्कार देण्याऐवजी काही तज्ज्ञांच्या मते तो कॉलिन बर्टनना द्यायला हवा होता.''

''मी त्या मताशी सहमत आहे. खरंतर त्यांच्या अथक प्रयत्नांमुळेच निक्सन प्रशासनाला आपलं धोरण बदलावं लागलं.''

''कॅथरिन बर्टन यांनी आपल्या वडिलांचं काम पुढं चालवलं. त्यांचं पुस्तक मात्र खरंच मती गुंग करणारं आहे.''

''असं? त्यांची कोणती वैशिष्ट्यं तुम्हाला आवडली?''

''त्या पुस्तकाला दोन पैलू आहेत. एक म्हणजे पुस्तकाचा पूर्वार्ध. तो फक्त १६ मे १९६९ या दिवशी नी-लाय्मध्ये नेमकं काय घडलं आणि त्याचा घटनाक्रम कसा होता, यावर आहे. अर्थात तो भाग लिहिण्यासाठी त्यांनी १९६९-७० च्या सुमारास आणि नंतर प्रकाशित झालेले लेख आणि इतर साहित्य यांचा आधार घेतला आहे. त्यांनी व्हिएतनाममध्येही बरंच संशोधन केलं. त्या हत्याकांडाच्या त्यांच्या वर्णनाचं एक वैशिष्ट्य असं आहे की, वाचणाऱ्याला वाटावं की, त्या घटनेला साक्षी असलेल्या नी-लाय्च्या एखाद्या व्यक्तीने लेखिकेला त्याचे बारकावे कथन केले आहेत!''

''पण ते कसं शक्य आहे? त्या हत्याकांडातून कोणी वाचलं असेल तर ना!'' मी म्हणालो.

जरा गंभीर होत डॉ. तुंग म्हणाले, ''डॉ. कदम, कॅथरिन बर्टन यांच्याविषयी एक धक्कादायक गोष्ट मी तुम्हाला तुम्ही त्यांचं पुस्तक वाचल्यानंतर सांगेन. त्यांनी त्या पुस्तकासाठी जे सखोल संशाधन केलं त्याच्याशी ती गोष्ट निगडित आहे.''

''असं? पुस्तक वाचून झालं की, मी लगेच तुमच्याशी संपर्क साधेन!'' मी म्हणालो.

डॉ. तुंग मला कोणती धक्कादायक गोष्ट सांगणार आहेत, याचा काही केल्या अंदाज येईना.

''आतापर्यंत खूप लोकांनी नी-लाय्वर लिहिलं. मी माझ्या संशोधनासाठी आणि नंतर प्रबंध लिहिण्यासाठी त्या साऱ्या साहित्याचा आढावा घेतला. माझा प्रबंध

लिहिण्यापूर्वी जर त्यांचं पुस्तक प्रकाशित झालं असतं, तर त्याचा खूप उपयोग झाला असता.'' डॉ. तुंग म्हणाले.

त्यांनी त्या पुस्तकाविषयी आणि त्याच्या लेखिकेविषयी माझी उत्सुकता शिगेला पोहचवली होती.

''बरं, पुस्तकाचा दुसरा पैलू कोणता?'' मी विचारलं.

''तो फारच मनोरंजक आणि अविश्वसनीय आहे. पुस्तकाच्या उत्तरार्धात त्यांनी हत्याकांडास जबाबदार असणाऱ्या व्यक्तींच्या उर्वरित आयुष्यातल्या घटनांचा आढावा घेतला आहे. तो वाचून मी स्तिमित झालो.'' डॉ. तुंग म्हणाले.

''अर्थात पुस्तक वाचल्यानंतर मला त्याची कल्पना येईलच, पण डॉ. तुंग, तुम्ही माझी उत्सुकता वाढवून ठेवली आहे. थोडक्यात त्या पुस्तकाच्या उत्तरार्धाचा सारांश सांगू शकाल?'' मी जरा साशंकतेनेच विचारलं.

''नक्कीच!'' डॉ. तुंग म्हणाले. बिअरचा एक घोट घेऊन ते सांगू लागले आणि मी थक्क होऊन ऐकू लागलो.

कॅपिटॉल, ऑगस्ट १९७०

मुख्य न्यायाधीश रीव्हज् यांनी जॉर्जला दोषमुक्त करून त्याची सुटका करायचे आदेश दिले तेव्हा सॅलीला हर्षवायू व्हायची वेळ आली. आपण काय ऐकत आहोत, यावर तिचा विश्वासच बसेना. न्यायालयाचं कामकाज संपल्यावर पोलिसांच्या ताब्यात असलेल्या जॉर्जला जेव्हा मुक्त केलं, त्या वेळी वार्ताहरांनी आणि छायाचित्रकारांनी त्याला गराडा घातला. त्यांचा ससेमिरा चुकवत सॅलीपर्यंत पोहचताना त्याची खूप तारांबळ उडाली. तिच्याजवळ गेल्यावर सॅलीने त्याला मिठी मारली. छायाचित्रकारांनी दोघांचेही फोटो काढले.

दुसरीकडे ॲटर्नी कीथ ॲंडरसन, ॲटर्नी जनरल रामसे क्लार्क, कॉलिन बर्टन यांच्या निकालावरच्या प्रतिक्रिया जाणण्यासाठी काही वार्ताहरांनी त्यांनाही गराडा घातला होता. सर्वत्र गोंधळाचं वातावरण होतं. सुरक्षा कर्मचाऱ्यांनी ॲटर्नी जनरलना वार्ताहरांच्या गराड्यातून मोकळं केलं नि त्यांना त्यांच्या गाडीत बसवलं. त्यांच्या गंभीर आणि खिन्न चेहऱ्याचे, कीथ ॲंडरसनच्या प्रफुल्लित चेहऱ्याचे आणि कॉलिन बर्टन यांच्या अपेक्षाभंगाचा मोठा धक्का बसलेल्या चेहऱ्याचे फोटो छायाचित्रकारांनी टिपले.

जॉर्ज, सॅली आणि मि. स्टार्स्की कसेबसे त्यांच्या गाडीजवळ पोहचले. मि.स्टार्स्की ड्रायव्हरशेजारी तर सॅली आणि जॉर्ज मागच्या बाजूला बसले. ड्रायव्हरने गाडी कनेक्टीकट ॲव्हेन्यूवरच्या मेफ्लॉवर हॉटेलकडे जाणाऱ्या रस्त्याकडे वळवली होती.

"जॉर्ज! तू या दिव्यातून मोकळा झालास यावर माझा अजूनही विश्वास बसत नाही!" सॅली त्याचा हात हातात घेत म्हणाली.

“सॅली, मी तर सर्व आशा सोडून दिली होती. नशीब बलवत्तर म्हणायचं!” जॉर्ज म्हणाला.

“अरे, खरी कमाल आहे, कीथ अँडरसनची. त्याने किती नाट्यपूर्ण कलाटणी दिली या साऱ्या प्रकरणाला! त्याचा युक्तिवाद संपला तेव्हा अॅटर्नी जनरल क्लार्कचा चेहरा पाहण्यासारखा झाला होता. सुरुवातीला मुख्य न्यायाधीशांनी कीथला दोन वेळा ताकीद दिली त्या वेळी क्लार्कला आनंदाच्या उकळ्या फुटत होत्या.” मि. स्टार्स्की म्हणाले.

“चल जॉर्ज, आता सगळं विसरून जा. तू आता तो विषय डोक्यातून काढून टाक.” सॅली म्हणाली.

“हे बघ सॅली, मला यत्किंचितही अपराधी वाटत नाहीय. आता लढाईदरम्यान शंभर-दीडशे पिचक्या डोळ्यांच्या व्हिएतनामी जनावरांची कत्तल झाली तर त्याचं एवढं आकांडतांडव कशाला केलं गेलं, हेच मला समजत नाही. चौकशी काय, खटले काय, वृत्तपत्रात लेख काय, सिनेटमध्ये चर्चा काय... कहर केला त्या युद्धविरोधी आणि मानवतावादी संघटनांनी! लढाईवर जाऊन पहा म्हणावं, किती खडतर आणि धोक्याचे क्षण पदोपदी अनुभवावे लागतात! कोणत्या क्षणी शत्रूचा आपल्यावर हल्ला होईल नाहीतर त्यांनी जंगलात लावलेल्या माणसं पकडायच्या सापळ्यात आपण सापडू– कशाचीच शाश्वती नसते. जिकडे पहाल तिकडं शत्रू दिसतो. त्याला मारायचं नसेल तर लढाया न केलेल्या बऱ्या! व्हिएतनाममध्ये सैन्य पाठवायच्या आधी हे सुचलं नाही कोणाला? आम्ही प्रतिकूल परिस्थितीत आमचं कर्तव्य पार पाडलं तर आमच्यावर खटले दाखल करून आम्हालाच फासावर लटकवायला हे तयार!” जॉर्जने आपला रोष व्यक्त केला.

“जॉर्ज, पुढं काय करायचं ते यथावकाश ठरव, पण एका दिव्यातून तू बाहेर पडला आहेस. आत्तापर्यंत तुझ्यावर प्रचंड मानसिक तणाव होता. आता आठ-दहा दिवस तू आमच्याबरोबर सेंट पॉलला राहायला चल. नंतर तुला काय करायचं आहे, ते ठरव.” मि. स्टार्स्की म्हणाले.

“हो डॅडी, छानच आहे कल्पना!” खुषीत येऊन सॅली म्हणाली. जॉर्जच्या सुटकेचा आनंद तिला त्याच्याच सहवासात साजरा करायची संधी तिच्या वडिलांनीच देऊ केली होती.

त्यानंतर दोन दिवस गेले असतील. सेंट पॉलमधून वाहणाऱ्या मिसिसिपी नदीच्या काठावरच्या फ्रॉस्बी लेक पार्कमध्ये सॅली नि जॉर्ज संध्याकाळी फिरत होते.

सॅली म्हणाली, “जॉर्ज, डॅडींचा एक प्रस्ताव आहे.”

“कसला सॅली?”

“डॅडींना आता जडजवाहिर आयात वितरणाचा व्यवसाय हळूहळू बंद करायचा

आहे. त्यांना अलीकडे अंजायनाचा थोडा त्रास होऊ लागला आहे. त्यांच्या डॉक्टरांनी जास्त मानसिक ताण पडेल अशी कामं टाळायचा सल्ला त्यांना दिला आहे. त्यांचा विचार आहे की, फक्त शो-रूम आणि दुकानाचा व्यवसाय ठेवायचा.''

''बरं, मग?'' सॅली आपल्याला तिच्या डॅडींच्या व्यावसायिक नियोजनाची माहिती का देत आहे, याचा उलगडा जॉर्जला होईना.

''डॅडींचा प्रस्ताव असा आहे की, शोरूम आणि दुकान आपल्या दोघांच्या नावे करायचं. त्याला फक्त एक अट आहे....''

''कोणती, सॅली?''

''आपण लौकरात लौकर लग्न करायचं!''

''खरंच की काय, सॅली? अगं, उद्या करू लग्न आपण! मी एका पायावर तयार आहे!'' जॉर्ज उत्साहाने म्हणाला.

आयती चालून आलेली संधी जॉर्जला सोडायची नव्हती. त्याची इतकी बदनामी होऊनही सॅली त्याच्याशी लग्न करायला तयार होती, याचंच त्याला आश्चर्य वाटलं. शिवाय भरभराटीला आलेला आयता व्यवसायही मिळणार होता! सुटका झाल्यापासून आता पुढं काय, हे जॉर्जपुढं मोठं प्रश्नचिन्ह होतं. त्याचे आईवडील कॅनबीला राहायचे, पण त्यांनी जॉर्जबरोबरचे संबंध केव्हाच तोडून टाकले होते. त्यांना कंटाळूनच तर तो सैन्यात दाखल झालेला. तसं पाहिलं तर त्याला कोणाचाच आधार नव्हता.

पुढे आठच दिवसांनी जॉर्ज आणि सॅली एका छोट्या चर्चमध्ये कसलाही गाजावाजा न करता साधेपणाने विवाहबद्ध झाले. मधुचंद्रासाठी रिओ-द-जनेराला आठ दिवसांसाठी जाऊन आल्यावर जॉर्जने दुकानाच्या व्यवसायाचे बारकावे मि. स्टार्स्की यांच्याकडून शिकायला सुरुवात केली. हल्ली ते स्वत: आठवड्यातून एकदा किंवा दोनदाच दुकानाकडे जायचे. जॉर्जने दुकानाची सूत्रं आपल्याकडे घेतली होती. सॅली डॅडींच्या प्रकृतीची काळजी घेण्यामध्ये मग्न असायची. जॉर्जने दुकानाच्या व्यवसायावरची आपली पकड मजबूत केली. जॉर्जच्या आयुष्याची घडी आता व्यवस्थित बसली होती....

कार्सन सिटी, नेव्हाडा, एप्रिल १९७५

नेव्हाडा राज्याची राजधानी कार्सन सिटीमधल्या हम्बोल्ट पोलीस स्टेशनमध्ये इन्स्पेक्टर माईक ब्राऊन 'नेव्हाडा टाईम्स'चा वार्ताहर जेराल्ड याच्याशी गप्पा मारत बसले होते. बत्तीस वर्षांचा जेराल्ड गेली पाच वर्षं 'नेव्हाडा टाईम्स'चा पोलीस

वार्ताहर होता. त्याचं मुख्य काम होतं गुन्हे जगतातल्या घडामोडींच्या तसेच शहरात नोंद झालेल्या गुन्ह्यांच्या, अपघाताच्या बातम्या मिळवणे. अर्थात या कामासाठी त्याला सातत्याने पोलीस अधिकाऱ्यांच्या संपर्कात राहावं लागायचं. त्याने बऱ्याच पोलीस अधिकाऱ्यांची ओळख करून घेतली होती आणि त्यापैकी काही त्याचे चांगले मित्रही बनले होते. बऱ्याच वेळा तो या अधिकाऱ्यांना बाहेर खाऊपिऊ घालायला घेऊन जायचा नि त्यासाठी त्याला 'नेव्हाडा टाईम्स'कडून 'करमणूक भत्ता' मिळायचा!

इन्स्पेक्टर ब्राऊन आणि जेराल्ड यांची मैत्री गेल्या जवळजवळ दोन वर्षांची. त्या दिवशी ते बोलत असताना एक शिपाई बेड्या घातलेल्या एका हडकुळ्या तरुणाला घेऊन त्यांच्या खोलीत आला आणि म्हणाला, "सर, याला आज न्यायालयात घेऊन जायचं आहे. याच्या खटल्याची आज सुनावणी सुरू होणार आहे. या फॉर्मवर आपली सही हवी."

इन्स्पेक्टरांच्या ठराविक फॉर्ममधल्या लेखी परवानगीशिवाय पोलिसांच्या ताब्यातल्या आरोपींना पोलीस स्टेशनबाहेर घेऊन जाता येत नसे. त्या शिपायाने भरलेल्या फॉर्मच्या दोन प्रती इन्स्पेक्टर ब्राऊनना दिल्या.

त्यांनी त्या दोन्ही प्रतींवर सह्या करून एक प्रत शिपायाकडे दिली नि दुसरी आपल्या संदर्भासाठी ठेवून घेतली. जेराल्ड त्या आरोपीचं निरीक्षण करत होता. दाढीचे खुंट वाढलेले, डोळे खंगलेले, केस कोरडे नि अस्ताव्यस्त झालेले. त्याच्या अंगावर एक मळकी, फाटकी जीनची पँट आणि घाणेरडा टी-शर्ट होता. त्याचे लालसर निर्जीव डोळे शून्यात लागलेले होते.

त्याला घेऊन गेल्यावर जेराल्डने इन्स्पेक्टरना विचारलं, "कसला आरोप आहे त्याच्यावर, इन्स्पेक्टर?"

"चोरीचा. दोन आठवड्यापूर्वी क्लियरव्ह्यू ड्राईव्हवरच्या एका दुकानातून कॅमेरा चोरताना त्याला लोकांनी पकडलं. तीन-चार साक्षीदार आहेत. जामिनासाठी किंवा वकील द्यायला पैसे नाहीत म्हणतोय. कुठून असणार? अमली पदार्थांचं व्यसन लागलेल्याकडे पैसे शिल्लक राहत नाहीत, म्हणून तर भुरट्या चोऱ्या करून अमली पदार्थांची चटक भागवावी लागते यांना!"

"खरंय. त्याच्याकडे पाहिल्यावर तो व्यसनी आहे, हे चटकन लक्षात आलं. वयानेही फारसा नसावा. काय नाव त्याचं?" जेराल्डने इन्स्पेक्टरना सहजच प्रश्न केला.

जरा विचार करत ते म्हणाले, "काय बरं नाव त्याचं... थांब, या फॉर्मवर आहे," असं म्हणून त्यांनी त्यावरचं नाव वाचलं, "जॉर्ज हॅले त्याचं नाव."

"जॉर्ज हॅले? नाव कुठंतरी ऐकल्यासारखं वाटतंय!" ते नाव कुठं आणि कोणत्या संदर्भात ऐकलं होतं, हे आठवायचा जेराल्ड प्रयत्न करू लागला.

“असल्या भुक्कड व्यसनाधीन भुरट्या चोराचं नाव तू पूर्वी कुठं ऐकलं असशील, असं मला वाटत नाही. तुझा काहीतरी गैरसमज होतोय.”

“असेलही, पण वाटलं खरं ऐकल्यासारखं.”

थोडा वेळ इतर विषयांवर गप्पा झाल्यावर जेराल्ड इन्स्पेक्टर ब्राऊन यांचा निरोप घेऊन आपल्या कार्यालयाकडे गेला. तिकडं जातानाही मधूनमधून 'जॉर्ज हॅले' हे नाव त्याच्या डोळ्यांसमोर येत राहिलं. कार्यालयात गेल्यावर तो इतर कामात गुंतून गेला. संध्याकाळी घरी जाण्यापूर्वी पुन्हा एकदा 'जॉर्ज हॅले' हे नाव त्याच्या डोळ्यांसमोर आलं. आता मात्र त्याने एकदाची शहानिशा करायचं ठरवलं. 'नेव्हाडा टाईम्स'च्या संदर्भ विभागात कित्येक सुप्रसिद्ध आणि कुप्रसिद्ध व्यक्तींची माहिती संकलित करून ठेवली होती. तिचा वेगवेगळ्या कारणांसाठी उपयोग व्हायचा. तिथल्या सूचीमध्ये 'हॅले, जॉर्ज' हे नाव दिसतं का, हे जेराल्ड पाहू लागला. त्याला तीन-चार मिनिटांतच त्या नावाचं कार्ड मिळालं. ते सूचीतून बाहेर काढून तो वाचू लागला.

नाव : हॅले, जॉर्ज.

संदर्भ : व्हिएतनाम युद्ध, युद्ध गुन्हेगारी, नी-लाय् हत्याकांड.

फाईल : युद्ध / व्हिएतनाम / १९७० / एम - ५४८.

जेराल्डच्या डोक्यात एकदम प्रकाश पडला. त्याने ती फाईल पटकन शोधून काढली नि वाचली. जॉर्ज हॅलेच्या संदर्भात प्रमुख वर्तमानपत्रात आलेल्या सर्व बातम्यांची कात्रणं त्या फाईलीत होती. त्यामधला फोटो आणि सकाळी पाहिलेला जॉर्ज यात खूप फरक होता, पण तो कृश झालेला कैदी युद्ध गुन्हेगार जॉर्ज हॅलेच होता, याची त्याला खात्री पटली. त्याने इन्स्पेक्टर ब्राऊनना फोन केला.

“इन्स्पेक्टर, मी जेराल्ड बोलतोय. आज सकाळी पोलीस स्टेशनमध्ये पाहिलेला आरोपी जॉर्ज हॅले याच्यावर व्हिएतनाम युद्धादरम्यान झालेल्या एका अमानुष हत्याकांडाच्या संदर्भात खटला दाखल करण्यात आला होता. पाच वर्षांपूर्वी हे प्रकरण खूपच गाजलं होतं.”

“खरंच की काय? मला आठवतं त्या वेळी युद्धाच्या संदर्भात खूप बातम्या यायच्या, पण हा इथं कार्सन सिटीत कसा येऊन पोहचला?”

“त्याचाच मला उलगडा करून घ्यायचा आहे. मला त्याच्याशी बोलायची परवानगी द्याल?”

“हो, उद्या सकाळी ये.”

जेराल्डने जॉर्ज हॅलेवर एक विस्तृत लेख लिहायचं ठरवलं. सर्वोच्च न्यायालयाने १९७०च्या ऑगस्टमध्ये त्याला दोषमुक्त केल्यानंतर त्याच्या आयुष्यात कोणत्या घडामोडी घडल्या आणि महत्त्वाचं म्हणजे आज तो कार्सन सिटीतल्या एका पोलीस

कोठडीत कसा पोहचला, हे त्याला शोधायचं होतं. ठरल्याप्रमाणे दुसऱ्या दिवशी तो हम्बोल्ट पोलीस स्टेशनवर पोहचला.

"ये जेराल्ड. तू खरंच कमाल केलीस! हा माणूस एके काळी युद्ध गुन्हेगार होता यावर माझा विश्वासच बसला नसता. बरं, आता तुझा काय प्रस्ताव आहे?"

"इन्स्पेक्टर, मला फक्त त्याच्याशी एकांतात दोन-तीन वेळा बोलायची परवानगी द्या. मी त्याच्याकडून खुबीने हवी ती माहिती काढून घेतो."

"असं? इथल्याच, आरोपींची चौकशी करायच्या खोलीत तुम्ही बोलत बसा, पण मला एक लेखी अर्ज करून त्यात 'त्याच्याशी बोलायची परवानगी द्यावी' अशी विनंती कर. मी तो मंजूर करेन."

त्या दिवशी जॉर्जला चौकशीकक्षात आणल्यावर जेराल्डने खोलीचं दार लावून घेतलं.

तो जॉर्जला म्हणाला, "मिस्टर जॉर्ज हॅले, मी नेव्हाडा राज्याच्या समाजकल्याण खात्यातून आलो आहे. तुम्ही सध्या बऱ्याच कठीण परिस्थितीला तोंड देत आहात असं आम्हाला कळलं. तुम्ही सैन्यात सेवा केली आहे. तुमचं पुनर्वसन करण्याची शक्यता आजमावून पाहण्यासाठी तुमच्याशी चर्चा करायला आमच्या खात्याच्या प्रमुखांनी मला पाठवलं आहे. आम्ही तुम्हाला सर्वतोपरी मदत करायला तयार आहोत, पण त्यासाठी एक अट अशी आहे की, तुमची ऑगस्ट १९७० मध्ये सर्वोच्च न्यायालयाने सुटका केल्यानंतर तुमच्या आयुष्यात कोणत्या घडामोडी घडल्या, हे काहीही न लपवता तुम्ही मला सांगायला हवं!"

जॉर्जने थोडा विचार केला. पोलीस कोठडीतून मुक्तता व्हायची शक्यता असेल तर या गृहस्थाला सारं काही सांगायला काय हरकत आहे, असा विचार करून जॉर्ज बोलू लागला आणि जेराल्ड त्याच्या नोंदी करून घेऊ लागला....

सेंट पॉल, मार्च १९७१

जॉर्ज सेंट पॉल येथील आपल्या दुकानातल्या कार्यालयात काही हिशोब तपासत बसला होता. मि. स्टार्स्कींना जाऊन तीन महिने झाले होते. डिसेंबर १९७० मध्ये हृदयविकाराच्या झटक्याने त्यांचं निधन झालं. त्यानंतर जॉर्ज कोणाच्याही मार्गदर्शनाशिवाय शोरूम आणि दुकान यांचा कारभार पाहत होता. एव्हाना त्याला कामाचा आत्मविश्वास आला होता. सकाळी अकराची वेळ असावी.

एक नोकर जॉर्जच्या खोलीत येऊन म्हणाला, "साहेब, बाहेर काय चाललंय पाहायला चला!"

''काय चाललंय? आपले सुरक्षा कर्मचारी जागेवर आहेत ना?''

''ते जागेवर आहेत, पण तुम्ही बाहेर याल तर बरं!''

जॉर्जला उत्सुकता वाटली. काय बरं चाललं असेल? तो बाहेर आला. दुकानाच्या समोरच्या फुटपाथवर दोन तरुण आणि दोन तरुणी आपल्या हातात घोषणा फलक धरून बसले होते. त्या फलकांवर लिहिलं होतं, 'हे दुकान एका युद्ध गुन्हेगाराचं आहे! नी-लाय् हत्याकांडाचा सूत्रधार जॉर्ज हॅले याच्या दुकानावर बहिष्कार टाका!'

हे काय चाललं आहे, ते पाहण्यासाठी लोकांचा एक घोळका जमला होता. इतक्यात एका गाडीतून स्थानिक वर्तमानपत्र 'मिनेसोटा न्यूज'चा एक वार्ताहर आणि एक छायाचित्रकार तिथं येऊन पोहचले. जॉर्ज रागाने लालबुंद झाला.

त्या निदर्शकांजवळ जाऊन तो म्हणाला, ''चालते व्हा इथून! मी युद्धगुन्हेगार नाही. सर्वोच्च न्यायालयाने मला दोषमुक्त केलं आहे.''

''सर्वोच्च न्यायालयाने तुमची तांत्रिक कारणास्तव मुक्तता केली असली तरी कोर्ट-मार्शल न्यायालयाने तुम्ही युद्धगुन्हेगार असल्याचा ठेवलेला ठपका पुसला जाणार नाही.'' त्या निदर्शकांपैकी एक तरुणी उत्तरली.

एका वार्ताहराने त्यांचं संभाषण टिपून घेतलं. छायाचित्रकाराने फोटोही काढले.

''थांबा, पोलिसांनाच बोलावतो. त्याशिवाय तुम्ही इथून हलणार नाही.'' असं म्हणून जॉर्ज तावातावाने आत गेला. त्याने जवळच्याच वुडबरी पोलीस स्टेशनला फोन केला आणि तिथल्या अधिकाऱ्याला परिस्थिती सांगितली.

''ते निदर्शक काही हिंसक कृत्यं करत आहेत?''

''नाही.''

''त्यांनी तुमच्या शोरूमवर काही दगडफेक वगैरे केली आहे?''

''नाही.''

''ते दुकानात येणाऱ्या-जाणाऱ्या लोकांना अडवत आहेत?''

''नाही, पण दुकानात कोणी जाऊ नये, असं त्यांनी घोषणा फलकांवर लिहिलं आहे.''

''ते घोषणा देऊन शांततेचा भंग करत आहेत?''

''नाही.''

''मग या परिस्थितीत आम्ही काहीही करू शकत नाही. शांतपणे निदर्शने करण्याचा प्रत्येक अमेरिकन नागरिकाला हक्क आहे.''

जॉर्जने फोन खाली ठेवला. तो चडफडत आत गेला.

'हे मला अडचणीत टाकायचं सगळ्यांचंच कारस्थान असणार... पोलिसांनीपण त्यांच्याशी हातमिळवणी केलेली दिसते. शिवाय वर्तमानपत्रवाले... बसू देत जेवढा वेळ

बसायचं आहे, तेवढा वेळ त्यांना... जातील थोड्या वेळाने कंटाळून....' त्याचे विचार फिरत होते.

मग अशी निदर्शनं अधूनमधून होत राहिली. प्रत्येक वेळेला वर्तमानपत्रात त्यांना प्रसिद्धी मिळायची. साऱ्या सेंट पॉलमध्ये तो चर्चेचा विषय झाला. हळूहळू जॉर्जच्या दुकानाकडे येणाऱ्या गिऱ्हाइकांचं प्रमाण कमी होऊ लागलं. अर्थातच त्याचा परिणाम विक्रीवर झाला. नोकरांचे पगार भागवता-भागवता जॉर्जच्या नाकी नऊ येऊ लागले.

नेहमीच्या प्रथेप्रमाणे दुकानातले जडजवाहिर उत्पादकांकडून हमीवर आणलेले असत. त्यांची देणी थकली तेव्हा त्यांनीही पैशांसाठी तगादा लावला. सॅली जॉर्जला धीर देत होती, पण लोक सारं विसरून पुन्हा दुकानाकडे येऊ लागतील, ही तिची अपेक्षा फोल ठरली.

जॉर्ज आणि सॅलीच्या व्यवसायाचं दिवाळं वाजलं. देणेकऱ्यांची देणी भागवण्यासाठी कोर्टाने दुकानातला माल जप्त करून त्याचा लिलाव केला. त्यातून आलेले पैसे सर्व देणी भागवण्यासाठी पुरेसे नसल्याने दुकानाच्या जागेवरही जप्ती आणली. ती विकून, देणी भागवून राहिलेले थोडेफार पैसे जॉर्जला आणि सॅलीला मिळाले.

या साऱ्या प्रकाराने सॅली हादरून गेली. डॅडी असते तर त्यांनी काहीतरी मार्ग काढला असता, असं तिला वाटलं. लग्न होऊन जेमतेम दोन वर्षं झालेली. जॉर्जच्या व्हिएतनाममधल्या 'पराक्रमां'चा परिणाम आता तिला दिसू लागला.

'खरंच, मागं डॅडी म्हणत होते की, जॉर्जचा विचार डोक्यातून काढून टाक. तेव्हा आपण हट्ट धरला की, त्याच्याशीच लग्न करायचं. तेव्हाच मन घट्ट करून त्याला विसरून गेले असते तर बरं झालं असतं,' असेही विचार तिच्या मनात डोकावू लागले.

कॉलेजमध्ये १७-१८ वर्षांची असताना सॅली जॉर्जच्या प्रेमात पडलेली. तो केवळ अल्लडपणा होता, प्रेम म्हणजे काय हे कळायचं तिचं ते वयही नव्हतं. वडिलांच्या करड्या नजरेखाली वाढलेल्या सॅलीला नुकत्याच मिळालेल्या स्वातंत्र्याचा उपभोग घ्यायचा होता. जॉर्जने तिला भुरळ घातली नि ती वाहावत गेली होती.

पण आता जॉर्ज व्यवसायातल्या अपयशामुळे खचून गेला होता. त्याचा स्वभाव चिडचिडा झाला होता. अलीकडे तो सॅलीशीदेखील तुसडेपणाने वागत असे. त्यांचे वारंवार खटके उडू लागले. जॉर्ज दिवसभर नोकरीच्या शोधात सेंट पॉल आणि शेजारच्या मिनियापोलीस या शहरात वणवण भटकत होता, पण त्याला एवढी कुप्रसिद्धी मिळाली होती की, त्याला नोकरीवर ठेवून घ्यायला कोणीही तयार नव्हतं.

एके दिवशी संध्याकाळी घरी परतल्यावर सॅली त्याला म्हणाली, "जॉर्ज, मला

वाटतं आता आपण वेगळं होण्याशिवाय दुसरा मार्ग नाही. यापुढे मला तुझ्याबरोबर राहणं शक्य होणार नाही.''

''सॅली, मला तुझ्याशिवाय कोणाचाच आधार नाही गं. आपण इथून दूर कुठंतरी जाऊ. पुन्हा नव्याने सुरुवात करू. एखादा छोटा व्यवसाय....''

त्याला मध्येच थांबवत सॅली म्हणाली, ''नाही जॉर्ज. तू कुठंही गेलास तरी लोक तुझा पिच्छा सोडणार नाहीत. तुझं जिणं मुष्किल करण्याचा त्यांनी चंग बांधला आहे. आता यापुढे आपले मार्ग वेगवेगळेच असतील....''

सॅलीचा निर्णय ठाम होता. आता तिचे डोळे उघडले होते. उर्वरित आयुष्य जॉर्जबरोबर घालवण्यापेक्षा आपण पुन्हा नव्याने सुरुवात करावी, असा विचार तिच्या मनात रुजला होता. एक बरं होतं, मि. स्टार्क्सनी राहतं घर सॅलीच्या एकटीच्या नावावर केलं होतं. शिवाय त्यांचा काही आर्थिक गुंतवणुकींचा सॅलीने जॉर्जला पत्ता लागू दिला नव्हता. सॅलीला आर्थिक विवंचना नव्हत्या.

सेंट पॉल सोडून जॉर्ज दूर दक्षिण कॅलिफोर्नियातल्या सॅन डिएगोला गेला. तिथं काही नोकरी मिळते का, याचा त्याने प्रयत्न सुरू केला. तो पदवीधर नव्हताच. सैन्यातल्या अनुभवाच्या आधारे नोकरी मिळवायचा प्रयत्न केला तर व्हिएतनाममधली नेमणूक, नी-लाय्, कोर्ट-मार्शल या साऱ्यांची लांबण भोवायची. चांगल्या नोकरीअभावी तो मोलमजुरीचीही कामं करू लागला. वैफल्यग्रस्त झाल्याने त्याला दारूचं व्यसन लागलं. थोडीफार मोलमजुरीची कामं मिळायची, तीदेखील बंद झाली. दारूकडून अमली पदार्थांकडे वळायला फारसा वेळ लागला नाही. तो आता एका जागी स्थिर राहू शकत नव्हता. भुरट्या चोऱ्या करून नशा भागवायची त्याला सवय जडली. आज इथं तर उद्या तिथं, असं करतकरत तो कार्सन सिटीत पोहचला....

जॉर्जच्या आयुष्यातल्या अलीकडच्या घटना जेराल्डला विस्मयकारक वाटल्या. त्याने त्यावर लेख लिहायला सुरुवात केली. जॉर्जने न्यायालयात आपला गुन्हा कबूल केला. वकील द्यायला जवळ फुटकी कवडी नव्हती. न्यायालयाने त्याला दोन वर्षं कारावासाची शिक्षा ठोठावली. त्याची रवानगी कार्सन सिटीच्या दक्षिणेला २५ किलोमीटरवरच्या मिन्डेन इथल्या कारावासात झाली.

जेराल्ड या सर्व घडामोडींवर लक्ष ठेवून होता. अमली पदार्थांच्या दीर्घकाल सेवनाने जॉर्जचं शरीर पोखरून निघालं होतं. तुरुंगात अमली पदार्थ न मिळाल्याने त्याचे हातपाय कापू लागले, मधूनच त्याला झटके येऊ लागले. तो अस्वस्थ होऊ लागला. अशातच तो तापाने फणफणला. तुरुंगाच्या अधिकाऱ्यांनी त्याला कार्सन सिटीतल्या डग्लस जनरल हॉस्पिटलमध्ये दाखल केलं. तिथल्या डॉक्टरांनी चाचण्या केल्यानंतर त्याच्या मूत्रपिंडाला विषाणूंचा संसर्ग झाल्याचं निदान केलं. त्याला औषधोपचार सुरू केले, पण विषाणूंचा संसर्ग यकृतापर्यंत पोहचला होता. अमली

पदार्थांचं सेवन आणि कुपोषण यांमुळे खूप गुंतागुंत झाली होती. हॉस्पिटलमध्ये दाखल झाल्याच्या दहाव्या दिवशी जॉर्जचा मृत्यू झाला. त्या वेळी त्याचं वय होतं अवघं एकतीस!

जॅक्सन, मिसिसिपी, एप्रिल १९८०

मिसिसिपी राज्यातील जॅक्सनच्या लष्करी इस्पितळाच्या स्वागत कक्षातली तरुणी नुकतीच कामावर पोहचली होती. तिने आपले केस ठीक केले. पर्समधला छोटा आरसा नि लिपस्टिक काढून ती ओठावर फिरवणार इतक्यात तीस-बत्तीस वयाचा एक निग्रो-अमेरिकन तरुण तिथं पोहचला.

ती त्याला म्हणाली, ''गुड मॉर्निंग. आपल्याला कोणाला भेटायचं आहे?'' तिने विचारलं.

''मला एखाद्या मनोविकारतज्ज्ञाला भेटायचं आहे. मी व्हिएतनाम युद्धात भाग घेतलेला माजी सैनिक आहे. हे माझं ओळखपत्र.'' असं म्हणून त्याने आपल्या थरथरत्या हाताने मळकट पँटच्या खिशातलं ओळखपत्र काढून त्या तरुणीकडे दिलं. तिने त्यावरचं नाव वाचलं 'फर्नांडो निकोल्सन'.

''तुम्ही थोडा वेळ बसा हं, मी पाहते डॉक्टर मोकळे आहेत का.''

फर्नांडो स्वागतकक्षातल्या एका खुर्चीवर बसला, पण तो खूपच अस्वस्थ होता. त्याचे हात मरगळल्यासारखे सतत हालत होते. त्याने खिशातून सिगारेटचं पाकिट काढलं.

तो एक सिगारेट शिलगावणार इतक्यात ती तरुणी त्याला म्हणाली, ''माफ करा, इथं धूम्रपानास बंदी आहे.''

ते ऐकल्यावर फर्नांडो जास्तच अस्वस्थ झाला. इतक्यात त्याच्या मागच्या खुर्चीवर एक पन्नाशीचे गृहस्थ येऊन बसले. त्यांना पाहताच दचकून त्याने जागा बदलली. थोड्याच वेळात ती तरुणी त्याला डॉक्टरांच्या खोलीत घेऊन गेली.

''या मिस्टर निकोल्सन, बसा. मी डॉक्टर ब्रिंकले.''

डॉक्टरांना कसंबसं 'हॅलो' करून फर्नांडो त्यांनी दाखवलेल्या खुर्चीवर बसला. डॉक्टरांनी त्याला स्थिरस्थावर होण्यासाठी थोडा वेळ दिला. फर्नांडोने खोलीत नजर टाकली. एका भिंतीवर काही वैद्यकीय तक्ते होते. दुसरीवर फ्रेम केलेली डॉक्टरांची प्रमाणपत्रं टांगलेली. टेबलावर डॉक्टरांचा पत्नी आणि दोन मुलांबरोबरचा काही वर्षांपूर्वीचा व्हेनिसच्या कालव्यांतून होडीने सफर करतानाचा रंगीत फोटो होता. एका बाजूला वैद्यकीय तपासणी करायचा कोच होता.

फर्नांडोला पाहताच त्याला मानसिक व्याधी असल्याचं डॉक्टरांच्या चटकन लक्षात आलं होतं. त्याची नजर स्थिर नव्हती, चेहऱ्यावर भीती ओसंडून वाहत होती, डोळे आणि तोंड सुजल्यासारखं वाटत होतं आणि हातापायाला कापरं भरलं होतं.

''तुम्हाला काही चहा-कॉफी हवी का?'' त्याला जरा तरतरी यावी या उद्देशाने डॉक्टरांनी विचारलं.

''नको, डॉक्टर. पण मी सिगारेट ओढली तर चालेल?'' डॉक्टर स्वत: धूम्रपान करत नसत. ते इतरांनाही आपल्या खोलीत धूम्रपान करू देत नसत, पण फर्नांडोकडे पाहताच त्यांना कळून चुकलं की, धूम्रपानाने त्याची अस्वस्थता किंचित कमी होऊन तो मोकळेपणाने बोलू शकेल.

''ठीक आहे.'' डॉक्टरांनी खोलीची खिडकी उघडली. एक कॉफीचा कप राख टाकायला फर्नांडोला दिला.

''हं, बोला मिस्टर निकोल्सन, काय त्रास होतोय तुम्हाला?''

सिगारेटचा एक दीर्घ झुरका घेऊन फर्नांडो म्हणाला, ''ते लोक मला मारायला टपले आहेत... त्या भीतीने झोपच लागत नाही... सारखं अस्वस्थ वाटतं... जेवण जात नाही... हातपाय कापतात....''

''मिस्टर निकोल्सन, तुमच्या आयुष्यातल्या अलीकडच्या काही ठळक घटना सांगू शकाल?''

''हो डॉक्टर, सगळं सांगतो. हे असं का होतंय, हे मला पुरेपूर ठाऊक आहे....'' फर्नांडोने सिगारेटचा आणखी एक दीर्घ झुरका घेतला नि सांगायला सुरुवात केली.

''एप्रिल १९६८ ते ऑगस्ट १९६९ या दरम्यान माझी व्हिएतनाम इथल्या क्वांग अंगै तळावर नेमणूक होती. १६ मे १९६९ या दिवशी आमच्या 'चार्ली कंपनीने'....''

त्याने काहीही न लपवता डॉक्टरांना सर्व काही सांगितलं.

''सर्वोच्च न्यायालयाच्या निर्णयानुसार माझी तुरुंगातून मुक्तता करण्यात आली, पण त्याच वेळी मला फासावर लटकवलं असतं, तर माझी खरी सुटका झाली असती. मुक्तता झाल्यानंतर मी इथून जवळच्या व्हिक्सबर्ग या माझ्या गावी गेलो. तिथं एका खाजगी बँकेत मला क्लार्कची नोकरी मिळाली. मी गुपचूपपणे काम करू लागलो. नी-लायविषयी वाच्यताच केली नाही, पण पूर्वी माझे फोटो वर्तमानपत्रात छापून आले होते. नी-लायच्या बातम्यांना खूप प्रसिद्धी मिळाली होती. माझ्या कोर्ट-मार्शलचा निकालही ठळकपणे वर्तमानपत्रात छापून आलेला. व्हिक्सबर्गच्या माझ्या शेजाऱ्यापाजाऱ्यांना आणि

मी काम करत असलेल्या बँकेत 'मी कोण आहे,' हे समजायला वेळ लागला नाही. समाजात आणि कार्यालयात माझी हेटाळणी होऊ लागली. लोकांनी माझ्याबरोबरचे संबंध तोडले. मी, माझी बायको– पेगी आणि एक मुलगा कसेबसे दिवस ढकलत होतो. मला रस्त्यावरून जातायेता लोक 'बालकांचा मारेकरी', 'अमानुष खुनी', 'पशूतुल्य नराधम' असं म्हणून माझी हेटाळणी करत. मी त्या बँकेमध्ये काम करतो आहे, हे समजल्यावर काही लोकांनी आपली तिथली खाती बंद केली. हे लक्षात आल्यावर बँकेने मला नोकरीवरून कमी केलं.... माझे आईवडील व्हिक्सबर्गमध्येच राहायचे, पण त्यांनी मला आधार दिला नाही. ते म्हणाले, 'तुझ्यामुळे आम्हाला समाजात तोंड दाखवायला जागा उरली नाही. तू आमच्याकडे न आलेला बरा!'

मी व्हिक्सबर्गवरून रेमंडला स्थलांतर केलं. तिथं एका छोट्या कारखान्यात सुरक्षा अधिकाऱ्याची नोकरी मिळाली. पेगीला एका खाजगी दवाखान्यात अर्धवेळ नोकरी मिळाली. तिने पूर्वी नर्सिंगचा अभ्यासक्रम केला होता. आम्ही दोघं आणि पाच वर्षांचा मुलगा रेमंडच्या आफ्रिकन-अमेरिकन राहणाऱ्या साध्या वस्तीत एक छोटंसं घर भाड्याने घेऊन राहू लागलो. कसेबसे दिवस जात होते. अशातच मला वारंवार भयानक स्वप्नं पडू लागली... मला मारायला माझ्या अंगावर धावून येणाऱ्या लोकांची! काही व्हिएतनामी लोकांना मी जिथं काम करतो त्याच्याजवळ आणि काहींना माझ्या घराजवळ मी अलीकडे पाहिलं. ते मला मारायला आले आहेत. मी माझ्या घराला लोखंडी जाळीचे दरवाजे करून घेतले.''

''कोण लोक आहेत ते, फर्नांडो?'' डॉक्टरांनी विचारलं.

''नी-लाय्मधले ते रहिवासी! मी त्यांच्यावर गोळ्या झाडल्या, पण ते ठार झालेच नव्हते! त्यांच्यावर केलेल्या हल्ल्याचा बदला घेण्यासाठी ते माझा शोध घेत इकडं आले आहेत. ते माझ्या पाळतीवरच आहेत. मघाशी मी बाहेर बसलो असताना त्यांनी पाठवलेला एक गुप्तहेर माझ्या मागं येऊन बसला. आता ते फक्त संधी मिळायची वाट पाहत आहेत. केव्हाही मला गोळी घालतील, जेरीला घातली तशी....''

''हा जेरी कोण?''

''जेरी, माझा मुलगा! तीन वर्षं झाली असतील त्या गोष्टीला. त्या वेळी जेरी दहा वर्षांचा होता. संध्याकाळी कामावरून येऊन मी खिडकीजवळ खुर्चीवर बसून पेपर वाचत होतो. समोरच्या रस्त्यावर सात-आठ मुलं खेळत हाती. त्यांच्यापैकी दोघे-तिघे १७-१८ वर्षांचे असावेत. जेरी एका बाजूला आपल्या मित्रांबरोबर खेळत होता. तिथं खेळण्यावरून जेरीची नि एका मोठ्या मुलाची काहीतरी बोलाचाली झाली. मी तिकडं लक्ष दिलं नाही. इतक्यात गोळी झाडल्याचा

आवाज आला. मी पटकन बाहेर गेलो. रस्त्यावर जेरी रक्ताच्या थारोळ्यात तडफडत पडला होता. सगळी मुलं पांगली होती. मी 'रुग्णवाहिका बोलवा,' असा आरडाओरडा केला. जेरीला उचललं, पण काही क्षणातच जेरीने आपला प्राण सोडला. त्या वेळी जेरीचे असहाय डोळे मला हुबेहूब नी-लायूमध्ये मी ठार मारलेल्या एका मुलाच्या डोळ्यांसारखे दिसले... निष्पाप मुलांना मारल्याची देवाने मला शिक्षा दिली....''

"सध्या घरी कोण कोण असतं?'' डॉक्टरांनी विचारलं.

"मी एकटाच. दीड वर्षांपूर्वी माझी नोकरी गेली. माझं कामाकडे लक्षच नसे. सदैव मी माझ्या पाळतीवर असलेल्या लोकांच्या हालचालींवर बारकाईने लक्ष ठेवून असे. कारखान्याच्या व्यवस्थापकाला ते आवडलं नाही... एका वर्षापूर्वी पेगीही मला सोडून गेली. एका पोलिसाशी तिचे काही दिवसांपासून घनिष्ठ संबंध होते, असं अलीकडेच मला समजलं. ती त्याच्याबरोबर राहायला कुठेतरी निघून गेली.''

डॉक्टर ब्रिंकलेंनी फर्नांडोच्या मनोविकाराचं निदान पी.टी.एस्.डी.– पोस्ट ट्रॉमॅटिक स्ट्रेस डिस्ऑर्डर– 'म्हणजे प्रचंड आघातानंतर जडलेला अतितणावाचा विकार,' असं केलं. अमेरिकन मनोविकार संघटनेच्या मते व्हिएतनाममध्ये काम केलेल्यांपैकी ३१ टक्के सैनिकांना हा विकार झाल्याचं आढळून आलं होतं. डॉक्टरांनी फर्नांडोला दाखल करून घेतलं. त्याला (खिन्नताविरोधी) औषधांची गरज होती. त्याच्या विकाराची तीव्रता लक्षात घेता तो संपूर्णपणे बरा होणं अशक्यच होतं. फर्नांडोला आयुष्यभर ही औषधं घ्यायची आवश्यकता होती. दीड वर्ष हॉस्पिटलमध्ये उपचार केल्यानंतर त्याला घरी जाण्याची परवानगी देण्यात आली.

घरी गेल्यानंतर त्याची औषधं चालूच होती. मधूनमधून त्याला आत्महत्या करावीशी वाटे. त्याने तीन वेळा तसे प्रयत्न केले, पण ते सफल झाले नाहीत.

फर्नांडोने विचार केला, 'नी-लायूमध्ये तीस-चाळीस जणांचे मी शांतपणे बळी घेतले, पण आज माझा बळी मात्र मला घेता येत नाही!... कदाचित मी केलेल्या अपराधांची कटू आठवण क्षणोक्षणी काढत जगणं माझ्या नशिबी असावं... माझ्या अपराधांबद्दल मला कोणत्याही न्यायालयाने शिक्षा दिली नाही, पण नियतीने मात्र मला कठोर शिक्षा दिली आहे....'

फर्नांडो निकोल्सन जिवंतपणी क्षणोक्षणी, मृत्यूची अनुभूती घेत होता!

ॲन आर्बर, मिशिगन, ऑगस्ट १९८१

ॲन आर्बरमधल्या वेस्ट पार्क जवळच्या स्प्रिंग स्ट्रीटवरच्या 'फ्लेम्स' बारमध्ये चार्ल्स पार्कर पोहचला, तेव्हा सव्वासहा वाजले होते. त्याचं मिलर स्ट्रीटवरचं ऑफिस साडेपाचला बंद झालं की, अर्ध्या-पाऊण तासात तो बारमध्ये पोहचायचा.

त्याला पाहताच बारमन लॅरीने त्याचं नेहमीचं पेय तयार करून त्याच्यापुढं ठेवलं आणि त्याला विचारलं, "काय चार्ल्स, आज एकटाच?"

"हो, बॉबला मुलीच्या शाळेत पालक-शिक्षक भेटीसाठी जायचं होतं आणि टोनी बायकोला घेऊन डॉक्टरकडे जायचं म्हणत होता. मी सुखी आहे बघ लॅरी, बायकोमुलांची कटकट नाही. तशी निकोल मधूनमधून विषय काढते, पण आत्तापर्यंत तरी मी तिला टोलवत आणलं आहे,"

असं म्हणून चार्ल्सने 'कॅनेडियन ग्राऊज' व्हिस्कीचा एक घोट घेतला. लॅरी दुसऱ्या गिऱ्हाइकांकडे वळला.

चार्ल्स विचार करू लागला, 'एकदा लग्न झालं की, मुलं... त्यांचं शिक्षण... आजारपण... छे, नकोच ती कटकट! गेली चार वर्षं निकोलचा सहवास मिळतोय... असंच चालू ठेवायचं....'

सर्वोच्च न्यायालयाच्या आदेशानुसार मुक्त झाल्यानंतर चार्ल्स ॲन आर्बरला गेला. त्याचे आईवडील ॲन आर्बरच्या उत्तरेकडच्या २० मैलांवरच्या होवेल या छोट्या गावात राहायचे. वडिलांचं वर्तमानपत्रं, मासिकं, सिगारेट वगैरे विकायचं छोटं दुकान होतं, त्याच्या वरती घर.

चार्ल्सची सैन्यातली सक्तीची सेवा संपली होती. त्याने ॲन आर्बरमधल्या एका खाजगी ॲकॅडमीत विमा व्यवसायाच्या पदविका अभ्यासक्रमासाठी प्रवेश घेतला. तो दोन वर्षांचा अभ्यासक्रम संपल्यावर त्याने तीन-चार वर्षं विमा एजंटचं काम केलं, पण त्यात त्याचा काही जम बसेना. शेवटी त्याने एका विमा कंपनीत नोकरी शोधली.

विमाक्षेत्राचा थोडा अनुभव नि ती पदविका यांच्या आधारावर त्याला 'विमा विकास अधिकारी' या पदावर घेण्यात आलं. त्याच कंपनीत अकौंटंट असलेल्या निकोल मॅक्डरमॅट हिच्याशी त्याची मैत्री जमली. त्या वेळी चार्ल्स होता अठ्ठावीस वर्षांचा तर निकोल पंचवीस वर्षांची. त्या दोघांचं 'डेटिंग' सुरू झालं.

निकोल आणि तिची एक मैत्रीण एक छोटा फ्लॅट भाड्याने घेऊन राहत होत्या.

निकोलला चार्ल्सची पार्श्वभूमी माहीत नव्हती. चार्ल्सचं मित्रमंडळ खूप मोठं होतं. त्याला रोज संध्याकाळी बार, डिस्को, नाईटक्लब अशा ठिकाणी जायला आवडायचं. पगाराचे पैसे मित्रांवर आणि बारमध्ये चैन करायला उधळून टाकायची

चार्ल्सची सवय निकोलला आवडत नव्हती. तिने कित्येक वेळा त्याला समजावण्याचा प्रयत्न केलेला.

"चार्ल्स, आता कमी कर हे रात्रीचं तुझं हुंदडणं. आता तू तिशीत आला आहेस. तू स्थिरस्थावर झालास तर आपण लग्न करायचा विचार करू."

"निकोल, अगं, आता ऐन उमेदीत असतानाच मौजमजा करून घ्यायची असते! एकदा वय झालं की शक्य आहे का हे? आणि आपण लग्न केलंच पाहिजे, असा माझा कुठं अट्टाहास आहे? नाहीतरी गेली दोन-तीन वर्षं आपण जवळजवळ नवरा-बायकोसारखेच एकमेकांशी संबंध ठेवले आहेत! बघू, पुढे विचार करू. डार्लिंग, तू काळजी करू नकोस!"

निकोलने त्याला बदलण्याचा खूप प्रयत्न केला, पण चार्ल्स काही ऐकायला तयार नव्हता. अँडरसन अ‍ॅव्हेन्यूवरच्या एका सहा मजली इमारतीत चौथ्या मजल्यावर चार्ल्स एक छोटी खोली भाड्याने घेऊन राहत होता. त्या खोलीचा उपयोग त्याला फक्त झोपायपुरता व्हायचा. सारा दिवस आणि रात्री उशिरापर्यंत तो बाहेरच असायचा.

अलीकडे त्याचा बारमध्ये बसण्याचा वेळ वाढू लागला होता. पूर्वी दहा-सव्वादहाला तिथून निघणारा चार्ल्स हल्ली बारा-साडेबाराशिवाय तिथून बाहेर पडायचा नाही. दोन पेग पोटात गेल्यावर त्याच्यासारखे एकटे पिणारे एकत्र यायचे. कित्येक वर्षांची ओळख असल्यासारखे गप्पा-विनोद करत पीत बसायचे. रात्री बारमध्येच एखादं सँडविच किंवा बर्गर खाऊन चार्ल्स टॅक्सीने घरी जायचा. घरी जायची वेळ यायची, तेव्हा त्याला धड चालताही येत नसे. कसाबसा टॅक्सी करून खोलीवर पोहचला की, तो गाढ झोपी जायचा.

सकाळी उठल्यावर डोळे तारवटलेले असायचे. 'हँगओव्हर'मुळे डोकं ठणकायचं, पण पटापट तयार होऊन कामावर जावं लागे. रात्रीची अपुरी झोप नि रोजचा 'हँगओव्हर' यांमुळे कामात त्याचं फारसं लक्ष नसायचं. कसंबसं नेहमीचं काम उरकलं की, संध्याकाळी पुन्हा बारकडे छू! संध्याकाळ जवळ येऊ लागे तसतसं वारंवार त्याचं लक्ष घड्याळाकडे जायचं.

गेले दोन आठवडे निकोल आपल्याला टाळते आहे, अशी त्याला शंका आली. शनिवारी आणि रविवारी निकोल त्याच्या खोलीवर जायची. दोघं एकत्र यायचे, पण गेले सलग दोन आठवडे निकोलने काही सबबी सांगून त्याच्या खोलीवर जायचं टाळलं होतं.

त्या दिवशी तो निकोलकडे गेला नि म्हणाला, "निकोल, आज लंचला माझ्याबरोबर येतेस? तुझ्या आवडीचा पास्ता खायला जाऊया."

"ठीक आहे!" निकोल थंडपणे म्हणाली.

साडेबारा वाजता ती दोघं ऑफिसजवळच्या 'फ्लेमिंगो' या इटालियन उपाहारगृहात गेली. निकोलने 'बुलॉनिज स्पॅगेटी' तर चार्ल्सने 'बीफ लसान्या' मागवला.

''निकोल, हल्ली तू माझ्यावर रागावली आहेस का?''

आपला काटा स्पॅगेटीमध्ये घुसवून तो गोल फिरवत निकोल थंडपणे म्हणाली, ''चार्ल्स, तू जोपर्यंत तुझी वागणूक बदलत नाहीस तोपर्यंत मी तुझ्या खोलीवर येणार नाहीय. मी तुला शेवटची एक संधी देऊ इच्छिते.''

निकोल चार्ल्सच्या वागण्याला पुरेपूर कंटाळली होती.

''कसली वागणूक निकोल?'' चार्ल्सने विचारलं.

''हे बघ चार्ल्स, वेड पांघरू नकोस. तुला चांगलं ठाऊक आहे, मी कशाबद्दल बोलतेय. मला एकदाचा सोक्षमोक्ष लावायचा आहे. शेवटचंच विचारते, तुला मी हवी आहे की तुझं व्यसन?''

''मला तू हवी आहेस, निकोल! आणि मी व्यसनी आहे, असं समजू नकोस हं! आता मित्रांबरोबर मी गंमत म्हणून दोन-तीन पेग घेतो त्याला व्यसन म्हणता येणार नाही. ऐक माझं, असला विचार डोक्यातून काढून टाक.'' तिचा हात आपल्या हातात घेत चार्ल्स म्हणाला.

त्यानंतरही चार्ल्सच्या वागण्यात काहीच फरक पडला नाही. निकोलने मनाची तयारी केली होतीच. तिने चार्ल्सबरोबरचे संबंध तोडून टाकले. निकोलबरोबरचे संबंध संपुष्टात आल्यावर चार्ल्स जास्तच पिऊ लागला. प्रेयसीच्या वियोगाचं दु:ख हलकं करायला दारू हवीच! अलीकडे त्याला खोलीवर जायला रात्रीचा साडेबारा-एक वाजायचा.

निकोलपासून फारकत झाल्याला दोन महिने झाले होते. त्या दिवशी रात्री पाऊणच्या सुमारास चार्ल्स घरी जायला 'फ्लेम्स'मधून बाहेर पडला. बाहेर पाच-दहा मिनिटं थांबलं की, टॅक्सी मिळायची. स्प्रिंग स्ट्रीटवर रात्री एक-दीडपर्यंत तुरळक वाहतूक चालायची. त्या दिवशी दहा-पंधरा मिनिटं झाली, तरी टॅक्सी मिळायचं चिन्ह दिसेना. चार्ल्सने विचार केला की, तिथून जवळच्याच फेल्च स्ट्रीटवर कदाचित टॅक्सी मिळेल. त्या रस्त्यावर जरा जास्त वर्दळ होती.

आपला तोल सावरत तो कसातरी फेल्च स्ट्रीटकडे निघाला. वाटेत चांगलाच अंधार होता. तो फेल्च स्ट्रीटच्या कोपऱ्यावर पोहचणार इतक्यात पाच जाड्याजुड्या निग्रो तरुणांचं एक टोळकं अंधारातून पुढं आलं.

त्यांच्यापैकी एकाने चार्ल्सला थांबवलं आणि म्हणाला, ''जवळचे पैसे आणि घड्याळ पटकन काढ. जास्त शहाणपणा करू नकोस.''

चार्ल्सला क्षणभर आपण काय ऐकतोय, यावर विश्वास बसेना. मद्याच्या नशेमुळे त्याच्या अंगात उसनं बळ संचारलं.

त्या निग्रोंकडे रागाने पाहत तो म्हणाला, ''मी कोण ठाऊक आहे का तुम्हाला? व्हिएतनाम युद्धात पराक्रम गाजवलेला सैनिक आहे मी! मला लुबाडताय तुम्ही? अरे, व्हिएतनाममध्ये एका तासात तीस-चाळीस जणांना मी संपवलं होतं! काय समजलात काय, चला चालते व्हा इथून!''

''हे बघ, तू लढाईत मारले असशील शेकडो लोक. आत्ता किती मारू शकतोस, सांग!'' त्या टोळक्याचा म्होरक्या म्हणाला.

''कितीही मारू शकेन!''

''जास्त शहाणपणा करू नकोस. बॉब, त्याचे खिशे तपास!''

त्यांच्यापैकी एक जण चार्ल्सचे खिशे तपासू लागला. ते पाहताच चार्ल्स रागाने म्हणाला, ''ए काळ्या डुकरा, माझ्या अंगाला हात लावू नकोस!''

हे ऐकताच संतापलेल्या म्होरक्याने आपल्या जवळचा धारदार चाकू जॅकेटच्या खिशातून काढला आणि चार्ल्सला कळायच्या आत त्याच्या पोटात भोसकला. चार्ल्स खाली कोसळला. त्याच्या पायाला धरून त्याला ओढत एका अंधाऱ्या बोळात ते घेऊन गेले आणि सर्वांनी आपल्या जाडजूड बुटांनी त्याला यथेच्छ लाथा घातल्या, मग तिथून पटपट पळून गेले. चार्ल्स विव्हळत पडला. उठून उभे राहायला त्याच्या अंगात त्राण नव्हतं.

दुसऱ्या दिवशी पहाटे एका सफाई कर्मचाऱ्याने रक्ताच्या थारोळ्यात पडलेल्या चार्ल्सला पाहिल्यावर पोलिसांना फोन केला.

पोलिसांची गाडी आणि रुग्णवाहिका तिथं दहा मिनिटांत पोहचल्या.

इस्पितळाच्या कर्मचाऱ्यांनी चार्ल्सला स्ट्रेचरवर ठेवून रुग्णवाहिकेत चढवलं. दहा मिनिटांतच ती इस्पितळात पोहचली. रुग्णवाहिकेत एक पोलीसही होता. कर्मचाऱ्यांनी तातडीने चार्ल्सला तपासणी कक्षात नेलं.

पोलीस बाहेरच थांबला, पण त्याला फार वेळ थांबावं लागलं नाही.

तीन-चार मिनिटांतच एक नर्स तपासणी-कक्षातून बाहेर आली आणि त्याला म्हणाली, ''त्या व्यक्तीचा तीन-चार तासांपूर्वी मृत्यू झाला आहे. पोटावर चाकूची खोल जखम आहे. शिवाय लाथांच्या खुणाही दिसतात. मोठ्या प्रमाणावर रक्तस्राव झाल्याने त्याचा मृत्यू झाला असावा, असं प्राथमिक तपासणीत दिसतंय. शव-विच्छेदनानंतर सर्व गोष्टींचा खुलासा होईल.''

त्या पोलिसाने आपल्या वरिष्ठाला फोन केला. पोलिसांनी लगेच स्प्रिंग स्ट्रीटवर चौकशी करायला सुरुवात केली. त्यांनी चार्ल्सच्या चेहऱ्याचे फोटो काढले होते.

पोलीस चौकशीसाठी जेव्हा 'फ्लेम्स' मध्ये गेले तेव्हा बारमन लॅरीने तो फोटो ओळखला. चार्ल्स कोणत्या विमा कंपनीत काम करायचा, हे लॅरीला ठाऊक होतं.

पोलिसांनी स्प्रिंग स्ट्रीट आणि फेल्च स्ट्रीटवर जुजबी चौकशी केली, पण त्यातून काहीच निष्पन्न होणार नाही, याची त्यांना खात्री होती.

चार्ल्सच्या कार्यालयातून त्यांना त्याच्या खोलीचा पत्ता मिळाला. काही पूर्व वैमनस्यातून त्याचा खून झाला आहे का, हे आजमावण्यासाठी त्यांनी खोलीची कसोशीने तपासणी केली.

चार्ल्सचं कोणाशी वैमनस्य असल्याचे कसलेही धागेदोरे त्यांना तपासणीत आढळले नाहीत. तिथं मिळालेल्या चार्ल्सच्या ओळखपत्रावरून तो व्हिएतनामयुद्धात भाग घेतलेला माजी सैनिक होता आणि युद्धगुन्हेगारीच्या आरोपावरून त्याच्यावर कायदेशीर कारवाई करण्यात आली होती, हे मात्र यथावकाश उघडकीस आलं!

लँग्ले, व्हर्जिनिया, जून १९८४

लँग्ले इथल्या सी.आय.ए.च्या मुख्य कार्यालयात संचालक विल्यम कॅसे यांच्या कार्यालयाचं दार उघडून त्यांची सेक्रेटरी आत आली आणि त्यांना म्हणाली, "सर, मिस्टर ऑब्रे कॉनर आले आहेत. पाठवू त्यांना आत?"

"ऑब्रे आलाय? पाठव त्याला."

ऑब्रे कॉनर त्या वेळी बेल्जियमची राजधानी ब्रुसेल्स इथल्या 'नाटो'च्या मुख्य कार्यालयात काम करत होता. दोन दिवसांपूर्वी त्याला 'तातडीने मुख्य कार्यालयात जाऊन संचालक कॅसे यांना भेटावे' असा संदेश मिळाल्यावर तो विचार करू लागला की, असं तडकाफडकी बोलावण्याचं कारण काय असावं? ब्रुसेल्स इथं त्याची नेमणूक होऊन फक्त सव्वा वर्ष झालेलं. व्हिएतनाममधून १९७२ मध्ये त्याची बदली लँग्ले इथं मुख्य कार्यालयात झाली होती. तिथं तीन वर्षं काढल्यानंतर इस्लामाबाद, जोहान्सबर्ग, तेल अवीव आणि बीजिंग इथंही कमीअधिक कालावधीसाठी त्याने काम केलं होतं. एव्हाना अनुभवी अधिकाऱ्यांच्या यादीत त्याचा समावेश झाला होता.

"गुड मॉर्निंग, सर!" ऑब्रे आत गेल्यागेल्या कॅसेना म्हणाला.

"गुड मॉर्निंग, ऑब्रे! ये बैस. ठीक आहेस ना?"

"ठीक आहे, सर!"

"बरं, ऑब्रे तुला अचानक कशासाठी बोलावून घेतलं, याची उत्सुकता लागून राहिली असेल. थांब, सांगतो तुला."

असं म्हणून त्यांनी आपल्या सेक्रेटरीला पुढचा एक तासभर आपण फक्त अत्यंत महत्त्वाचे फोन घेऊ, असं सांगितलं.

"ऑब्रे, गेल्या आठवड्यात अध्यक्ष रीगननी मला 'व्हाईट हाऊस'मध्ये एका

अतिशय महत्त्वाच्या विषयावर चर्चा करण्यासाठी बोलावलं होतं. आमच्या दोघांच्या चर्चेचा सारांश तुला सांगायला हरकत नाही....''

संचालक विल्यम कॅसे यांना 'भेटायला या,' असा अध्यक्ष रोनाल्ड रीगन यांचा संदेश मिळाल्यावर ते तातडीने वॉशिंग्टन डी.सी.ला पोहचले. बैठक फक्त दोघांचीच होती. बैठक सुरू झाल्याझाल्याच अध्यक्ष रीगननी मुख्य मुद्द्याला हात घातला.

''विल्यम, मला तुमच्याशी 'स्टार वॉर्स'संबंधी चर्चा करायची आहे.''

विल्यम कॅसेना आश्चर्य वाटलं. संरक्षण खात्याच्या अखत्यारीतल्या या प्रकल्पाला चालना देण्यासाठी एक खास विभाग १९८४ मध्ये उघडल्याचं सर्वज्ञात होतं.

२३ मार्च १९८३ या दिवशी अध्यक्ष रोनाल्ड रीगन यांनी राष्ट्राला उद्देशून केलेल्या भाषणात, आण्विक क्षेपणास्त्रांचा हल्ला झाला तर अमेरिकेचं संरक्षण करण्यासाठी एक 'सुरक्षा कवच' तयार करण्याचं आवाहन शास्त्रज्ञांना केलं होतं. त्या कल्पनेला अग्रक्रमाने मूर्त स्वरूप देण्यासाठी एक आराखडा तयार केला गेला. त्यात लेझर तंत्रज्ञानाचा वापर असलेली शस्त्रं अवकाशात ठेवणं, शत्रूच्या क्षेपणास्त्रांवर लक्ष ठेवणारे उपग्रह, जमिनीवरून शत्रूने सोडलेल्या क्षेपणास्त्रांना अंतराळातच निकामी करण्याची यंत्रणा आणि अशाप्रकारच्या इतर अनेक संकल्पनांचा समावेश होता.

अध्यक्ष रीगन यांच्या या नावीन्यपूर्ण आणि अत्याधुनिक तंत्रज्ञानावर आधारित प्रकल्पाने साऱ्या जगात खळबळ उडवून दिली. एका कल्पक पत्रकाराने या प्रकल्पाला 'स्टार वॉर्स' हे नाव (१९७७ मध्ये जॉर्ज लुकास यांनी निर्मिलेला त्याच नावाचा सिनेमा डोळ्यांसमोर ठेवून) दिलं. अल्पावधीतच तो संपूर्ण प्रकल्प 'स्टार वॉर्स' या नावाने ओळखला जाऊ लागला. त्या संदर्भात सी.आय.ए. कोणती भूमिका बजावू शकेल, याचा कॅसेना अंदाज लागेना.

''विल्यम, मला खात्री आहे की, आता सोव्हिएत युनियनमध्ये आपल्या या प्रकल्पाविषयी खूप उत्सुकता असणार. आपल्या प्रत्येक हालचालीवर त्यांचं लक्ष असतंच. त्याबद्दल मला काही म्हणायचं नाही, पण माझा असा अंदाज आहे की, ते लोक आपल्या प्रकल्पाच्या धर्तीवरच एखादा प्रकल्प हाती घेतील. त्यांच्या याबाबतीत काय हालचाली आहेत, याची मला इत्थंभूत माहिती हवी आहे. या मोहिमेसाठी तुम्ही तुमच्या एखाद्या अनुभवी अधिकाऱ्याची आपल्या मॉस्को इथल्या दूतावासात नेमणूक करा. त्याचं एकच काम– सोव्हिएत युनियनच्या या संदर्भातल्या हालचालींची माहिती काढायची. त्यांनी काही तांत्रिक प्रगती केली असल्यास ती आपल्याला कळणं आवश्यक आहे. त्याआधारे आपण आपले डावपेच ठरवू.''

''आपली कल्पना चांगली आहे, सर. मी लगेच तयारी करतो. आपण आपल्या

दूतावासातल्या सध्याच्या सांस्कृतिक अधिकाऱ्याच्या जागी माझा एक सहकारी पाठवायचा आहे, असं परराष्ट्र सचिवांना सांगितलं तर बरं होईल. त्याला हिरवा कंदील मिळेतोपर्यंत मी एखाद्या अनुभवी आणि हुशार अधिकाऱ्याची त्यासाठी निवड करतो.''

''छान. मी आताच जॉर्जला फोन करतो,'' असं म्हणून त्यांनी आपल्या सेक्रेटरीला परराष्ट्र सचिव जॉर्ज शुल्ट्स यांच्याशी संपर्क साधायला सांगितलं....

''ऑब्रे, मला वाटतं, ही जबाबदारी तू पेलू शकशील. काम अवघड आहे, पण अशक्य नाही. आपल्याला के.जी.बी.तल्या फितूर गुप्तहेरांचा खूप उपयोग करून घेता येईल.''

''तुम्ही म्हणत असाल तर ही जबाबदारी मी नक्कीच स्वीकारेन.'' ऑब्रे म्हणाला.

आता पन्नाशीकडे झुकलेल्या ऑब्रेने सी.आय.ए.मध्ये गेली बावीस वर्षं कित्येक महत्त्वाच्या जबाबदाऱ्या पेलल्या होत्या.

मॉस्को, ऑगस्ट १९८४

१९८४ च्या ऑगस्टमध्ये ऑब्रे मॉस्कोला पोहचला. अमेरिकेच्या तिथल्या राजदूतांना ऑब्रे कोणत्या मोहिमेवर मॉस्कोला आला आहे, याची कल्पना होती. तिथं स्थिरस्थावर झाल्यानंतर ऑब्रेने हळूहळू आपल्या कामाची सुरुवात केली. रशियन गुप्तहेर संघटना के.जी.बी.मधले काही फितूर कर्मचारी अमेरिकन गुप्तहेरांना बरीच माहिती पुरवत. तसेच सोव्हिएत सरकारच्या संरक्षण खात्यात काम करणाऱ्या काही कर्मचाऱ्यांनाही अमेरिकन गुप्तहेरांनी फितूर करून आपल्या जाळ्यात अडकवलं होतं. अशा कर्मचाऱ्यांशी अतिशय गुप्ततेने संपर्क साधून त्यांच्याकडून गोपनीय कागदपत्रं घेणं, त्यांना त्याचा आर्थिक मोबदला देणं अशा प्रकारची मोठ्या जोखमीची कामं पार पाडणं, केवळ कठीणच नव्हे तर धोकादायकही होतं.

ऑब्रेचं काम व्यवस्थित चाललं होतं. दूतावासात 'प्रमुख सांस्कृतिक अधिकारी' या पदावर तो गेले आठ महिने काम करत होता. २० एप्रिल १९८५ या दिवशी सकाळी ११ वाजता ऑब्रेची आणि राजदूतांची एक महत्त्वाच्या विषयावर चर्चा होणार होती. नेहमी वेळ पाळणारा ऑब्रे चर्चेसाठी आला नाही, याचं राजदूतांना आश्चर्य वाटलं. त्यांनी दूतावासाचे प्रशासक मि. मूर यांना चौकशी करायला सांगितलं. त्या दिवशी ऑब्रे दूतावासात आलाच नव्हता. तो दूतावासात येणार नसला तर मि. मूर यांना पूर्वकल्पना द्यायचा. त्या दिवशी संध्याकाळपर्यंत ऑब्रेचा पत्ता नव्हता. त्याच्या घरीही तो नव्हता.

ऑब्रे एकटाच मॉस्कोमध्ये राहायचा. त्याची पत्नी आणि दोन मुलं वॉशिंग्टनमध्ये राहायची.

दुसऱ्या दिवशी सकाळी मि. मूर यांनी 'पेत्रोव्हका' शी संपर्क साधला. पेत्रोव्हका या ठिकाणचं मॉस्कोचं पोलीस मुख्यालय त्या नावानंच ओळखलं जायचं. थोड्याच वेळात वरिष्ठ पोलीस अधिकारी व्लादिमीर अल्खानोव्ह आपल्या दोन सहायकांसह ताचायकोव्हस्की स्ट्रीटवरच्या अमेरिकन दूतावासात पोहचले. मि. मूर यांनी 'आपल्या दूतावासातले प्रमुख सांस्कृतिक अधिकारी मिस्टर ऑब्रे कॉनर हे कालपासून बेपत्ता आहेत,' अशी लेखी तक्रार मि. अल्खानोव्ह यांना दिली. त्यांनी ऑब्रेचे फोटो, त्याचं वर्णन इत्यादी माहिती नोंद करून घेतली.

''आम्ही तपासाला सुरुवात करतो. तुम्हाला काही धागेदोरे मिळाले तर आमच्याशी संपर्क साधा.'' असं म्हणून अल्खानोव्ह उठले.

मि. मूरना रशियन पोलीस किती गंभीरपणे त्या प्रकरणाचा तपास करतील, याची शंका होती. अमेरिका व सोव्हिएत युनियनचे तणावपूर्ण संबंध लक्षात घेता त्यांच्या संपूर्ण सहकार्याची अपेक्षा करणं अवास्तव होतं. तक्रार नोंदवून तीन दिवस झाले होते. मि. मूर यांच्या टेबलवरचा फोन वाजला.

''मी पेत्रोव्हकामधून व्लादिमीर अल्खानोव्ह बोलतोय. आम्हाला आज सकाळी लुझिंकी स्टेडियमजवळ मॉस्कव्हा नदीच्या पात्रात एक मृतदेह आढळल्याची बातमी मिळाली. आम्ही शवागारात जाऊन मृतदेह पाहिला. तो कदाचित मिस्टर कॉनर यांचा असावा, अशी आम्हाला शंका आहे.''

''अरे बापरे! मिस्टर अल्खानोव्ह मी लागलीच तुमच्याकडे येतो. तुम्ही मला शवागाराकडे घेऊन चला.''

मि. मूरनी या गंभीर घटनेची राजदूतांना कल्पना दिली आणि ते तातडीने पेत्रोव्हकाकडे गेले.

शवागारातला मृतदेह पाहिल्यावर मूर यांची खात्री झाली की, ते ऑब्रेचंच शव होतं. दोन दिवसांपेक्षा अधिक वेळ पाण्यात राहिल्यामुळे चेहरा वेडावाकडा झाला होता आणि संपूर्ण शरीर कुजलं होतं.

''आम्ही शवविच्छेदन झाल्यावर आणि लुझिंकी स्टेडियमच्या आसपास चौकशी केल्यानंतर तुमच्याशी पुन्हा संपर्क साधू.'' अल्खानोव्ह म्हणाले.

मि. मूर दूतावासात परतले. त्या दुर्घटनेमुळे सारा दूतावास हादरून गेला होता. राजदूतांनी परराष्ट्र सचिवांना त्या दुर्घटनेची माहिती दिली. ती समजल्यावर सी.आय.ए.चे संचालक कॅसे हवालदिल झाले.

ऑब्रेचा मृतदेह सापडून चार दिवस झाले असावेत. मि. अल्खानोव्ह मि. मूर यांना भेटायला दूतावासात आले होते.

"मि. मूर, आम्ही या प्रकरणाचा कसोशीने तपास केला. मिस्टर कॉनर बेपत्ता असल्याची तक्रार तुम्ही १२ एप्रिलला नोंदवलीत. १० एप्रिलच्या रात्री त्यांना एकट्याला लुझिंकीजवळच्या क्रिम्स्की पुलावर पाहिल्याचं दोन लोकांनी सांगितलं. ते रात्री साडेदहाच्या सुमाराला स्मोलेनस्काया-सेन्नाया चौकातून क्रिम्स्की पुलाजवळच्या ऑक्त्याब्रास्काया भुयारी रेल्वेच्या स्टेशनकडे चालले होते. दुसरी गोष्ट अशी की, कॉनर यांच्या कोटाच्या खिशात 'गोरिल्का-नेमिरॉफ' व्होडकाची अर्ध्या लिटरची बाटली आम्हाला सापडली. त्या बाटलीमध्ये फक्त १४० मि.ली. व्होडका शिल्लक होती. सर्वांत महत्त्वाचं म्हणजे कॉनर यांच्या शवविच्छेदनात त्यांच्या रक्तातल्या मद्याचं प्रमाण ०.२१ टक्के होतं, असं आढळलं. या सर्व गोष्टींवरून आम्ही असा निष्कर्ष काढला की, मिस्टर कॉनर यांनी १० एप्रिलच्या संध्याकाळी प्रमाणापेक्षा जास्त मद्यपान केलं असावं आणि नशेत क्रिम्स्की पुलावरून नदीत वाकून पाहत असता, त्यांचा तोल गेला असावा. आम्ही आता या प्रकरणाचा तपास बंद करत आहोत."

मि. मूर यांना पुरेपूर खात्री होती की, ऑब्रे कॉनर एक जबाबदार अधिकारी होता. त्याला मद्याचं व्यसन तर मुळीच नव्हतं. शिवाय तो सी.आय.ए.ची त्यांच्या अधिकाऱ्यांनी परदेशात पाळायची आचारसंहिता काटेकोरपणे पाळायचा. हे सारं अल्खानोव्ह यांना सांगण्यात काहीच तथ्य नव्हतं. ऑब्रेच्या गूढ मृत्यूचं कोडं उलगडणे शक्य नव्हतं. कदाचित ११ एप्रिलला सकाळी 'लुब्यान्का'मध्ये काय झालं, हे त्यांना कळलं असतं तर ते कोडं एका क्षणात उलगडलं असतं, पण तशी सुतराम शक्यता नव्हती....

११ एप्रिलला सकाळी नऊ वाजता मॉस्कोचे पोलीसप्रमुख व्हिक्तोर झुबातोव्ह यांना लुब्यान्का इथल्या के.जी.बी.च्या मध्यवर्ती कार्यालयात पाचारण करण्यात आलं होतं. तिथं गेल्यावर त्यांना एका खोलीत बसवण्यात आलं. तिथं के.जी.बी.चा एक उच्च अधिकारी गेला आणि त्याने दार बंद करून घेतलं.

"कॉम्रेड झुबातोव्ह, एक-दोन दिवसांत मॉस्कोव्हाच्या पात्रात क्रिम्स्की पुलाच्या आसपास एका पन्नाशीच्या पुरुषाचा मृतदेह मिळेल. तो या व्यक्तीचा असेल."

असं म्हणून त्याने मिस्टर झुबातोव्हना ऑब्रे कॉनरचे चार फोटो दिले.

"हा गृहस्थ अमेरिकन गुप्तहेर होता. आपल्या संरक्षणविषयी अत्यंत महत्त्वाची कागदपत्रं त्याला १२ तारखेला मिळणार होती. तुम्ही त्याचं शव मिळाल्यावर त्याच्या कोटाच्या खिशात ही बाटली ठेवायची."

असं म्हणून त्याने 'गोरिल्का-नेमिरॉफ' व्होडकाची फक्त १४० मि.ली. व्होडका शिल्लक असलेली बाटली आपल्या बॅगेतून काढून मिस्टर झुबातोव्हना दिली.

“त्याच्या शवविच्छेदनानंतर तयार करण्यात येणाऱ्या अहवालात त्या व्यक्तीच्या रक्तात ०.२१ टक्के मद्यार्क होता, असं नमूद करायचं.”

“कॉम्रेड, मी सारी खबरदारी घेतो. तुम्ही निश्चिंत रहा!”

हनोई, ऑगस्ट २००५

“डॉ. तुंग, खरंच विश्वास न बसण्यासारख्या या घटना वाटतात. त्या चौघांच्या आयुष्यात पुढं असं काही झालं असावं, असं मला मुळीच वाटलं नव्हतं. अगदी एखाद्या मनोरंजक आणि उत्कंठावर्धक कादंबरीमध्ये रंगवलेल्या कथानकासारखं आहे हे! त्या पुस्तकाचा उत्तरार्ध वाचायची आता मला उत्कंठा लागून राहिली आहे.”

“डॉ. कदम, कधीकधी सत्य हे कल्पितापेक्षाही खूपच विस्मयकारक असतं याची प्रचिती ते पुस्तक वाचल्यावर येते. केवळ चार्ली कंपनीचं हॅले-निकोल्सन-पार्कर हे त्रिकूट आणि सी.आय.ए.चा ऑब्रे कॉनरच नव्हे तर नी-लाय्ला जबाबदार असलेल्या इतरांनादेखील कमीअधिक प्रमाणात प्रायश्चित्त भोगावं लागलं, असं म्हणायला हरकत नाही.”

“ते कसं काय?” मी विचारलं.

“मेजर नील मॅडिसनचा हेलिकॉप्टर अपघातात मृत्यू झाला, हे तुम्हाला ठाऊक आहेच. त्या हत्याकांडावर पांघरूण घालायचा प्रयत्न करणाऱ्या कर्नल जॅक हेंडरसनवर स्वतंत्र कोर्ट-मार्शलची कारवाई केली गेली. न्यायालयाने त्याला दोषी ठरवून त्याची सैन्यातून हकालपट्टी केली नि आपलं कर्तव्य बजावण्यात हेतुपूर्वक दुर्लक्ष केलं किंवा निष्काळजीपणा दाखवला, या कारणास्तव एका वर्षाच्या कैदेची शिक्षा ठोठावली. अगदी उच्चपदस्थांच्या बाबतीतदेखील काही मानहानीकारक घटना घडल्या.”

“त्या कोणत्या बरं, डॉ. तुंग?”

“आता हे पहा, अध्यक्ष निक्सनना ‘वॉटरगेट’ प्रकरणी महाअभियोगाची शक्यता लक्षात घेता ऑगस्ट १९७४ मध्ये राजीनामा द्यायची नामुष्की पत्करावी लागली. त्यांच्याबरोबरच संरक्षण सचिव मेअर्ड यांचीही राजकीय महत्त्वाकांक्षा संपुष्टात आली!”

“अरे हो, खरंच की!” मी म्हणालो.

इतक्यात आम्ही मागवलेलं जेवण वेटरने आमच्या टेबलावर आणून ठेवलं आणि आम्ही आमच्या गप्पा थांबवून जेवणावर लक्ष केंद्रित केलं.

डॉ. तुंग यांचा निरोप घेण्यापूर्वी मी त्यांना म्हणालो, “पुस्तक वाचल्यानंतर लगेचच तुम्हाला ई-मेल पाठवतो. तुम्ही कॅथरिन बर्टन यांच्या पुस्तकाच्या बाबतीत

जी धक्कादायक गोष्ट मला सांगणार आहात, ती ई-मेलने कळवा. मला त्याची खूप उत्कंठा लागून राहिली आहे.''

''नक्की कळवेन, डॉ. कदम! चला, गुड नाईट!''

''गुड नाईट, डॉ. तुंग!''

कुआला लंपूर, ऑगस्ट २००५

'उद्ध्वस्त नी-लाय्' वाचायला हनोईतच सुरुवात केली होती. प्रवासादरम्यान आणि कुआला लंपूरला परतल्यावर दोनच दिवसांत ते वाचून संपवलं. डॉ. तुंग यांच्याप्रमाणेच मीदेखील ते पुस्तक वाचून खूपच प्रभावित झालो. लेखिकेने पूर्वार्धात नी-लाय् हत्याकांडाचं वर्णन असं रंगवलं होतं की, ते प्रत्यक्ष आपल्या डोळ्यांसमोर सगळं घडत आहे, असं वाचणाऱ्याला वाटावं. ते वाचताना पदोपदी अंगावर शहारे उभे राहिले आणि डोळे पाणावले. पुस्तकाच्या उत्तरार्धात त्या दुर्घटनेला प्रत्यक्ष आणि अप्रत्यक्षरीत्या जबाबदार असणाऱ्यांची कशी वाताहात झाली आणि त्यांपैकी बऱ्याच जणांची आयुष्यं कशी उद्ध्वस्त झाली, हे वाचून मनात विचार आला की, न्यायालयाने त्यांना दोषमुक्त केलं, पण नियतीने मात्र त्यांना जबरदस्त शासन घडविलं!

मी डॉ. तुंगना ई-मेल पाठवून पुस्तकाबद्दल माझी प्रतिक्रिया कळवली आणि आता 'ती' बातमी मला कळवण्यास हरकत नाही अशी विनंती केली. लगेचच त्यांचं उत्तर आलं–

'डॉ. कदम, सप्रेम नमस्कार,

तुमची पुस्तकावरची प्रतिक्रिया मला अपेक्षितच होती. तुम्हाला जी बातमी कळवायची आहे, ती 'उद्ध्वस्त नी-लाय्' प्रकाशित झाल्यानंतर ५-६ दिवसांनंतरच्या म्हणजे २० फेब्रुवारी २००५ या तारखेच्या 'इंटरनॅशनल हेराल्ड ट्रिब्युन'मध्ये मी वाचली. कॅथरिन बर्टन यांच्यावरचा आणि त्या पुस्तकातल्या संशोधनावरचा तो लेख मी 'स्कॅन' करून माझ्या संगणकात एका फाईलमध्ये जपून ठेवला आहे. ती फाईल मी तुम्हाला आठ दिवसांनंतर ई-मेलने पाठवेन. कारण सध्या मी की-सोन या माझ्या गावी एका आठवड्याच्या सुटीसाठी आलो आहे. हनोईमधल्या माझ्या संगणकातून त्या लेखाच्या फाईलची प्रत तिकडं गेल्यावरच मला पाठवता येईल. कृपया गैरसमज नसावा.

आपला नम्र

ला-कान्ह तुंग'

हो-ची-मिन्ह शहर (सायगाव), फेब्रुवारी २०००

कॅथरिनने घड्याळाकडं पाहिलं. सकाळचे सात वाजत आले होते. विमान हो-ची-मिन्ह शहराच्या तान-सोन-न्हात विमानतळावर उतरायला अजून पाऊण तास बाकी होता. न्यूयॉर्कवरून 'काँटिनेंटल'च्या विमानाने ती पहाटे तीन वाजता हाँगकाँगला पोहचली होती. तिथून सकाळी सव्वासहा वाजता हो-ची-मिन्ह शहराला जाणारं व्हिएतनाम एअरलाईन्सचं विमान तिने पकडलं होतं. जवळजवळ १४-१५ तासांच्या प्रवासाने ती थकून गेली होती.

हो-ची-मिन्ह शहरात चार-पाच दिवस राहून तिने लिहायला घेतलेल्या पुस्तकाबाबत बरंच संशाधन केलं. तिथलं विद्यापीठ, राष्ट्रीय ग्रंथ-संग्रहालय, युद्ध-प्रतिष्ठानाचं कार्यालय अशा ठिकाणी तिला तिच्या संशोधनासाठी बरेच उपयुक्त संदर्भ मिळाले. बऱ्याच महत्त्वाच्या कागदपत्रांच्या झेरॉक्सदेखील तिने करून घेतल्या. भाषेचा प्रश्न नव्हताच.

कॉलिन बर्टन यांच्या घरी बऱ्याच वेळा व्हिएतनामी भाषा बोलली जायची. ज्या देशाच्या जनतेच्या उद्धारासाठी आपण झटत आहोत त्यांच्याशी संवाद साधता आला पाहिजे, म्हणून ते स्वत: व्हिएतनामी भाषा शिकले नि घरातल्या इतर सदस्यांनाही ती शिकायला प्रोत्साहन दिलं. त्यांच्या पत्नी मार्गारेटदेखील कॉलिनना त्यांच्या उपक्रमाला उत्तेजन देत होत्या.

हो-ची-मिन्ह शहरातलं आपलं काम आटोपून कॅथरिन गेली क्वांग-अंगैला. तिथल्या हाँग-मिंग हॉटेलमध्ये तिने चार-पाच दिवसांसाठी एक खोली घेतली होती. आधीच्या दिवशी तिने हॉटेल मॅनेजरच्या मदतीने एक जीप भाड्याने घेतली. जीपचा तरुण ड्रायव्हर मी-काँग सुशिक्षित होता. तो बी.ए. झाला होता. घरच्या गरिबीमुळे पुढचं शिक्षण खुंटलं, म्हणून एका प्रवासी कंपनीत त्याने ड्रायव्हरची नोकरी पत्करली. तो मोकळ्या स्वभावाचा होता. कॅथरिनला त्याचा स्वभाव आवडला.

"मी-काँग, इथं युद्धादरम्यान अमेरिकन सैन्याचा तळ होता, ते ठिकाण आज मला पाहायचं आहे. तुला ठाऊक आहे ती जागा?"

"हो मॅडम, सध्या तिथं कृषिखात्याचं कार्यालय आहे. त्या वेळच्या जुन्या इमारतींची डागडुजी करून आजही त्या वापरल्या जातात. सैनिकांच्या बॅरॅक्सचा वापर रासायनिक खतांच्या गोदामासारखा केला जातो!"

"ठीक आहे. मला इमारतींमध्ये आत जायचं नाही. बाहेरूनच त्या कशा दिसतात, हे पाहायचं आहे."

"हो पाहता येईल ना. तसं ते सार्वजनिक ठिकाण असल्यामुळे त्या परिसरात तुम्ही फिरूही शकता."

कॅथरिनने जवळजवळ एक तास फिरून त्या संपूर्ण परिसराचे फोटो काढले.

हॉटेलवर परतताना कॅथरिन म्हणाली, ‘‘मी-काँग, उद्या आपल्याला नी-लाय्ला जायचं आहे. सकाळी आठच्या सुमाराला निघू. तू नाश्ता करून ये. मी आपल्या दुपारच्या जेवणासाठी हॉटेलमधून सँडविचेस, फळं आणि पाण्याच्या बाटल्या घेते. परत यायला संध्याकाळ होईल.’’

‘‘ठीक आहे, मॅडम. मी आठच्या ठोक्याला जीप घेऊन येतो.’’

कॅथरिन आठ वाजता हॉटेलच्या बाहेर पडली. मी-काँग हजर होताच. आज कॅथरिनने पारंपरिक व्हिएतनामी पद्धतीचा ‘आव-दाई’ हा वेश परिधान केला होता. फिकट तपकिरी रंगाचा पूर्ण बाह्यांचा कुर्ता अगदी पावलांच्या जवळपर्यंत पोहचत होता. त्याखाली पांढरीशुभ्र घोळदार सलवार होती. त्या कुर्त्याच्या दोन्ही बाजूला कंबरेपासून खालपर्यंत चीर होती. तो पेहराव कॅथरिनला शोभून दिसत होता.

जीप नी-लाय्च्या दिशेने एका कच्च्या रस्त्यावरून धुरळा उडवत चालली होती. कॅथरिनने आपल्या मोठ्या पर्समधलं ‘नी-लाय् हत्याकांड : मृत्यूच्या उंबरठ्यावरील प्रतिमा’ हे सायमन हडसन आणि पॉल आर्चर यांचं नी-लाय्चे फोटो असलेलं पुस्तक बाहेर काढलं आणि त्याच्या प्रस्तावनेतला एक परिच्छेद पुन्हा एकदा वाचला.

‘या पुस्तकाचं संकलन करत असताना आम्हाला यातल्या फोटो क्रमांक १४, १९ आणि २२ मध्ये दिसणाऱ्या छोट्या टेकाडावरच्या झुडपामध्ये एखादं लहान मूल लपून बसलं असल्याची शंका आली. तिचं निरसन करण्यासाठी आम्ही दोघांनी नी-लाय् आणि त्याच्या परिसरातल्या इतर खेड्यांमध्ये जाऊन कसोशीने शोध घेतला. आमच्या शोध-मोहिमेच्या अखेरीला आमची खात्री पटली की, तो केवळ एक भास होता. नी-लाय् हत्याकांडातून तिथली एकही व्यक्ती जिवंत राहिली नाही, या सर्वश्रुत समजुतीत तथ्य असल्याची आमची पुरेपूर खात्री झाली.’

नी-लाय्ला पोहचल्यावर कॅथरिन थेट तिथल्या स्मारकाकडे गेली. एकशेचाळीस निष्पाप आणि निरपराध लोकांच्या स्मृती जागत्या ठेवायला आज ते स्मारक उभं होतं. पण फारच थोडे लोक तिथं प्रत्यक्ष जाऊन ते पाहत आणि श्रद्धांजली वाहत. कॅथरिनने त्या लोकांचं पुस्तकरूपी स्मारक करायचा निश्चय केला होता. जगाच्या कानाकोपऱ्यात यथावकाश ते पुस्तक त्या निरपराध लोकांच्या स्मृती तेवत ठेवायला उपयुक्त ठरावं, अशी तिची अपेक्षा होती.

नी-लाय्ला पोहचल्यापासून कॅथरिन खूपच गंभीर झाल्याचं मी-काँगच्या लक्षात आलं होतं. पण त्याला नी-लाय्चा इतिहास ठाऊक असल्याने तिच्या गांभीर्याचं आश्चर्य वाटलं नाही.

स्मारकाजवळ पंधरा-वीस मिनिटं थांबून अश्रुपूर्ण डोळ्यांनी कॅथरिन जीपकडे

परतली आणि मी-कॉंगला म्हणाली, ''मी-कॉंग, मला साऱ्या नी-लाय्‌मध्ये पायी फिरायचं आहे. दोन-तीन तास लागतील. तू गाडीतच थांब नाहीतर एखाद्या झाडाखाली बैस.''

''ठीक आहे, मॅडम. या तुम्ही चक्कर टाकून.''

कॅथरिन साऱ्या नी-लाय्‌मध्ये फिरत होती. मधूनमधून आपल्या कॅमेऱ्याने फोटो घेत होती. नी-लाय्‌मध्ये तेव्हा बरेच लोक राहत होते. लहान मुलंही दिसत होती. ती त्या सर्वांशी बोलत होती. हत्याकांडाच्या वेळी नी-लाय्‌च्या बाहेर कामधंद्यानिमित्त गेलेले बरेच लोक युद्ध संपल्यानंतर नी-लाय्‌ला परतले होते. जवळजवळ दोन-अडीच तास झाले. मी-कॉंग बसूनबसून कंटाळला होता. त्याने गावाच्या बाहेर, पण गाडीच्या जवळच एक चक्कर टाकायचं ठरवलं. दोन मिनिटं चालल्यावर त्याला आजूबाजूचा परिसर दिसू लागला. इतक्यात त्याला गावाशेजारच्या एका टेकाडावरच्या एका दाट झुडपाजवळ कॅथरिन उभी असलेली दिसली. तिथून ती नी-लाय्‌चे फोटो काढत होती. थोड्याच वेळात कॅथरिन गाडीकडे परतली.

''मी-कॉंग, मला इथून बिंताय या खेड्याकडे जायचं आहे. ते इथून फार दूर नाही, पण तू तिकडं जायच्या रस्त्याची कोणाजवळ तरी चौकशी कर. बिंतायहून पुढे आपण थेट क्वांग अंगैला जाऊ.''

''ठीक आहे, मॅडम.'' असं म्हणून मी-कॉंग चौकशीसाठी गेला. कॅथरिन जीपमध्ये बसली.

''चला, मॅडम. रस्ता अगदी सोपा आहे. पूर्वी या खेड्यातून बिंतायला जाणारी एक पायवाट होती. आता तिचाच एक कच्चा रस्ता केला आहे. जीप आरामात जाईल. त्याचा बराचसा भाग जंगलातून जातो म्हणे.''

''ठीक आहे.'' कॅथरिन म्हणाली.

नी-लाय्‌मध्ये फिरून आल्यापासून ती गंभीर आणि मूक झाली होती, हे मी-कॉंगच्या लक्षात आलं.

'तिथं घडलेल्या हत्याकांडाचा आलेख डोळ्यांसमोरून गेल्यावर कोण गंभीर आणि उदास होणार नाही?' मी-कॉंगच्या मनात आलं.

बिंतायला पोहचण्यापूर्वी वाटेत एका ठिकाणी थांबून त्यांनी सॅंडविचेस नि फळं खाऊन घेतली.

बिंतायला पोहचल्यावर कॅथरिनने मी-कॉंगला गाडी गावाजवळ एका दाट झाडाखाली लावायला सांगितली. बिंताय इथं जवळजवळ दोन-तीन तास थांबावं लागेल, असं ती म्हणाली. मी-कॉंग जीपच्या मागच्या सीटवर आडवा पडला. थोड्याच वेळात त्याला डुलकी लागली.

''मी-कॉंग, चल ऊठ. क्वांग-अंगैकडे जाऊया.'' कॅथरिनने त्याला उठवलं. तो

दोन तासांपेक्षा जास्त वेळ झोपी गेला होता. त्याने उठून तोंड धुतलं आणि गाडी सुरू केली. बिंतायची लहान मुलं कुतूहलाने कॅथरिनकडे आणि गाडीकडे पाहत होती. गाडी क्वांग अंगैच्या रस्त्याला लागली होती.

''उद्या आपल्याला दा-नांग नि कोंतूमला जायचं आहे. सकाळी लौकरच निघू.''

''ठीक आहे, मॅडम.''

दुसऱ्या दिवशी सकाळी सहा वाजता निघून संध्याकाळी साडेसातला ते क्वांग अंगैला परतले. दा-नांग आणि कोंतुमला कॅथरिनचं कसलं काम होतं, याचा उलगडा मी-काँगला झाला नाही.

क्वांग अंगैहून कॅथरिन हनोईला गेली. तिला हनोई विद्यापीठातले काही संदर्भग्रंथ आणि संरक्षण मंत्रालयाच्या संग्रहातल्या काही जुन्या कागदपत्रांचं अवलोकन करायचं होतं. त्या संबंधीची प्राथमिक तयारी आणि पत्रव्यवहार तिने अमेरिकेत असतानाच केला होता.

हनोईतलं चार दिवसांचं वास्तव्य संपल्यावर तिचा परतीचा प्रवास सुरू झाला. साऱ्या प्रवासात पुस्तकाच्या आराखड्याचा विषय सतत तिच्या डोक्यात घोळत होता. पुस्तक लिहिण्यासाठी आवश्यक ती सर्व माहिती आणि संदर्भ आता तिच्या जवळ होते. आता फक्त हे सारं शब्दबद्ध करायचं बाकी होतं!

कुआला लंपूर, ऑगस्ट २००५

ऑगस्टच्या २० तारखेला सकाळी कार्यालयात गेल्यागेल्या मी संगणक सुरू करून ई-मेल तपासायला सुरुवात केली. त्या दिवशी मला तीन ई-मेल संदेश आले होते. त्यापैकी दोन माझ्या सहकाऱ्यांचे होते आणि तिसरा डॉ. तुंग यांचा होता. मी सर्वप्रथम डॉ. तुंग यांचा संदेश उघडला नि वाचायला सुरुवात केली. सुरुवातीच्या दोन-तीन ओळी वाचल्यावर मला बसलेल्या अकल्पित धक्क्यातून सावरायला मला खूप वेळ लागला. माझा त्यावर विश्वासच बसत नव्हता.

डॉ. तुंग यांचा तो संदेश मी चार-पाच वेळा वाचला....

'डॉ. कदम, सप्रेम नमस्कार,

तुम्ही या संदेशाची आतुरतेने वाट पाहत असणार, यात शंका नाही. 'उद्ध्वस्त नी-लाय्'चं प्रकाशन १४ फेब्रुवारी २००५ या दिवशी झालं. १९ फेब्रुवारी या दिवशी कॅथरिन बर्टन यांनी झोपेच्या गोळ्या घेऊन आत्महत्या केली. 'उद्ध्वस्त नी-लाय्' लिहिण्याच्या अनुषंगाने त्यांनी नी-लाय् हत्याकांडासंबंधी जी माहिती जमा केली, तिचा सखोल अभ्यास केल्यानंतर त्यांना पराकोटीचं औदासीन्य

आणि मानसिक खिन्नता आली होती. सोबतच्या फाईलमध्ये 'इंटरनॅशनल हेराल्ड ट्रिब्युन'मधल्या त्यांच्यावर प्रकाशित झालेल्या श्रद्धांजलीपर लेखात म्हटलं आहे की, 'गेली काही वर्षे त्यांच्यावर मानसोपचार सुरू होते.' त्या पुस्तकाच्या उपक्रमाला वाहून घेतलेल्या कॅथरिन यांचा असा अंत होणं खरोखरच खेदकारक आहे.

आपला नम्र
ला-कान्ह तुंग'

त्या संदेशासोबतची फाईल उघडून मी त्यातल्या लेखाची छापील प्रत काढली. जवळजवळ सहा पानांचा तो विस्तृत लेख मी वाचायला घेतला.

'अमेरिकेच्या व्हिएतनाम युद्धातल्या सहभागाविरोधी जनजागरण मोहिम आणि आंदोलन उभे करून ते यशस्वी करणारे कॉलिन बर्टन यांच्या चाळीस वर्षांच्या अविवाहित कन्या कॅथरिन यांचं दुःखद निधन धक्कादायक आणि खेदकारक आहे. प्रसिद्धीपासून कटाक्षाने दूर राहिलेल्या कॅथरिन यांनी कॉलिन बर्टन यांच्या युद्धग्रस्त व्हिएतनामी जनतेच्या पुनर्वसनाच्या कार्यात हातभार लावला होता. आपल्या वडिलांच्या पश्चात त्यांनी त्यांचं अपूर्ण राहिलेले काम पुढे चालू ठेवलं होतं.

५ ऑक्टोबर १९९८ या दिवशी कॉलिन बर्टन यांचं हृदयविकाराच्या झटक्याने निधन झालं. त्यांच्या निधनानंतर कॅथरिन यांनी नी-लाय् हत्याकांडावर सर्वसमावेशक असं एक अभ्यासपूर्ण पुस्तक लिहायचा संकल्प सोडला. त्यासाठी त्यांनी जवळजवळ साडेतीन-चार वर्षं सखोल संशोधन केलं. त्यांनी व्हिएतनाममधल्या कागदपत्रांचा आणि संदर्भ ग्रंथांचा अभ्यास केला. नी-लाय्ला २००० साली भेट दिली. त्यांचे प्रकाशक रँडम हाऊस प्रकाशन संस्थेचे मुख्य संपादक मि. ॲडम जोन्स यांच्या मते त्यांनी संपूर्ण पुस्तक एका वर्षात लिहून जानेवारी २००४ मध्ये 'उद्ध्वस्त नी-लाय्'चे हस्तलिखित मि. जोन्स यांच्याकडे दिलं.

या पुस्तकाच्या संदर्भात मि. जोन्स आणि कॅथरिन यांची वारंवार भेट व्हायची. मि. जोन्स यांच्याशी 'ट्रिब्यून'ने जेव्हा संपर्क साधला तेव्हा त्यांनी आमच्या प्रतिनिधीला सांगितलं की, कॅथरिन नी-लाय् संशोधनाने खूप व्यथित झाल्या होत्या. त्या अत्याचाराच्या आणि हिंसाचाराच्या तपशिलांचा अभ्यास करताना ते प्रसंग त्यांच्या डोळ्यांसमोर उभे राहत, अशी कबुली त्यांनी मि. जोन्स यांना दिली होती.

डलास इथले शल्यविशारद डॉ. एडवर्ड बर्टन हे कॅथरिन यांचे वडीलबंधू. त्यांच्याशी संपर्क साधला असता त्यांनी 'ट्रिब्युन'ला सांगितलं की, गेली काही वर्षं

कॅथरिन कमालीच्या मानसिक तणावाखाली (सिव्हियर मेंटल डिप्रेशन) होत्या. हा विकार त्यांना नी-लायूवरचं संशोधन सुरू केल्यापासून हळूहळू जडला होता. त्यावर गेली दीड वर्षं मानसोपचार चालू होते... कॅथरिन यांच्या मृतदेहाजवळ त्यांनी लिहून ठेवलेली एक चिठ्ठी मिळाली. त्यात त्यांनी आपण आजाराला कंटाळून आत्महत्या करत आहोत, असं लिहून ठेवलं आहे. सहा महिन्यांपूर्वी आपलं मृत्युपत्र तयार करून ते त्यांनी त्यांच्या कायदा सल्लागाराकडे दिलं होतं. 'ट्रिब्युन'च्या हाती आलेल्या माहितीनुसार त्यांनी त्यांची सध्याची सर्व मिळकत आणि 'उद्ध्वस्त नी-लाय्'चं संभाव्य मानधन यांचा उपयोग व्हिएतनाममधल्या गोरगरीब जनतेच्या उद्धारासाठी काम करणाऱ्या सेवाभावी संस्थेला दान करावं, असं मृत्युपत्रात म्हटलं आहे.

संपादक अॅडम जोन्स यांनी आमच्या प्रतिनिधीला सांगितलं की, कॅथरिन यांनी लिहिलेल्या हस्तलिखितामध्ये त्यांना फेरफार करायची इच्छा नव्हती. तथापि हे त्यांचं पहिलेच पुस्तक असल्याने प्रकाशकांना त्याचं परीक्षण करणे आवश्यक होतं. या क्षेत्रातल्या एका तज्ज्ञाने हस्तलिखित वाचून 'फारसे फेरफार न करता ते छापण्यास योग्य आहे' असा निर्वाळा मि. जोन्स यांना दिला. या संपादनाच्या प्रक्रियेत काही वेळ लागल्याने प्रकाशन काहीसे लांबणीवर पडले. त्यामुळे कॅथरिन अधिकच अस्वस्थ झाल्या होत्या, असं मि. जोन्स यांनी सांगितलं. पुस्तक लौकरात लौकर प्रकाशित व्हावं, असा त्यांनी आग्रह धरला होता. कॅथरिन यांनी 'आधुनिक इतिहास' या विषयात फिलाडेल्फिया विद्यापीठाची पदव्युत्तर पदवी संपादन केलेली होती....'

माझं घड्याळाकडे लक्ष गेलं. मला 'पुत्राजया' या भागातल्या मलेशियाच्या परराष्ट्र मंत्रालयात एका बैठकीसाठी जायचं होतं. तो लेख मी बाजूला ठेवून दिला. बैठकीची फाईल चाळायची राहून गेली होती. जाताजाता गाडीतच ती नजरेखालून घालायचं ठरवलं.

'पुत्राजया' हे आधुनिक उपशहर मलेशियाची प्रशासकीय राजधानी होतं. तिथं पोहचायला जवळजवळ पाऊण तास लागणार होता. गाडीमध्ये मी माझ्या कामाची फाईल चाळत बसलो, पण वारंवार माझ्या मनात कॅथरिन बर्टन यांचा विषय डोकावत होता. त्यांच्या आत्महत्येने मी चक्रावून गेलो होतो.

बैठक संपवून कार्यालयात परतल्यावर त्या विषयाबाबत अधिक जाणून घ्यायचं ठरवलं. कोल्हापूरचा माझा एकेकाळचा वर्गमित्र आणि सध्याचा प्रथितयश आणि अभ्यासू मानसोपचारतज्ज्ञ डॉ. गुरुदास हर्षे याला ई-मेल संदेश पाठवून त्याला काही प्रश्न विचारायचं मी ठरवलं.

'प्रिय डॉ. गुरुदास,

आज तुला मुद्दाम एका शंकेविषयी सल्ला आणि तुझं मत विचारण्यासाठी हा संदेश पाठवत आहे. असं समज की, एक व्यक्ती एका अत्यंत अमानुष आणि हिंसक घटनेसंबंधी सखोल संशोधन करून खूप माहिती एकत्रित करते. त्या माहितीच्या आधारे तिला एक पुस्तक लिहायचं असतं. तसं करत असताना त्या अमानुष आणि हिंसक घटनेचे तपशील डोळ्यांसमोर उभे राहून ती व्यक्ती खूपच व्यथित होते आणि तिला औदासीन्य येतं. माझा प्रश्न असा आहे की, त्याची परिणती कमालीच्या मानसिक तणावात होऊन ती व्यक्ती आत्महत्येस उद्युक्त होऊ शकेल का? तसेच अशा व्यक्तीने आत्महत्या केल्यास केवळ मानसिक तणाव हेच एकमेव कारण असू शकतं की, काही अन्य घटना किंवा प्रसंग त्यास कारणीभूत असू शकतात?

एका पुस्तकाच्या आणि त्याच्या लेखिकेच्या संदर्भात हे प्रश्न मला सतावत असून तुझ्या उत्तराने ते सोडवण्यास मला मदत होईल. तू खूप कामात असतोस, याची मला कल्पना आहे, पण वेळ काढून लौकर उत्तर पाठवलंस तर मी उपकृत होईन.

तुझा मित्र,
उमेश.'

'ट्रिब्यून'मधल्या लेखाचा उर्वरित भाग मी डॉ. गुरुदासचं उत्तर आल्यानंतर वाचायचं ठरवलं. मला काही महत्त्वाच्या कामांमुळे तो वाचायला वेळही नव्हता.

दुसऱ्या दिवशी सकाळी ई-मेल तपासून पाहताना डॉ. गुरुदासचं उत्तर आल्याचं लक्षात आलं. मी लगेच त्याचा संदेश वाचला.

'प्रिय उमेश,

तू खूप गुंतागुंतीचे पण वेधक प्रश्न उपस्थित केले आहेस. तुला चटकन उत्तर देण्याऐवजी मी त्याबाबत काही संशोधन करून तुला सविस्तर उत्तर देऊ इच्छितो. परंतु सकृतदर्शनी मी एवढंच म्हणेन की, तू वर्णन केलेली व्यक्ती केवळ त्या कारणास्तव आत्महत्या करण्यास प्रवृत्त होईल की नाही हे त्या व्यक्तीच्या व्यक्तिमत्त्वावर, तिच्या स्वभावाच्या जडणघडणीवर आणि सर्वांत महत्त्वाचं म्हणजे त्या व्यक्तीच्या आयुष्यात आत्तापर्यंत घडलेल्या ठळक, मनावर ठसा उमटवण्यासारख्या घटनांवरही अवलंबून असू शकतं.

तुला त्या व्यक्तीविषयी अधिक माहिती समजल्यास कळव. तुझ्या प्रश्नांची अचूक उत्तरं देण्यासाठी तिचा उपयोग होईल. दरम्यान मी माझं संशोधन जारी ठेवतो.

तुझा मित्र,
गुरुदास.'

त्या दिवशी दुपारी मला थोडा मोकळा वेळ होता. मी कालचा अपुरा राहिलेला लेख पुढं वाचायला सुरुवात केली.

'कॅथरिन यांनी 'आधुनिक इतिहास' या विषयात फिलाडेल्फिया विद्यापीठाची पदव्युत्तर पदवी संपादन केली होती. त्यांनी हा अभ्यासक्रम विशेष प्राविण्यासह पुरा केल्यामुळे त्यांचे वडील कॉलिन हे खूप उत्तेजित झाले होते. १९९५ मध्ये जेव्हा कॅथरिनने हे यश संपादन केले, त्या वेळी आपल्या निकटवर्तीयांजवळ कॉलिन यांनी समाधान व्यक्त केलं आणि आपली एक महत्त्वाकांक्षा पूर्ण झाल्याचा निर्वाळा दिला. त्याला एक विलक्षण कारणही होतं.

व्हिएतनाम युद्धातून अमेरिकन सैन्य मायदेशी बोलवण्याचा निर्णय जानेवारी १९७३ मध्ये घोषित केल्यानंतर कॉलिन बर्टन यांनी संपूर्ण युद्धविराम होण्याची वाट न पाहता युद्धग्रस्त जनतेच्या पुनर्वसनाचा उपक्रम हाती घेतला होता. त्यांच्या अशा बऱ्याच उपक्रमांपैकी एक प्रकल्प होता, 'मायेचा हात'. या प्रकल्पाच्या यशासाठी त्यांनी अमेरिकेतल्या संवेदनशील परोपकारी लोकांना व्हिएतनाम युद्धात अनाथ झालेल्या बालकांना दत्तक घेऊन त्यांना उत्तम शिक्षण देऊन स्वत:च्या पायावर उभे करण्याची जबाबदारी घ्यावी, असं आवाहन केलं होतं.

'मायेचा हात' या उपक्रमाची सुरुवात त्यांनी स्वत:पासून केली. बारा वर्षांचा एक मुलगा असतानाही त्यांनी कोंतुमच्या अनाथाश्रमातून एका नऊ वर्षांच्या मुलीला दत्तक घेतलं आणि तिचं नाव 'कॅथरिन' असं ठेवलं. कॅथरिन यांचं पूर्वाश्रमीचं नाव सुआन. त्यांच्या आईवडिलांचं १९६९ च्या सुमारास बिंताय या खेड्याजवळ भूसुरुंगाच्या स्फोटात निधन झालं होतं....'

उद्ध्वस्त झाल्यानंतर...

आज सकाळी ट्रिनिटी चर्च सिमेटरीत डॅडींच्या समाधीजवळ पुस्तक ठेवून आल्यापासून हलकंहलकं वाटू लागलं आहे... मला पुस्तकाच्या प्रकाशनाचा कार्यक्रम किंवा कसलाही गाजावाजा करायचा नाही, असं परवा ॲडम जोन्सला सांगितल्यावर तो नाराज झाला होता... मला फक्त डॅडींची इच्छा पुरी होतेय याचीच वाट पाहायची होती... आज डॅडींच्या आठवणी का बरं उफाळून आल्या आहेत?... खूप खूप जुन्या आठवणी... मी अगदी लहान होते तेव्हाच्या... हनोईच्या विमानतळावर मी विमानात बसणार नाही, असा हट्ट धरून डॅडींना किती बेजार केलं होतं... इकडं आल्यावर कितीही काम असलं तरी डॅडी रोज एक-दोन तास मला इंग्रजी शिकवायला बसले की, वेळ कसा छान जायचा... डॅडी किती सुंदर व्हिएतनामी बोलायचे... गोष्टी सांगून, चित्रांची पुस्तकं आणून त्यांनी इंग्रजीची तोंडओळख करून दिली... मी घाबरत होते तरी शाळेत जायला तयार केलं....

मी १४-१५ वर्षांची झाले तेव्हाच डॅडींच्या कार्याची, त्यांच्या तळमळीची आणि त्यागाची महती कळली... डॅडी किती महान होते! एवढ्या प्रसिद्ध आणि आदरणीय व्यक्तीच्या सहवासात मी वाढले हे माझं भाग्य... डॅडींनी मला किती फुलासारखं जपलं... नी-लायूचा बाबा, बिंतायचा वियेन बाबा आणि डॅडी ही तीन वेगवेगळी माणसं होती की एकाच व्यक्तीचे तीन अवतार? तिघांनीही माझ्यावर जीव ओतून माया केली... आणि तिघांचेही बळी त्या भयानक युद्धानेच घेतले... डॅडींचा बळीसुद्धा... डॉ. मिल्टननी डॅडींना किती वेळा सांगितलं की, तुमचा हृदयविकार केवळ तुमच्या तणावपूर्ण कामामुळे तुम्हाला जडला आहे... तुम्ही प्रकृतीची हेळसांड करून अहोरात्र त्या कार्याला वाहून घेतलं... आता हळूहळू काम

कमी करा... पंधरा वर्षांपूर्वी दिलेला हा सल्ला डॅडींनी धुडकावून लावला... माझं कार्य अजूनही अपुरं आहे, या सबबीवर....

माझ्यामुळे डॅडी खूप व्यथित व्हायचे... माझं अधूनमधून रात्री दचकून उठणं... माझा आक्रोश... मला होणारे भास... आजही सतावणाऱ्या आठवणी... हे सारं माझ्या हाताबाहेरचं आहे... ते सारं विसरायचा मी काय कमी प्रयत्न केला?... पण नाही... डॅडींनी किती तज्ज्ञांचा सल्ला घेतला... किती उपचार करवले... पण त्या जखमा कधी भरल्याच नाहीत... ही खंत मात्र डॅडींना शेवटपर्यंत सतावत राहिली... मी एखादा जोडीदार निवडावा यासाठी डॅडींनी माझी किती मनधरणी करावी?... पण माझ्या हट्टापुढे त्यांनीही हात टेकले... अमेरिकेच्या सरकारला नमवणारे डॅडीदेखील हतबल झाले होते... माझ्या हटवादीपणापुढे... माझ्या ठाम निर्णयापुढे... स्त्री-पुरुष संबंधाचं ओंगळ आणि भयावह रूप पाहून माझ्या भावना केव्हाच करपून गेल्या होत्या...!

डॅडींना १९९८ च्या सप्टेंबरमध्ये मोठा ॲटॅक आला तेव्हा ब्रुकलिन हार्ट हॉस्पिटलमध्ये त्यांच्याजवळ मी राहिले ते सहा दिवस... डॅडींचा तो शेवटचा सहवास... त्या वेळी त्यांनी आपल्या मनातल्या किती गोष्टी माझ्याजवळ बोलून दाखवल्या... मम्मी आणि एडवर्ड भेटायला आल्यावर ते जुजबीच बोलायचे, पण मी जवळ बसले की, शेवटी त्यांना सांगावं लागायचं, 'डॅडी बोलण्याचाही ताण पडेल, जरा सबुरीने घ्या...'

पण ते ऐकतील तर खरं?... डॅडी जायच्या आदल्या दिवशीचे ते शब्द आजही माझ्या कानात घुमतात... 'कॅथी, नी-लायूचं पुस्तकरूपी स्मारक करायचं माझं स्वप्न अधुरं राहिलंय...' ते मी पुरं करावं असा त्यांचा आग्रह नव्हता, पण मी जेव्हा त्यांना म्हणाले, 'डॅडी, मी ते पुरं करेन' नि त्यांना तसं वचन दिलं तेव्हा त्यांच्या वेदनाग्रस्त चेहऱ्यावर उमटलेली समाधानाची छटा आजही माझ्या डोळ्यांसमोर येते... मी डॅडींना दिलेलं वचन... आणि डॅडींनी मला दिलेलं वचन... त्यांनी काटेकोरपणे पाळलेलं ते वचन....

ती आठवण अजून किती ताजी आहे. १९८६ साल असावं... डॅडींबरोबर मी बोस्टनला गेलेली... तिथली सभा आटोपून निघायला संध्याकाळचे सहा वाजले... संयोजक राहायचा आग्रह करत होते, पण डॅडी न्यूयॉर्कला गाडी चालवत जाणारच म्हणाले... अर्ध्या वाटेत आकाश काळवंडून आलं. मुसळधार पाऊस आणि विजांचं थैमान पाहून हार्टफोर्डजवळच्या एका मोटेलमध्ये रात्र काढायला डॅडी तयार झाले... त्या रात्री उशिरापर्यंत गप्पा मारतामारता मला का कुणास ठाऊक अचानक नी-लायूविषयी सगळं डॅडींना सांगावसं वाटलं... डॅडी अवाक होऊन ऐकत होते... त्यांचा माझ्या सांगण्यावर विश्वास बसत नव्हता... डॅडींच्या चेहऱ्यावरचे त्या वेळचे

भाव आजही डोळ्यांसमोर येतात... अविश्वास, करुणा, चिंता, अनुकंपा आणि क्लेश!

'बेटा तू हे सगळं कसं सहन केलंस? इतकी वर्षे का दडपून ठेवलंस... माझ्याजवळ मन का हलकं केलं नाहीस?' असं म्हणून मला जवळ घेऊन रात्रभर धायधाय रडले! त्याच वेळी मी त्यांच्याकडे एक वचन मागितलं... डॅडी, हे कोणाला सांगू नका... पाळलं त्यांनी मला दिलेलं ते वचन!

'मी दहा-बारा वर्षांची असेन त्या वेळची ती आठवण... त्या आधी किती वर्षांपासून मी डॅडींकडे तगादा लावला होता की, माझं सुआन हे छान नाव बदलून कॅथरिन का ठेवलं? सांगेन कधीतरी असं म्हणून उत्तर टाळायचे... पण त्याचं कारण त्यांनी सांगितलं त्यानंतर मी तो विषय पुन्हा कधी त्यांच्याजवळ काढला नाही.

'अगं, कॅथरिन हे माझ्या आईचं नाव. मी चौदा वर्षांचा असताना आई गेली. माझ्यावर तिचं जिवापाड प्रेम होतं. मीही तिच्यावर खूप प्रेम करायचो... मी जेव्हा तुला दत्तक घेतलं तेव्हा त्याच वेळी ठरवलं, तुझं नाव कॅथरिन ठेवायचं... तुला हाक मारल्यावर, तुला पाहिल्यावर पदोपदी आईची आठवण यावी, तिच्यावर मी जेवढं प्रेम केलं तेवढं किंवा त्यापेक्षाही जरा जास्तच तुझ्यावर करायला मी विसरू नये यासाठी!'

५ ऑक्टोबर १९९८ ला डॅडी गेले आणि मी पुन्हा एकदा उद्ध्वस्त झाले... पुन्हा पोरकी झाले... पण आता सहन होत नाही... केवळ डॅडींना दिलेल्या वचनाच्या पूर्तीसाठी गेली सात वर्षं ह्या वेदना सहन केल्या... चार वर्षं संशोधनात गेली... एक पुस्तक लिहिण्यात... आणि रँडम हाऊसने पुस्तक छापायला दीड-एक वर्ष घेतलं... पण मला थांबणं भाग होतं... वचनपूर्तीसाठी! माझ्यावर कोणी एखादी जबाबदारी सोपवली आणि ती मी स्वीकारली तर ती पार पाडल्याशिवाय मला चैन पडत नाही... पण आता बस्स... आता खूप एकाकी पडले आहे मी... डॅडी गेल्यावर मम्मीदेखील नातवंडांच्या ओढ्याने एडवर्डकडे राहायला गेली आणि मीदेखील पुस्तकाच्या संशोधनाला वाहून घेतलं... त्या पुस्तकासाठीच पाच वर्षांपूर्वी नी-लायूला गेले तेव्हा पुन्हा सगळ्या आठवणी उफाळून आल्या... माझं घर... माझ्या मित्रमैत्रिणींची घरं... घरं कसली? ती जिथं होती त्या जागा... गुंजेची ढोली... त्या दिवशी गुंजेच्या ढोलीत बसून मी किती रडले कुणास ठाऊक?... त्या ढोलीत बसून पाहिलेल्या भीषण दृश्यांच्या, मला भेदरवून टाकणाऱ्या आठवणी... त्या सगळ्या मला शब्दबद्ध करायच्या होत्या... त्या दिवशी नी-लायूहून बिंतायला जाताना जीप असली तरी जंगलामधून गेलेला रस्ता तोच होता... ज्या झऱ्याचं पाणी मी तीस वर्षांपूर्वी बिंतायला जाताना प्यायले त्याच झऱ्याच्या काठावर बसून ड्रायव्हर मी-काँगबरोबर सँडविचेस खाल्ली... बिंतायची किम आई भेटेल असं मुळीच वाटलं

नव्हतं... युद्ध संपल्यावर ती बिंतायला परत आली होती... मी कोण हे सांगितल्यावर तिचा विश्वासच बसेना... मला अनाथाश्रमात सोडल्याबद्दल तिला किती अपराधी वाटत होतं... पण त्यात तिची तरी काय चूक होती? माझी जबाबदारी गळ्यात घेऊन कठीण परिस्थितीला तोंड देतादेता तिच्या नाकी नऊ यायचे... शिवाय बिंतायला परतण्यापूर्वी मला आणायला व्हॅलेरी आंटीच्या अनाथाश्रमात ती गेली होती असं म्हणाली... मला कोणीतरी दत्तक घेऊन दूरच्या देशाला कायमचं नेलं आहे, हे समजल्यावर खूप कासावीस झाली म्हणे... तिच्या मायेचा ओलावा सुकला नव्हता तर... त्या दिवशी मला पोटाशी धरून किती रडरड रडली! वियेन बाबाच्या कबरीजवळ बसून मला प्रार्थना करायची होती, ती इच्छाही पुरी झाली... थोडे दिवस का असेना, दा-नांगची छावणी आणि व्हॅलेरी आंटीचा कोंतुमचा अनाथाश्रम इथं राहिले होते... ते सारं डोळ्यांखालून घालताना किती जुन्या आठवणींना उजाळा मिळाला....'

'पण आता हे सारं बस्स झालं... आठवणी... आठवणी आणि आठवणी... आता त्या सहन होत नाहीत... या यातनांच्या विळख्यातून कायमचं बाहेर पडायचं आहे... खरंतर पुस्तक प्रकाशित झाल्या दिवशीच मी जायची, पण बिलं भागवायची होती, मृत्युपत्राच्या प्रती काढून ठिकठिकाणी पाठवायच्या होत्या, बँकांची खाती, क्रेडिट कार्ड, फोन बंद करायचे होते....

'हा सगळा कारभार आवरण्यात चार-पाच दिवस गेले... आज मी साऱ्या व्यापातून आणि जबाबदाऱ्यांतून मोकळी झाले आहे... आता मला वेध लागलेत... माझ्या जिव्हाळ्याच्या माणसांकडे जायचे... माझ्यावर जिवापाड प्रेम करणाऱ्या नी-लायूच्या आई-बाबांकडे... वियेन बाबाकडे... आणि डॅडींकडे... आज तो दुष्ट जॉर्ज हॅले जिवंत नाही, हे बरं झालं... नाहीतर माझ्या जाण्याने त्याला आसुरी आनंद झाला असता... त्याचं स्वप्न खरं ठरल्याचा... नी-लायूवरच्या हल्ल्यातून तिथली एकही व्यक्ती वाचू द्यायची नाही, हा त्याचा निर्धार आज साध्य झाल्याचा!''

■